எதிர்காற்று
(குறுநாவல்கள்)

உஷாதீபன்

நன்னூல் பதிப்பகம்
மணலி-610203
திருத்துறைப்பூண்டி

எதிர்காற்று

நூலாசிரியர்: **உஷாதீபன்** ©
முதல் பதிப்பு: ஜூலை-2023
பக்கங்கள்: 304
உரிமை: ஆசிரியருக்கு

வெளியீடு:
நன்னூல் பதிப்பகம்
தொடர்பு எண்: 99436 24956
மணலி, திருத்துறைப்பூண்டி - 610 203
nannoolpathippagam@gmail.com

விலை ரூ.320

Ethirkaatru
Author: **UshaDeepan** ©
First Edition: July-2023
Pages: 304
ISBN 978-93-94414-33-4
Published by:
Nannool Pathippagam
Contact No. 99436 24956
Manali, Thiruthuraipoondi - 610203
nannoolpathippagam@gmail.com

Price ₹ 320

அட்டை வடிவமைப்பு: அரிசங்கர்
உள்பக்க வடிவமைப்பு: சு. கதிரவன்

Printed at : ASX Printers, Chennai - 5.

சமர்ப்பணம்

அன்பிற்கும் மதிப்பிற்குமுரிய அருமை நண்பர்
திரு. மணலி அப்துல்காதர் அவர்களுக்கு

என்னுரை

இந்தக் குறுநாவல்களை எழுதி முடித்து, சரிபார்த்து, ஒரு குறிப்பிட்ட இதழுக்கு அனுப்பியபோது அவர்கள் சொன்னார்கள்

கதைல உரையாடல்களே இல்லையே சார்...

இந்தக் கேள்வி எனக்கு விநோதமாயிருந்தது. அவர்களின் எதிர்பார்ப்பு அது. தவறு சொல்வதற்கில்லை. உரையாடல்கள் அதிகமில்லையே என்று கேட்டிருக்க வேண்டும். தக்க சம்பாஷனைகளோடு கலகலவென்று செல்ல வேண்டும் கதை. இது அவர்களின் விருப்பம்.

நான் மனோலயங்களின் தாலாட்டினைப் பிரதான மாக வைத்துக் கதை சொல்பவன். கருத்தூன்றிக் கதை நகர வேண்டும். மனிதனின் மனசும், எண்ணங்களும் படுத்தும்பாடு. ஒருவனை எங்கெங்கோ கொண்டு நிறுத்திவிடும். தத்துவார்த்த நிலை எளிய உரையாடல் களைத் தவிர்க்கவே செய்யும். சிந்தனையைக் கிளறச் செய்யும் எழுத்து, அமைதியாகவும், அழுத்தமாகவுமே பயணிக்கும். அதில் பொழுதுபோக்கு அம்சங்கள் குறைவு.

இந்த வாழ்க்கையை மேலோட்டமாய் நோக்கி, அன்றாட நிகழ்வுகளை நுனிப்பார்வையில் நகர்த்தினோ

மானால் சந்தோஷம் நிலைக்கும். சற்று ஆழ ஒவ்வொன்றையும் யோசிக்கப் புகுந்தால் ஒரே சோகம்தான். துன்பம்தான். நற்கருத்துக்களும். எதிர்க்கருத்துக்களும் மோதி மோதி, முடிவெடுக்கும் திறனில் ஊசலாட்டத்தை உண்டு பண்ணி, எது சரி, எது தவறு என்பதில் குழப்பமே மிஞ்சும். குடும்பத்திற்காக, மனைவி மக்களுக்காக, என்று விட்டுக் கொடுத்து, சில சமயங்களில் நிம்மதியையும், பல சமயங்களில் நஷ்டங்களையும் எதிர்நோக்கும் நிலை வந்துவிடும். கடைசி வரை ஒருவன் தன்னைச் சமன் செய்யும் நிலையில் தியாகங்களைச் செய்யும்போது, ஒரு நாள் என்ன வாழ்க்கை வாழ்ந்தோம் என்கிற விரக்தி தலை தூக்கும். அப்படியான எளிய மனிதர்கள்தான் உலகில் அதிகம். ஆசைகளில்லாத, எளிய மனிதனால் மட்டுமே தியாக நிகழ்வுகளைக் கையிலெடுக்க முடியும். நிறைவேற்ற முடியும். ஆசைகள் இல்லாதவன்தான் துன்பமின்றி இருக்கிறான். தன்னைச் சங்கடமில்லாத இடத்தில் இருத்திக் கொள்கிறான். நிம்மதி அவனிடம்தான் குடிகொள்ளத் துடிக்கிறது.

இந்நூலிலான இரண்டு குறுநாவல்கள் மற்றும் ஒரு நாவலில் வாழ்க்கையின் சமரசப்போக்கு தலைதூக்கி நிற்கிறது. வார்த்தைகளை வளர்த்தாமல், வீணான வாதங்களைத் தவிர்த்து, ஒவ்வொருவரின் மன உணர்வுகளும், உணர்ச்சிகளும், எப்படித் தனக்குத்தானே பேசிக் கொள்கின்றன? முடிவெடுக்கின்றன? என்பதும், செயல்பாடுகளில், அதன் பலனாய்ப் பிறக்கும் நிதானமும்,, விவேகமும், குடும்ப அமைப்பை எப்படிக் கட்டிக் காக்கின்றன என்பதையே இக்கதைகளில் நான் விவரித்திருக்கிறேன். உரையாடல்களை அர்த்தமுள்ளதாக ஆக்க முயன்றிருக்கிறேன். அலுவலக வாழ்க்கைக்கு நடுவே அமைந்த சொந்த வாழ்க்கையின் இன்பமும், துன்பமும் இக்கதையாடலில் அலசப்படுகின்றன. கதாபாத்திரங்கள் நம் அன்றாட வாழ்க்கையில் சந்திப்பவைகள்தான். ஆனால் அவர்களின் எண்ண

ஓட்டங்கள் நம் சிந்தனையைக் கிளறிவிட்டு, நம்மை ஒரு பக்குவ நிலைக்கு இட்டுச் செல்லும் என்பது திண்ணம்.

ஒரே மூச்சில் படித்து முடித்து விடும் விறுவிறுப்பும், ஸ்வாரஸ்யமும், கருத்தூன்றலும் இந்தக் கதாசிரியனின் எழுத்து நடைக்கு உண்டு என்று உறுதி கூறுகிறேன்.

படித்து முடித்து இந்தப் படைப்புகள்பற்றி வாசகர்கள் என்னிடம் பகிர்ந்து கொண்டால் மகிழ்வேன்.

நன்றி

- **உஷாதீபன்**
எஸ்2 - ப்ளாட் எண்.171,172
மேத்தாஸ் அக்சயம், மெஜஸ்டிக் அடுக்ககம்,
ராம் நகர் தெற்கு 12-வது பிரதான சாலை
மடிப்பாக்கம், சென்னை-600 091.
(போன்: 94426 84188)
ushaadeepan@gmail.com

பொருளடக்கம்

1. எதிர்காற்று / 9
2. சங்கமம் / 117
3. நதி எங்கே போகிறது? / 224

எதிர்காற்று

சந்திரன் கூட்டத்திலிருந்து எழுந்து வெளியே வந்தான். இருக்கையை விட்டு எழுந்து திரும்பியபோதுதான் தெரிந்தது மொத்தமே ஐம்பது பேர் கூடத் தேறாது என்று. கிளம்பும்போதே, போக வேண்டுமா என்ற கேள்வி எழத்தான் செய்தது. ஒவ்வொரு கூட்டத்திற்கும் அப்படித்தான் தோன்றுகிறது. ஆனாலும் என்னவோ போய் வந்து கொண்டிருக்கிறான். பல கூட்டங்களைத் தவிர்த்துமிருக்கிறான் எல்லாக் கூட்டத்திற்கும் போய் ஏதேனும் பயன் விளைந்ததா தெரியவில்லை. பொழுது போனது என்று வேண்டுமானால் சொல்லலாம். வெறுமே பொழுதைப் போக்கி என்ன பயன்? அதை முழுவதுமாய்ப் பயனுள்ளதாக்கிக் கொள்ள முடியாதா என்ன?

இன்றாவது பரவாயில்லை, இருபதுக்கும் மேல் வருகை இருக்கும் போலிருக்கிறது. ஒரொரு கூட்டத்தில் பத்துப் பேர் கூடத் தேறுவதில்லை. ஆள் சேரட்டும், சேரட்டும் என்று உட்கார்ந்திருப்பார்கள் வாசலைப் பார்த்துக் கொண்டு. வீதி வழி போகும் நாய்தான் ஒரு கணம் நின்று எட்டிப் பார்த்து விட்டு, முகத்தைத் திருப்பிக் கொண்டு போகும். ஆறு என்று போட்டு, ஆறரை ஆகி, ஏழும் ஆகி, ஏழரைக்கு ஆரம்பித்து

ஒன்பதரைக்கு மேல் முடிப்பார்கள். அப்பொழுதுதான் பெருமை. பிறகு அடித்துப் பிடித்து வீடு வர வேண்டும். இருக்கும் டிராஃபிக்கில் இந்த ரிஸ்க் தேவையா என்றிருக்கும்.

வழக்கமாய்த் தெரிந்த முகங்கள்தான். வருபவர்களே தான் வந்து கொண்டிருக்கிறார்கள். இங்க வந்து உட்கார்ந்திருக்கிற நேரத்தில், ஒரு புத்தகத்தை வீட்டில் அமைதியாக உட்கார்ந்து படித்து முடித்து விடலாம்... பிரயோஜனமாவது இருக்கும். எடுத்துப் பிடித்துக் கிளம்பி வந்து என்ன பலன்..?... - எத்தனையோ முறை பக்கத்து இருக்கைக்காரரிடம் சொல்லியிருக்கிறான். சிரித்துக் கொள்வார்கள். அவர்களின் அபிப்பிராயம் என்ன என்று தெரிவிக்க மாட்டார்கள்.

இலக்கியக் கூட்டத்திற்கு என்று வந்தால் ஏன் இப்படி ஒவ்வொருவரும் ஒவ்வொரு வகை மாதிரியாய் இருக்கிறார்கள்?

தானாக அறியப்பட வேண்டாமா? நாமாக அறிமுகப்படுத்துவது சரியா? வாசகன் என்பவன் யார்? தானாகத் தேடித் தேடிக் கண்டடைந்து படிக்கின்றவன். அப்படிப் படித்தாலே புத்தகங்கள் நிற்காதே..! விற்றுப் போகுமே...! இங்கே யார் படிக்கிறார்கள்? எத்தனை பேர் படிக்கிறார்கள்? ஒரு வேளை அதனாலதான் இந்த அறிமுக விழாக்களெல்லாமோ? அப்படியாவது கொஞ்சத்தை நகர்த்துவோமே என்று...! ஒவ்வொரு கூட்டத்தின் போதும் என்னென்னவோ தோன்றும் இவனுக்கு. ஆனாலும் இவனும் வந்து கொண்டிருக்கிறான்.

எதற்கு விடாமல் வந்து கொண்டிருக்கிறோம்? தோன்றத்தான் செய்தது. பேசுபவர் எவரேனும் தன் பெயரைச் சொல்கிறார்களே, அதற்காகவா? இதென்ன அல்ப சந்தோஷம்? ஒரே ஒரு கூட்டத்திற்குத் தன் புத்த கத்தையும் விமர்சனத்திற்கு எடுத்துக் கொண்டார்களே,

அதற்காகவா? தனக்கும் வாய்ப்புக் கொடுத்து, அன்று பேசச் சொன்னார்களே, அதற்காகவா? அதனால் என்ன பலன்? நூறு புத்தகங்கள் விற்றுப் போயிற்றா என்ன? பல்கலைக் கழகங்கள் பாடமாக வைக்கப் பரிசீலனைக்கு ஏற்றுக் கொண்டனவா? அதற்கும் ஒரு அரசியல் இருக்கிறதே இங்கே?

எத்தனையோ கேள்விகள் உண்டுதான். அந்த நண்பர் களிடம் இவற்றையெல்லாம் வாதித்திருக்கிறான் தான். இருக்கட்டும்... வாங்க... என்பார்கள் சிரித்துக் கொண்டே....! தனிப்பட்ட நட்பு என்பது வேறாயிற்றே...! ஒரு வேளை அவர்களுக்கும் இதே அபிப்பிராயம் இருக் கலாம். வெளியில் சொல்லாமல் ஓட்டிக் கொண்டிருக் கலாம்.

வாசலில் நின்றமேனிக்கு உள்ளே நோக்கினான். தான் நிற்கிறோமா, நழுவுகிறோமா என்று மேடையில் இருந்தவர்கள் பார்க்கிறார்களோ என்று தோன்றியது. வேப்பெண்ணெய் மணக்க மணக்க கடலை வறுத்துக் கொண்டு வண்டி வந்தது. டிங் டிங் டிங் என்று வறுக்கும் மணல் சட்டியைத் தட்டி ஒலி எழுப்பிக் கொண்டு அந்த ஆள் வழக்கமாய் வரும் நேரம். இதே போல் வீடு இருக்கும் தெருவில் ஒருவன் தினமும் வருவது நினைவுக்கு வந்தது. வாங்குவார் என்கிற நம்பிக்கையில் வீட்டு வாசலில் வந்து நின்று ரெண்டு மூன்று தரம் மணியடிப்பது அவர் வழக்கம். அதுவே உள்ளே இருக்கும் இவனை வாங்க வைத்து விடும். அவனுக்கு ஏமாற்றமாய் இருக்கக் கூடாதே என்று தோன்றும்.

ஒவ்வொருவரும் தங்களை அடையாளப் படுத்திக் கொள்ள ஒரு ஒலியைப் பயன்படுத்துகிறார்கள். காலையில் பால் போடுபவரிலிருந்து, பூ, கீரை, காய், பழம் என்று வரும் ஒவ்வொருவருக்கும் ஒரு தனித்த அடையாளம் இருக்கத்தான் செய்கிறது. எழுப்பும் ஒலியோ அல்லது அவர்களது குரலோ.

எதைச் செய்தாலும் தனித்த அடையாளம் இருந்தால் தான் பெருமை. பத்தோடு பதினொன்றாய் இருப்பதில் ஒன்றுமில்லை. தான் அம்மாதிரித் தனித்த அடையாளங் களோடு இருக்கிறோமா? தன்னையே கேட்டுக் கொண் டான் சந்திரன். சில படைப்புக்கள் அதைச் சாத்தியப் படுத்தியிருக்கின்றன என்று தோன்றியது. இங்கே பலருக்கும் அப்படித்தானே இருக்கிறது? ஆனால் கவனமாய் அதை யாரும் சொல்வதில்லை. மனதிற்குள் என்ன இருக்குமோ? அதிலும் அரசியல் இருக்கிறது. எழுத்து என்ன சொல்கிறது என்பதை விட எழுதியது யார்? அவன் என்ன பிரிவு? என்ன ஜாதி? இதெல்லாம் தான் முன்னே நிற்கிறது. உருப்படுமா?

சொல்வது, சொல்லாதது - கேள்விகள் எழவில்லை. யாரைக் கேட்டு எழுத வந்தோம்? அவரவர் படிப்பு, வாசிப்பு ரசனை, கற்பனை, பயிற்சி என்று பழகிப் பழகி, எழுத வந்தது. தடுப்பது யார்? சொல்ல வேண்டும் என்று எதிர்பார்ப்பதே தவறாயிற்றே...! தானாக ஒன்று அறியப்படுவதுதானே நியாயம். முப்பது, நாற்பது, ஐம்பதுகளில் இருந்தவர்கள் இப்படியா இருந்தார்கள்?

நினைக்கும்போதே மனது வெட்கப்பட்டது.. அதே மனநிலைதான் தனக்கும். இன்றுவரை அப்படித்தான். ஆனாலும் அர்த்தம் பொருத்தமில்லாமல் அவ்வப்போது கூட்டத்தில் தலையைக் காண்பித்துக் கொண்டிருக்கிறோம். என்னவோ கழிகிறது நாட்கள். அவ்வளவுதான். வந்துட்டுப் போகட்டும் என்றிருக்கிறார்கள் அவர்களும்.

முயற்சிகள் தொடர்கின்றன. இங்கே அப்படியான அடையாளங்கள் யாரிடமும் இருப்பது போல் தெரியவில்லையே? வருத்தமாயிருந்தது. வெறுமே பொழுது போக்கவா இந்தக் கூட்டம்? அப்படித்தான் பலரும் வருகிறார்களோ? கூடுபவர்கள் கூட்டத்திற்கு சம்பந்தமில்லாத வெளி விஷயங்களைத்தானே பகிர்ந்து கொண்டிருக்கிறார்கள். அப்படியானால் அது பொழுது

போக்க வந்த இடம் என்றுதானே பொருள். கூடிக் கலைகிறார்கள். கூடிச் சிந்திப்பதில்லை.

என்ன, கூட்டங்களுக்கே வரமாட்டேங்கிறீங்க...? வாங்க!... - வற்புறுத்துகிறார்கள். வராவிட்டால் தவறாமல், விடாமல் கேட்கிறார்கள். நச்சரிப்புத் தாங்காமல்தான் வர ஆரம்பித்தான். இன்று வரை மனது ஒன்றவில்லை என்பதுதான் நிஜம். எப்பொழுதாவது ஓரிரு கூட்டங்கள் பயனுள்ளதாக அமைந்து விடுகிறது என்பதும் உண்மைதான். அசிங்கம் அசிங்கமாய் எழுதித் தள்ளியிருக்கிறார்கள். மனதைச் சாக்கடையாக்கிக் கொண்டு இப்படி ஒரு எழுத்து தேவையா என்ற கேள்வி வருகிறது. கேட்டால் அதுதான் இன்றைக்கு ட்டிரென்ட்.

என்ன சந்திரன் சார், இங்கயே நின்னுட்டீங்க...? போய் உள்ளே உட்காருங்க...? - வெளியே வந்த ஒருவர் சொன்னார். தன்னை அழைப்பதற்கு வந்தாரா அல்லது அவரே வெளியேறப் பார்க்கிறாரா, தெரியவில்லை. சொல்லிவிட்டு பக்கத்து டீக்கடைக்குப் புகைக்கப் போனார்.

கோயிலுக்குப் போகலாம்னு நான் சொல்ற அன்னைக்குத்தான் கூட்டத்துக்குப் போவீங்க... - கிளம்பும்போதே சுமதி சலித்துக் கொண்டதை நினைத்துக் கொண்டான்.

இது மூணாவது சனிக்கிழமை. வழக்கமா கூட்டம் இருக்கும்தானே...! நான் போறதுதானே...?

மூணாவது சனிக்கிழமை சமாஜத்துல கச்சேரி கூடத்தான் இருந்திருக்கு... வந்திருக்கீங்களா? முறிச்சிட்டுப் போகத்தானே செய்வீங்க...?

அப்படிச் சொல்லாதே... எத்தனையோ பிகினர்ஸ் கச்சேரிக்குக் கூட வந்திருக்கேன். அது போல தவிர்க்க முடியாத சில கூட்டங்களுக்கும் போய்த்தானே ஆக வேண்டிர்க்கு...

உங்களுக்கா தோணிச்சின்னா போகாம இருந்துக்கு வீங்க... இல்லன்னா வீம்புக்குக் கிளம்பிப் போவீங்க... அன்னைக்குப் பார்த்து நான் ஏதாச்சும் சொல்லிட் டேன்னா போச்சு... கேட்டாலும் போச்சு... கூட்டம் படு முக்கியமாயிடும்... போகலேன்னா தலை போயிடும் போல கிளம்பிப் போவீங்க... அதானே? எல்லாத்துக்கும் மனசு வேணும்... அவ்வளவுதான்... என்னைக் கூட்டிட்டுப் போறதுன்னா அத்தனை வெறுப்பு...

நீயா எதையாச்சும் நினைச்சிக்கிட்டேன்னா நானா பொறுப்பு? கிளம்பு போவோம்...

எதுக்கு? இல்ல எதுக்குங்கிறேன்... பரிதாபப்பட்டு அழைச்சிட்டுப் போக வேண்டாம். அப்டி எனக்குத் தேவையில்லை.

சரி, சொல்லிட்டே கிட... - இவன் வண்டியை எடுத்துக் கொண்டு விருட்டென்று வெளியேறி விட்டான். வாசலில் வண்டியை உசுப்பிவிட்டுக் கூட ஒரு முறை கேட்டான். அப்போதும் மறுத்து விட்டாள். இப்படி எத்தனையோ நாள் நடந்திருக்கிறது. சொல்வது போல் அவளோடு போவதில் தனக்கு ஸ்வாரஸ்ய மில்லையோ? தன் உலகம் தனியாயிற்றே...! அந்தப் பரந்த சுதந்திர வெளியில் அவள் உலாவ முடியாது. அதனால்தான் தவிர்க்கிறோமோ? வந்திருந்தால் இந்நேரம் கோயிலில்தான் இருப்பான். விதியே என்று. எல்லோரும் போல் கையெடுத்துக் கும்பிட்டுக் கொள் வான். ஆனால் மனசு முழுக்க அம்மா அப்பாவிடம் சென்று விடும். அவர்கள் வாழ்ந்த வாழ்க்கையும், தியாகங்களும் விரைசலாய்க் கடந்து போகும். முன்னறி தெய்வங்கள். மற்றப்படி கோயிலில் அதற்கு மேல் மனது ஒன்றியதே இல்லை.

கோயிலுக்குப் போகிறேன் என்று அவள் கிளம்பினால், மறுக்கத்தான் தோன்றுகிறது. ஆளை விடு சாமி... என்பதாக. ஆரம்பத்தில், தவறாமல், கூப்பிட்ட சிறு சிறு

கோயில்களுக்குக் கூட விடாமல் கூட்டிப் போய்க் கொண்டுதான் இருந்தான்.

போனோம், வந்தோம் என்று இல்லாதது வெறுப் பேற்றியது. 108 சுத்துறேன்... 1008 ஜபிக்கிறேன் என்று அவள் நடக்க ஆரம்பித்து விடுவதும், உட்கார்ந்து விடுவதும் இவனைப் படுத்தியெடுத்தன. அப்படியும் அங்குள்ள சிலைகள், சிற்பங்கள் என்று பார்த்துத் தீர்த்தான். பல சிற்பங்கள் நிறையக் கேள்விகளை எழுப்பின. கோபுரங்களின் கீழேயிருந்து குறுகலாய் மேல் நோக்கிச் செல்லும் அமைப்பில் ஞான நிலையை எய்துவதான தத்துவார்த்தம் அடங்கியிருப்பதாய் சொன்னாள். பரவாயில்லை, தெரிந்து வைத்திருக்கிறாளே என்று நினைத்தான். அவள் பார்வை உச்சியில் இருந்த கலசத்தில் இருந்தது. இவன் கீழேயுள்ள சிற்பங்களை ரசித்துக் கொண்டிருந்தான்.

பிரசாத அதிரசத்தையும், முறுக்கையும் ஸ்டாலில் வாங்கி நீ அதை முடி, நான் இதை முடிக்கிறேன் என்று அமர்ந்து விடுவான். ஒரு கட்டத்தில் அதுவும் அலுத்து விட்டது. கோயில் பண்டங்களுக்குன்னு ஒரு ருசி. அது அத்தனை சுகமில்லை என்று தோன்றியது.

இந்த பார்... கோயிலுக்குள்ளே போனமா, சட்டுச் சட்டுன்னு கும்பிட்டுட்டுக் கிளம்பிடணும்... ரெண்டு மணி நேரம் மூணு மணி நேரம்னு கிடக்கிறது எனக்குப் பெருத்த தலவலியா இருக்கு... சம்மதம்னா சொல்லு, போகலாம்...!

நீங்க என்னை எங்கயும் கூட்டிட்டே போக வேண்டாம்... ஒய்ஃப்பாச்சேன்னு ஏதாச்சும் பிரியம், பாசம்னு இருந்தாத்தானே...? ஒரு அட்டாச்மென்ட் வேணும்... அப்பத்தான் அக்கறை வரும்... உங்களுக்கோ அது கிடையாது... எப்பப்பாரு... ஒரு புத்தகத்தைக் கையில் எடுத்து வச்சிட்டு உட்கார வேண்டியது... அமைதி... தனிமைன்னு தத்துவம் பேச வேண்டியது...

இதானே? நீங்க என்னை இனிமே எந்தக் கோயிலுக்கும் கூட்டிட்டுப் போக வேண்டாம். நம்பிக்கை இல்லாதவங்களோட போக எனக்கும் இஷ்டமில்லை... நானே போயிக்கிறேன்...

அப்படித்தான் இன்றும் போயிருப்பாள் சுமதி. அவள் வந்திருப்பாளா? அல்லது தான் போய் வீட்டு வாசலில் காத்து நிற்க வேண்டி வருமா? இனிமேல் ரெண்டு சாவி தயார் பண்ணி விட வேண்டும். அதுதான் சரிப்படும்... நினைத்தவாறே வண்டியில் போய்க் கொண்டிருந்தான் சந்திரன்.

உள்ளிருந்து பார்ப்பவர்களின் கண் முன்னேயே வண்டியை எடுத்துக் கொண்டு கிளம்பியது அவனுக்குள் உறுத்திக் கொண்டேயிருந்தது. அதிலும் சிறப்புரை ஆற்றக் கூடியவர் பேச ஆரம்பிக்கும் முன்பே கிளம்பியது தவறோ என்ற உறுத்தல் அதிகமாயிருந்தது. அதற்குப் போயிருக்கவே வேண்டாமே...!

அந்தப் பேராசிரியரிடம் ஒரு முறை தனது புத்தகத்திற்கு அணிந்துரை கேட்டிருந்ததும், அவர் மழுப்பி, மறுத்து விட்டதும்தான் தன் மனதில் ஆழப் படிந்து போயிருந்த காரணமோ என்று இப்போது அவனை எண்ண வைத்தது.

2

சுமதி கதவைத் திறந்து கொண்டிருந்தாள். திண்ணை லைட்டைப் போடாமலேயே பூட்டைத் திறக்க மன்றாடியது அவளது படபடப்பைக் காண்பித்தது. வண்டியை நிறுத்தி விட்டுத் திண்ணைக்குள் அடியெடுத்து வைத்த இவன் பட்டென்று லைட்டைப் போட்டான்.

எதுக்கு லைட்டு? எனக்குப் போடத் தெரியாதா? வேண்டாம்னுட்டுத்தானே திறந்துண்டிருக்கேன் என்றாள்.

ஒரு நிமிஷத்துல அணைச்சிட்டுப் போறது. அதுக்காக இருட்டுல தடவணுமா?

தடவ ஒண்ணும் இல்லை... திறந்தாச்சு... என்றவாறே ஹாலிற்குள் நுழைந்தவள் சாவி கோர்த்த பூட்டைத் தடாலென்று டேபிளின் மேல் போட்டாள். கோபமாய் இருக்கிறாள் என்று புரிந்தது. இல்லாவிட்டாலும் அவள் அப்படித்தான் என்று நினைத்தான். தன் செயல்கள் மூலமாக அவனுக்கு எதையும் உணர்த்த அவள் தவறுவதேயில்லை.

என்று எதை நேரே எதிர் கொண்டிருக்கிறாள்? எதற் கெடுத்தாலும் ஒரு கோபம், படபடவென்ற பேச்சு, எப்போதும் ஒரு அலுப்பு, சலிப்பு... எதையும் மனமுவந்து செய்யாத தன்மை... தான் மட்டுமே கிடந்து பாடாய்ப் படுவதாய் ஒரு உணர்வு.

இவ்வளவு நேரம் ஆயிடுச்சா நீ வர்றதுக்கும்... - சகஜ மாய்க் கேட்டான்.. நான் கோபமாய் இல்லை என்பதை இப்படித்தான் அவளிடம் உணர்த்தியாக வேண்டும்.

ஆம்மா... நீங்க வண்டில கூட்டிட்டுப் போயிருந்தீங் கன்னா ஒரு மணி நேரம் முன்னாடியே வந்திருக்கலாம்... பஸ்ல போனா அப்டித்தான் ஆகும்...

அப்போ இனிமே நீயே கூடத் தனியா கோயிலுக்குப் போயிக்கலாம்னு சொல்லு... - சொல்லி விட்டு, பிறகுதான் இதை ஏன் சொன்னோம் என்று நினைத்தான் சந்திரன். சமயங்களில் தனக்கும் வாயில் வந்து விடுகிறது. ஏதேனும் ஒரு வகையில் அவளை உசுப்புவதில் ஒரு குரூர திருப்தி இருக்கிறதோ!

ஓ! தாராளமாப் போய்க்கிறேன்... நானென்ன போகாதவளா? எல்லா நாளுமா உங்களோட வந்துண் டிருக்கேன்? இல்ல, நான் கூப்பிடுற போதெல்லாம் நீங்கதான் கூட்டிண்டு போயிடறீங்களா? அப்பப்ப நானும் தனியாப் போகத்தானே செய்றேன்... ஆபீஸ்

போகலையா, வரலையா? அது போல இதுவும் இருக் கட்டும்... என்ன நஷ்டம்?

...சரி... விடு சாதாரணமாத்தான் கேட்டேன்... என்னைக்காவது நான் மீட்டிங் போற அன்னிக்குப் போகலாமேன்னு சொல்ல வந்தேன்...

உங்களுக்கு எதையாச்சும் சொல்லி என்னோட சண்டை பிடிக்கணும்... நான் பேசவே வரல்லை... பேசினாத்தானே... பிரச்னை?

இங்க ரொம்ப ஆசையா இருக்காங்களாக்கும்... உன்னோட மனுஷன் பேசுவானா? எந்நேரமும் சிடு சிடுன்னு கடுவன் பூனையாட்டம்...!

நானா அப்டியிருக்கேன்...? உங்க மூஞ்சியப் பார்த்தாத் தான் அப்டியிருக்கு... என்னை யாரும் அப்டிச் சொல்ல மாட்டாங்க...

சாதாரணமாவே உன் மூஞ்சி அப்டித்தானேயிருக்கு... நீ சிரிச்சாத்தான் நல்லாயிருக்கு... இல்லன்னா உம்முன்னு இருக்கிற மாதிரித்தான் இருக்கு... அது கோபமா யிருக்கியோன்னு பார்க்கிறவங்களுக்குத் தோணும்... அதான் எதிராளிங்க நீ பேசின பிறகு பேசறாங்க... இல்லன்னா அவுங்களாப் பேசிடுவாங்களே...! ராங்கிக் காரி மாதிரி இருந்தா? அதான் பேச மாட்டேங்கிறாங்க...!

அப்டி ஒண்ணும் கிடையாது... என்கிட்டே ஆபீஸ்ல எல்லாரும் நல்லாத்தான் பேசுவாங்க... சுமதிக்கா... சுமதிக்கான்னு வந்து ஒட்டிப்பாங்க... எத்தனையோ பேருக்கு எவ்வளவோ உதவி பண்ணியிருக்கேன்... என்னை யாரும் வேண்டாம்னு சொன்னதில்லை... எங்கிட்ட எல்லாரும் பிரியமாத்தான் இருப்பாங்க... உங்களை மாதிரி இல்லே...!

அப்போ நா பிரியமா இல்லேன்னு சொல்றியா...?

அது உங்களுக்குத்தானே தெரியும்? உங்க மனசைக் கேட்டுப் பாருங்க...

பிரியம், அன்புங்கிறதெல்லாம் பரஸ்பரம் இருக்கணும். ஒரு தலைப் பட்சமா இருந்து புண்ணியமில்லை... உனக்கு என் மேலே மரியாதை இருந்தாத்தான் அன்பே உருவாகும்... அலட்சியம் இருந்தா? பெண் அன்பே உருவானவள்னு நிறையப் படிச்சிருக்கேன்... உன்கிட்டே அதைப் பார்க்க முடியலையே...!

நீங்க நினைக்கிற அதே அன்பு என்கிட்டே உங்களுக்கும் இருக்கணும்னு நானும் நினைக்கலாமில்லையா?

தாராளமா... ஆனா அது பெண்கிட்ட வெளிப் படுறதுதான் அழகு... ஏன்னா வசப்படுத்தறவ அவதான்...

அதுக்கும் அவளுக்கு ஒரு தூண்டுதல் வேண்டி யிருக்குமே...!

என்ன செய்யச் சொல்றே? சினிமாவுல காண்பிக்கிற மாதிரி சதா கொஞ்சச் சொல்றியா? நடைமுறை வாழ்க்கைக்கு அது உதவுமா?

குறைந்த பட்சம் வார்த்தைகள்லயாவது அது வெளிப்படலாமே...!

எப்டின்னு இனிமே நீதான் எனக்குச் சொல்லித் தரணும்... அன்போட வெளிப்பாடு அவரவர் செயல்ல இருக்குன்னு நான் நினைக்கிறேன்... வெறும் வார்த்தைகள்ல இல்லை... ஆனா ஒண்ணு அந்தமாதிரி இதமா நீ பேசுறியாங்கிறதை முதல்ல உனக்கு நீயே நிர்ணயிச்சிக்கோ... அப்புறம் என்கிட்டே கேளு...

என்கிட்டே மட்டும் எப்டி நீ அதைப் பூரணமா எதிர்பார்க்கிறே? ஒண்ணு கொடுத்தாத்தான் இந்த உலகத்துல இன்னொண்ணு கிடைக்கும். பெண்ணை, பெண்மையை முதன்மையா வச்சு பூஜிக்கிற இந்த

உலகத்துல அன்புங்கிறது முதல்ல அவகிட்டேயிருந்துதான் சுரக்கணும்... அதுதான் மத்த நல்ல விஷயங்களை வளர்த்தெடுக்கும்...

ஆரம்பிச்சாச்சா எழுத்தாளர் பேச்சை... போதும் நிறுத்திக்குங்கோ...

உள்ளே நுழையும் போதே ஏதாச்சும் சண்டை ஆரம் பித்து விடுமோ என்று நினைத்தது சரியாய்ப் போயிற்று. தடங்கல் இல்லாமல் பேச்சு வளர்ந்து போனது. மேற் கொண்டு விகசிக்காமல் தடுப்பதுதான் இப்போதைக்கு நன்று. அவள் டிபன் பண்ணியாக வேண்டும், தானும் சாப்பிட்டாக வேண்டும். அது முடிந்து படுக்கைக்குச் சென்றாலே இந்த நாள் இனிய நாள்.

அடுப்படியில் பாத்திரங்களைச் சத்தமாய் எடுப்பதும் வைப்பதுமாய் இருந்தது அவள் மனநிலையை உணர்த்தியது. ஏதாவது அவள் சொல்லி அதைச் செய்ய வில்லையானால் அன்று சண்டைதான். கூடியானவரை அதைத் தவிர்க்க அமைதி காத்து விடுவான். அன்றும் அப்படி இருந்துவிடுவதுதான் சரி என்று தோன்றியது. ஒரேயடியாய் அப்படி இருந்தாலும் அதற்கும் விடமாட்டாள். எதையாவது சொல்லி அவன் வாயைப் பிடுங்குவாள். அதற்கு அவன் ஏதாவது பதில் சொல்லப் போக, அப்படியே சண்டை ஆரம்பமாகி விடும்.

“டொக்“ என்று டைனிங் டேபிளில் கொண்டு வைப்பது கேட்டது. சாப்பிட வாங்க... என்பதைப் பல சமயங்களில் அப்படித்தான் சொல்வாள். அல்லது சாப்பிட வரலாம் என்று பொத்தாம் பொதுவாய் யாருக்கோ சொல்வது போல் சொல்வாள்.

அவளின் இந்த மாதிரி நடவடிக்கைகளுக்கெல்லாம் எதுவும் சொல்வதில்லை, கண்டு கொள்ளாமல் இருந்து விடுவது என்று என்றோ முடிவு செய்து விட்டான் சந்திரன். அத்தனைக்கும் எவ்வளவோ சண்டைகள்

போட்டாயிற்று. கத்தியாயிற்று. நரம்புகளும், எலும்பு களும், உடலும் தளர்ந்ததுதான் மிச்சம். அவர்களுக்குள் இன்றுவரை ஒரு ஒற்றுமை, ஒத்த சிந்தனை என்பது வரவில்லை. அவள் போக்குக்கு இவன்தான் பல சமயங்களில் ஒத்துப் போயிருக்கிறான். என்றும் இவனோடு அவள் உடன்பட்டதில்லை. எதுவானாலும் சொல்வதைக் கேட்க வேண்டும் அவளுக்கு. மறுத்துப் பேசக் கூடாது.

தான் சொல்வது எல்லாவற்றையுமே அவள் மறுத்து மறுத்துப் பேசுவதைக் கண்டுதான் அதைக் கண்டு பிடித்தான் இவன். தாங்க முடியாத எரிச்சல்தான் வந்தது ஆரம்பத்தில்.

அவள் சுபாவமே அப்படித்தான் இருக்குமாயிருக்கும். ஆம்பளைகள் இல்லாத வீட்டில் வளர்ந்தவள்... அக்கா, அம்மான்னு, அத்தை, மாமின்னு மட்டும் இருந்து கழிச்சிட்டு வந்திருக்கா... அவாளுக்கு நடுவுலே செல்லமா இருந்திருப்பா... அதே பிடிவாதம் உடன்பட்டவன்ட்டயும் வருது, கொஞ்சம் கொஞ்சமாய் மாற்றி விட்டதோ என்று எண்ணிக் கொள்வான். எந்த வீட்டிலுமே நிம்மதி என்று ஒன்று இருக்க வேண்டுமென்றால் அங்கே யாரேனும் சிலர் அல்லது ஒருவர் விட்டுக் கொடுத்துச் செல்கிறார் என்றுதானே பொருள். அந்த விட்டுக் கொடுத்தல் என்பது பெரும்பாலும் ஆண்கள் சைடில் இருப்பதுதான் அழகு... அம்மா இதை எத்தனை முறை சொல்லி யிருக்கிறாள்? அப்பா மாதிரி அப்பாவி மனிதரிடம் வாழ்க்கைப் பட்ட அம்மா எங்கே இவற்றையெல்லாம் கற்றுக் கொண்டாள்? பிறந்தகத்தில் மிகப் பெரிய குடும்பத்தில் இருந்து வளர்ந்தவள் அவள். எத்தனையோ விதமான அனுபவங்களைப் பெற்றிருக்கிறாள். அதெல்லாம்தான் அம்மாவை அத்தனை பக்குவப்படுத்தி யிருக்கும். இல்லையென்றால் தனக்கு மருமகளாக வந்த பெண்ணை பெற்ற மகளைப் போல் பார்த்துக் கொண்டு, தன் பிள்ளையை அவள்தான் இனி உனக்கு எல்லாம்

என்று சொல்லி சரியான வழியைக் காண்பிக்க இயலுமா? பெண்ணுக்கு அவள் வீட்டில் சொல்ல வேண்டியதை ஆணுக்கு அம்மா தன் மகனுக்கென்று சொல்லிச் சீர் செய்கிறாள். எத்தனை பெரிய மன முதிர்ச்சி?

ஆனாலும் குடும்பத்தில் இனிமை என்பது வேண டாமா? இளகின பொழுதுகள் என்பதே இல்லையா? எப்போதுமே காரியார்த்தமாய்த்தான் இருந்தாக வேண்டும் என்றால் அது எப்படி? பொழுது போக்கான நேரங்கள் என்பதே இல்லாமல் போய் விட்டதே...!

கிளம்பினால் கோயில் என்று நிற்பவள் என்றேனும் தன் விருப்பத்திற்கு என்று ஒரு சினிமாவுக்கேனும் வந்திருக்கிறாளா?

எனக்கு சினிமா பிடிக்காது... நான் வரலை...

சினிமா பிடிக்காதுன்னு சொல்ற ஒரு பொம்பளையை இப்பத்தான் நான் பார்க்குறேன்... என் விருப்பத்துக்காச்சும் வாயேன்...

அங்க வந்து அந்த வியர்வைல என்னால மூணு மணி நேரம் உட்கார்ந்திருக்க முடியாது... ஒரே அடிதடி சண்டைன்னு...

ஏ.ஸி. தியேட்டர்தான்... நல்லா கூலா இருக்கும்... அப்டியே படம் முடிஞ்சு வெளில சாப்டிட்டு வந்துடலாம்...

ஐயோ சாமி, ஆள விடுங்க... நா வரலை... நீங்க போயிட்டு வாங்க...

நான் தனியாப் போறது எனக்குத் தெரியாதா? அதுக்கு நீ சொல்லணுமாக்கும்... என்னவோ கூப்பிட்டா ஒரேயடியாக் கிராக்கி பண்றியே?

ஒரு கிராக்கியும் பண்ணலை... எனக்கு சினிமா பிடிக்காது... நான் வரலை...

கல்யாணம் ஆன புதிதில் இருவரும் சேர்ந்து ஏதோ வோர் படம் பார்த்ததாக நினைவு. அது கூடச் சரியாய் ஞாபகம் இல்லை. அதற்குப் பின் இருவரும் சேர்ந்து சென்றது என்பது கோயில்களுக்குத்தான். அவள் அழைத்துத்தான் இவன் சென்றிருக்கிறான். இவனாய் கோயில் என்று கிளம்பியதில்லை. அதிலெல்லாம் என்னவோ சிறு வயதிலிருந்தே நாட்டமிருந்ததில்லை. அப்பா அம்மாவின் உழைப்பும், அவர்கள் தங்களைப் படிக்க வைக்கவும், சோறு போடவும் பட்ட கஷ்டங்களும், சிரமங்களும்தான் மனதில் இன்றுவரை நிற்கின்றன. சாமி, கடவுள், என்ற வார்த்தைகளைக் கேட்கும் போதெல்லாம் பெற்றோர்தான் நினைவுக்கு வருகிறார்கள். கண்ணை மூடிக் கும்பிட்டால் அப்பா அம்மாதான் முன்னே.. எதிரே நிற்பதுபோல் நினைத்துக் கொண்டு வணங்கி எழுவான். கண்கள் கலங்கும். இதயம் கனக்கும்.

பொழுது போக்கு அம்சம் என்பதே அவளிடம் இல்லாமல் இருப்பதும், தேவைக்கு மட்டும் பேசுபவளாயும், கொஞ்சங்கூட நகைச்சுவை உணர்வே இல்லாதவளாயும், உணர்ந்திருக்கிறான். இப்படி இருந்தால் ஒரே மாதிரியான இந்த வாழ்க்கை வெகு விரைவில் இவளுக்குச் சலித்துப் போகக் கூடுமே!

இந்த எண்ணங்கள் அவஸ்தைப் படுத்தும் அவனை. அன்றாடப் பொழுதுகளே தினமும் இவளுக்கு இப்படிக் கழிந்தால் வாழ்க்கை படு சீக்கிரம் நரகமாகிவிடக் கூடும். அவளுக்கு மட்டுமா? தனக்கும்தானே என்று நினைக்கும் போதெல்லாம் எப்படியாவது அவளின் போக்கை மாற்றியாக வேண்டும் என்று நினைத்திருக்கிறான்.

ஹாலில் டி.வி. முன்னால் தான் உட்கார்ந்திருப்பது அவளுக்குப் பிடிக்காது என்று தோன்றியது. எதைச் செய்ய முனைந்தாலும், அவள் என்ன நினைப்பாள் என்று எண்ணம் போவது தவிர்க்க முடியாததாயிருந்தது.

நா சீரியல் பார்க்கணும்... ரிமோட்டை இங்க கொடுங்க... என்றவாறே அருகில் வந்து பிடுங்கிக் கொண்டாள். பிடுங்கவில்லையென்றால் தரமாட்டான் என்பது போலிருந்தது அவள் பறித்துக் கொண்டது.

சீரியல்லாம் பார்க்க ஆரம்பிச்சிட்டியா? என்றான்.

என்ன கேலி? ஏதோவொண்ணு பார்க்கிறேன்... அதுவும் உங்களுக்குப் பிடிக்கலையா?

பாரு, யாரு வேண்டாம்னாங்க... மனசைக் கெடுத்திருவாங்களே... அதுக்குச் சொன்னேன்... அந்த லட்சணத்துலதானே இருக்கு எல்லாம்...!

எனக்குச் சுயமா அறிவில்லையா? அப்டியெல்லாம் ஒண்ணுமில்லே... என்னவோ கொஞ்ச நேரம்... சாப்பிட்ட வுடனே படுக்கையைப் போட முடியுமா? அதுக்காக...

பொம்பளைங்க ஒருத்தருக்கொருத்தர் போட்டியும், பொறாமையுமா எப்பப்பாரு சண்டையும் சச்சரவுமா? எதுக்கு இந்தக் கண்றாவியெல்லாம் பார்க்கிறே? அப்புறம் அதே மனநிலைதான் நம்மகிட்டயும் பிரதிபலிக்கும்...

தன் மேலேயே சுயமா நம்பிக்கை இல்லாதவங்களுக்குத் தான் அந்த பலவீனம்... எனக்கு அப்டியில்லை...

அப்போ நா அப்டீங்கிறியா?

அது உங்களுக்குத்தானே தெரியும்... இந்த பாருங்கோ, நா உங்களோட சண்டை போட வரல்லை... கொஞ்ச நேரம் என்னை டி.வி. பார்க்க விடுங்கோ...

இவன் தன் அறையை நோக்கிப் போனான். இவ னுக்குப் பிடித்தது புத்தகங்கள்தான். தொலைக்காட்சியில் எப்போதாவது செய்திகள் கேட்பதோடு சரி. சில நல்ல படங்களை அபூர்வமாய் சமயங்களில் போட்டு விடுகிறார்கள். அன்று மட்டும் பார்ப்பான். அதிலும்

விளம்பரங்களைச் சகித்துக் கொண்டு படம் பார்க்கும் கொடுமை தாள முடியாததாயிருந்தது.

ஏதோ ஒண்ணு பார்க்கிறேன்... நம்ம தமிழ்நாட்டு சீரியல்களை விட, மொழி பெயர்ப்பு டப்பிங் சீரியல்கள் எவ்வளவோ பரவாயில்லை... சுமதி சொல்வது கேட்டது.

எதானா என்ன? அங்கயும்தான் என்ன பண்ணுவான்? அவனுக்கும் எதையாச்சும் போட்டு ஓட்டியாகணுமே... விட்டு உதறிட்டுப் போக முடியுமா? இப்போ நாம இல்லே சகிச்சிண்டு... அத மாதிரித்தான்... வாழ்க்கையே சகிப்புத் தன்மைதானே?

எதையோ எதுக்கோ கோர்த்துக் கோர்த்துப் பேசறதே உங்களுக்கு வழக்கமாப் போச்சு... நான் உங்களை சகிச்சிண்டிருக்கேனா இல்ல நீங்களா? நல்லா யோசிச்சிப் பாருங்கோ... என்றாள் சுமதி.

3

தான் அவளைச் சகித்துக் கொண்டிருப்பதாய் தனக்குத் தோன்றுகிறது. அவள் என்னைச் சகித்துக் கொண்டிருப்பதாய் அவளுக்குத் தோன்றுகிறது. இரண்டுக்கும் இடையில் விட்டு விட முடியாத பந்தம் ஒன்று ஒட்டிக் கொண்டிருக்கிறது. கலாச்சார ரீதியிலான பந்தம். சமுதாயம் அளித்த கொடை. விட்டு அறுத்துச் செல்ல முடியாத இக்கட்டு.

குடும்பம் என்கின்ற அமைப்பின் கட்டுப்பாடுகள் மனிதனைக் கட்டிப் போடுகின்றன. ஒரு கால் கட்டுப் போடுங்க... எல்லாம் சரியாயிடும்... என்று எத்தனை சுருக்கமாய்ச் சொல்லி வைத்திருக்கிறார்கள். எல்லாம் சரியாகித்தான் எல்லோரும் வாழ்ந்து கொண்டிருக்கிறார் களா? அல்லது இனி வேறு வழியில்லை என்று சகித்துச் சென்று கொண்டிருக்கிறார்களா?

சகித்துச் செல்வதிலும்தான் இந்த மனிதன் தனக்குத் தானே எத்தனை நாடகமாடுகிறான். வீட்டில் ஒரு மனிதனாய், வெளியில் ஒருவனாய்... இரட்டை மனநிலையில், தன்னைத்தானே ஏமாற்றிக் கொண்டு, காலமும் நேரமும் கழிந்தால் சரி என்று ஒரு வட்டத்திற்குள் எப்படி அகப்பட்டுச் சீரழிகிறான்?

நமக்கு நாமே நம்மளை, நம்ம மனசை எப்டி வச்சிக் கிறோம்ங்கிறதைப் பொறுத்தது அது. ஒண்ணுமில்லாத விஷயங்களையெல்லாம் தூக்கி மனசுல போட்டுக் கிட்டோம்னா அதப் பத்தியே சிந்திச்சு சிந்திச்சு சீரழிய வேண்டிதான்... நாம நினைக்கிற மாதிரியே எதிராளியும் பேசணும், செயல்படணும்ங்கிற எதிர்பார்ப்புதான் இதுக்கெல்லாம் காரணம்... ஒவ்வொருத்தருக்கும் ஒரு எண்ணம் உண்டு, தனிப்பட்ட சிந்தனை உண்டு, செயல் படுற முறை உண்டுங்கிற தெளிவு இருந்தா இதெல்லாம் பெரிசாத் தெரியாது. வீட்டுலயும் சரி, வெளிலயும் சரி... இதுதான் நிலைமை... - அன்றொரு நாள் அலுவலக நண்பர் ரகுநாதன் கூறியது நினைவுக்கு வந்தது இவனுக்கு.

ஆனாலும் தன்னை அனுசரித்துப் பேச வேண்டும் என்கிற துளி எண்ணம் கூட சுமதியிடம் இல்லாதது இவனைப் பெரிதும் வருத்தியது.

ஒவ்வொருத்தருக்குமே இதுதான் பிரச்னை. ஒண்ணு தெரிஞ்சிக்குங்க... எந்த மனுஷனுக்குமே, அவன் படிச்சவனோ, படிக்காதவனோ... அதெல்லாம் ஒரு கேள்வியே இல்லை... எல்லாருக்கும், தான் சொன்னதை மத்தவன் கேட்கணும்ங்கிற எண்ணந்தான் எல்லாப் பிரச்னைகளுக்குமே காரணம்... அது நடக்காத போது கோபம், ஆத்திரம், பழி வாங்குற மனப்பான்மை இப்படி அது வளர்ந்துக்கிட்டே போகுது... நம்ப ஆபீஸ்லயே எடுத்துக்குங்க... நீங்க சொல்றது எல்லாத்தையும் அப்டியே கேட்டுடறாங்களா செக் ஷன்ல... அவுங்க

இஷ்டத்துக்குத்தானே செயல்படுறாங்க... எத்தனையோ விதி முறைகள் இருக்கு... அதெல்லாம் நினைச்ச நேரத்துல, நினைச்ச டயத்துக்குள்ளே முடிஞ்சிறுதா? இல்லையே... முடியாது... நெருக்க நெருக்க ஓரளவு நெருங்கி முடியும், அவ்வளவுதான்... காரணம் என்ன? ஒவ்வொருத்தரும் ஒவ்வொரு மாதிரி... என்னதான் விதிமுறைகள் இருந்தாலும், மனுஷனோட சொந்த குணாதிசயங்கள் அதுல கலக்குது... அவனோட இயல்பு கள் அந்த விஷயத்துக்குள்ள வருது... அதெல்லாமும் கலந்துதான் ஒரு வேலை துவங்குறதையும், செயல் படுறதையும், முடியறதையும் முடிவு செய்யுது... நாம ஒருத்தர் பெர்ஃபெக்டா இருந்து என்ன பிரயோஜனம்? அப்படிப் பார்த்தா நாம பெர்ஃபெக்ட்ன்னு யார் நிர்ணயிக்கிறது? நம்ம சீஃப்புக்கு நம்மளைப் பத்தி என்ன எண்ணம் இருக்குன்னு நமக்குத் தெரியுமா? நம்மளை நாமளே பர்ஃபெக்ட்னு நினைச்சிட்டிருக்கோம்... அவ்வளவுதான்... மானேஜ்மென்ட்ங்கிறதே இதத்தான் சொல்லுது... அஞ்சு விரலும் ஒண்ணில்லைங்கிற எளிமை யான உதாரணம் போதும் இதுக்கு... ஒவ்வொருத்தரோட இயங்கு தன்மையைப் பொறுத்து வேலை வாங்குற திறன் நமக்கு வேணும். அதுக்குத்தான் நம்மளை மேலாளரா உட்கார்த்தி வச்சிருக்காங்க... அப்டித்தானே? இது எல்லாத்துக்குமே வீடுதான் நமக்குக் கத்துக் கொடுக்குதும் பேன்... அங்கே சரியாக் குப்பை கொட்டுறவன், ஆபீஸ்ல யும் சரியா இருப்பான்... - சுவாமிநாதன் நிறையச் சொல்லியிருக்கிறார். ஆனால் அவர் வீட்டுக்கு இவன் போனதேயில்லை. போய்ப் பார்த்தால்தானே தெரியும் எப்படி என்று. ஒரே ஒரு நாள் போயும் எதையும் புரிந்து கொண்டு விட முடியாதுதான்.

சிலர் மற்றவர்களுக்குச் சொல்வதெல்லாம் நன்றாய்த் தான் இருக்கிறது. ஆனால் அவர்களைப் பொறுத்தவரை எப்படியிருக்கிறார்கள் என்பதை அறிந்து கொள்ளவே முடிவதில்லை.

வீட்டில் முழுக்க முழுக்க அடிமையைப் போல் இருந்து கொண்டு, ஆபீசுக்கு வந்து ரண களம் பண்ணுபவர்களைக் கண்டிருக்கிறான். வேலைக்கான ஆணை பெற்று முதன் முறையாகச் சென்னை சென்ற போது அவர்தான் அவனது தங்குமிடத்தை நிர்ணயம் செய்து கொடுத்தார். அவர் குடியிருக்கும் தெருவிலேயே, அவர் வீட்டுக்கு அடுத்த வீட்டிலேயே மாடி அறை ஒன்று காலியாய் இருப்பதைக் குறிப்பிட்டு அதைப் பிடித்தார் இவனுக்காக.

உங்களுக்குன்னு ஒதுக்கி வச்சிருந்த மாதிரி வந்து சேர்ந்துட்டீங்களே... என்றார். கூடவே என் பேரைக் காப்பாத்துங்க... என்று ஒரு புள்ளி வைத்து விட்டுப் போனார்.

இவன் அறையிலிருந்து அப்படியே மொட்டை மாடிக்குப் போய் காற்று வாங்கும் வசதியிருந்தது. அப்போது சுவாமிநாதன் அவர் வீட்டின் கொல்லைப் புறத்தில் விழுந்து விழுந்து வேலை செய்வதைக் கண்டான். பெண்டாட்டியின் உள்ளாடைகள் முதற் கொண்டு கிணற்றடிக் கல்லில் கசக்கிக் கொண்டிருந்தார். துவைப்பதும், பிழிவதும், தோட்டத்துக் கொடிகளில் இழுத்து இழுத்து உலர்த்துவதும் கிளிப் போடுவதுமாய் அவரின் காலை நேரப் பரபரப்பு இவனை அசர வைக்கும். கல்யாணம் பண்ணினால் நாமும் இப்படித்தானோ என்று நினைப்பான். இத்தனைக்கும் ஆபீசுக்கென்று தயிர்சாதம் தவிர வேறு எதையும், என்றைக்கும் அவர் கொண்டு வந்து இவன் பார்த்த தில்லை. டிபன் பாக்ஸைத் திறந்தால் வெள்ளை சாதத்துக்கு நடுவே ஒரு மாவடு பதிக்கப்பட்டிருக்கும். வெறுமே மோர் விட்டுப் பிசைந்த சாதமாய்த் தெரியும். தாளிப்புக் கூடக் கண்ணில் படாது. மாவடுவைத் துளித் துளியாய்க் கடித்துக் கொண்டு இயந்திரம் போல் சாப்பிடுவது பார்க்கப் பரிதாபமாய் இருக்கும்.

ஏதாச்சும் மிக்சர், பக்கோடான்னு வாங்கி வச்சிக்கலா மில்ல சார்... என்றான் ஒரு நாள்.

ஊஹூம்... அதெல்லாம் வயித்துக்கு ஒத்துக்காது... இதுதான் சரி... சாயங்காலம் வழக்கம்போல ஒரு காபி... அப்புறம் நைட்டு டிபன், துளி மோர் சாதம்... இதுதான் நம்ப ரொட்டீன்... கண்டதையும் சாப்பிட்டு, வயித்தைக் கெடுத்துக்கிறதில்லை...

இந்த மொட்டை மோர் சாதத்தைச் சாப்பிட்டு விட்டு எங்கிருந்து வருகிறது இவருக்கு இத்தனை அதிகாரம் என்று தோன்றும். காலையில் இருக்கையில் வந்து உட்கார்ந்தாரானால் சாயங்காலம் மனுஷன் எப்பய்யா கிளம்புவான் என்பது போலிருக்கும் எல்லோருக்கும்.

ஏம்மா, பத்து மணிக்கு ஆபீசு... தெனம் சொல்லணுமா உங்களுக்கு? கேட்டா பத்துக்கு முன்னாடியே வீட்டு லேர்ந்து கிளம்பிட்டேன்னு சொல்றீங்க... ஆபீசுக்குன்னு கிளம்பினதுனாலேயே, ஆபீசுக்கு வந்துட்டதா அர்த்த மாகுமா? நாலுவாட்டி கேட்டுட்டாரு அட்டன்டென்ஸ் அனுப்புங்கன்னு... ஆப்சன்ட் போட்டு அனுப்பட்டுமா...?

ஸாரி சார்... நாளைலேர்ந்து கரெக்டா வந்துடறோம் சார்...

பொம்பளைங்களா சேர்ந்து ஒண்ணாப் பேசி வச்சு வருவீங்களோ? அத்தனை பேரும் சொன்னாப்ல லேட்டா வர்றீங்க...? ஒருத்தரை ஒருத்தர் காப்பாத்திக்கிற டிரிக்காக்கும்...

என்ன சார் இப்டியெல்லாம் கேட்குறீங்க...? அதெல் லாம் இல்ல சார்... பஸ்ஸூ முன்னப் பின்னே வருது... அதுனாலதான்...

அப்போ அதுக்குத் தகுந்த மாதிரி கொஞ்சம் முன்னாடி கிளம்ப வேண்டாமா? தெனமுமா இப்டி சாக்குச் சொல்வீங்க... ரொம்ப அசிங்கமா இருக்கும்மா...

காலைல இந்த அட்டன்டென்சைக் க்ளோஸ் பண்ணி உள்ளே அனுப்புற பொறுப்பை வேறே யார்ட்டயாச்சும் கொடுத்தாத் தேவலைன்னு இருக்கு... என் தலை உருளுது...

மனுஷன் பாடாய்ப் படுவார். கறாராய் வருகைப் பதிவேட்டை முடித்து, உள்ளே அனுப்பி விடுவார். பலருக்கும் அரை நாள், அரை நாள் என்று விடுப்பு அடுத்தடுத்துக் கழிந்து போகும். இவனும் மாட்டியிருக் கிறான் அதில்.

அப்டியும் நீங்க யாரும் மசியற மாதிரித் தெரியலையே...! வழக்கம் போலதானே வர்றீங்க... மூணு பர்மிஷன்னா ஒரு நாள் லீவு கட்டானாலும் பரவாயில்லைன்னு இருக்கீங்களே...! நான் விடுறாப்ல இல்லை... நான் இந்த ஆபீஸ்ல இருக்கிறவரைக்கும் எல்லாரும் கரெக்ட் டயத்துக்கு வந்தாகணும்... இல்லன்னா அதை என்னால மன்னிக்கவே முடியாது...

எல்லோரும் சேர்ந்து "கறார் கந்தசாமி" என்று பெயர் வைத்திருந்தார்கள் அவருக்கு. ஒரு நாளைக்கு இந்தாளை மாட்ட வைக்கணும்யா என்று கறுவிக் கொண்டார்கள். சட்டைப் பையில் வைத்திருக்கும் பிட் பேப்பரில் எழுதி வந்திருக்கும் கோப்புகளை முதல் வேலையாய்க் கேட்பார். பதினோரு மணிக்குள் அவை அவர் டேபிளுக்கு வந்தாக வேண்டும். இல்லையென்றால் கத்திக் கூப்பாடு போட்டு விடுவார்.

வெறுமே ஃபைலைத்தானய்யா கொண்டு வைக்கச் சொல்றேன். உங்களை நடவடிக்கை எடுத்து வைங்கன்னா சொன்னேன்... அதுக்கே இந்தப் பாடா? உங்க பீரோல நீங்க வச்சிருக்கிற ஃபைலு உங்களுக்குத்தானே தெரியும்... நானா வந்து எடுக்க முடியும்? மானேஜர் ஆன பின்னாடி யும் க்ளார்க் மாதிரித்தானே நான் வேலை பார்த்திட் டிருக்கேன்... செக் ஷன் அஸிஸ்டென்டா இருந்த போது நிம்மதியா இருந்தேன்... நானுண்டு, என் வேலை

யுண்டுன்னு... இப்போ? உங்க எல்லாரையும் சேர்த்து மேய்க்க வேண்டியிருக்கு... ஆட்டுக்கு ஒரு பக்கம் மாட்டுக்கு ஒரு பக்கம் இழுக்கிறீங்க... என்னா பாடுய்யா உங்களோட...?

புலம்பிக் கொண்டிருக்கும்போதே வீட்டிலிருந்து ஃபோன் வரும் சுவாமிநாதனுக்கு.

மாமிதான் பேசுவாங்க... ஆளு இப்ப எப்டிப் பம்முறார் பாருங்க... உடம்பு பாதியாக் குறுகிப் போகும் அய்யாவுக்கு.

சொல்லு... எழுதிக்கிறேன்... - அடேங்கப்பா..என்ன ஒரு கரிசனம்?

மாமி சொல்லும் அத்தனை சாமான்களையும் கருத்தாய் ஒரு துண்டுச் சீட்டில் எழுதி ஞாபகமாய் டேபிளில் தன் கண் முன்னே வைத்துக் கொள்வார். சாயங்காலம் அன்று சீக்கிரம் கிளம்புகிறார் என்று அர்த்தம். மறந்து விடக் கூடாதே... அதனால் துண்டுச் சீட்டு பார்வையிலேயே இருக்கும்.

ஒரு நாளைக்கு அதை அபேஸ் பண்ணப் போறேன்... ஆளு தையா... தக்கான்னு குதிக்கப் போறாரு... திரும்பவும் மாமிட்டக் கேட்டு எழுதறாரா பார்ப்போம்... பயமாச்சே மாமாவுக்கு... ரெக்கார்ட் க்ளார்க் நீலகண்டன் சபதமே போட்டிருந்தான்.

என் லீவெல்லாம் போச்சுய்யா இந்தாள்னாலே? பர்மிஷன் போட்டே நாலஞ்சு நாளைக் கழிச்சி விட்டுட்டான்யா... கொஞ்சம் கூட இரக்கமே இல்லாத அரக்கன்யா... - சொன்னது போல் செய்தே விட்டான் ஒரு நாள். அதுவும் அன்றைக்கு மாதாந்திர சாமான் வாங்கும் படலம். லிஸ்ட் ரொம்பப் பெரிசாயிருந்தது.

இங்க எங்கயாச்சும் டேபிளுக்கு அடிலதான் சார் பறந்து போயிருக்கும்... இருங்க தேடுவோம்... என்று

ரொம்பக் காரியார்த்தமாய் குனிந்து நெளிந்து வளைந்து தேடினான் நீலு. பீரோவுக்குப் பின்னாடி நாள் கணக்காய்க் குவிந்திருக்கும் காகிதக் குப்பைகளை எடுத்து அவர் டேபிள் முன்னே போட்டான். பறந்த தூசியில் நச்சென்று ஆபீசே அதிரும்படி தும்மல் போட்டதைக் கூடப் பொறுத்துக் கொண்டார்.

வேறு சந்தர்ப்பமாய் இருந்தால், உனக்கு அறிவு இருக்கா? என்று கேட்டிருப்பார். அன்று வாயே திறக்க வில்லை. நிச்சயம் அந்தக் காகித அடுக்குகளுக்குள் லிஸ்ட் கிடைத்து விடும் என்கிற நம்பிக்கை. அது எப்படிக் கிடைக்கும்? போனது போனதுதான்.

வீட்டிற்குப் போன் போட்டார். பதில் சுரீரென்று வந்தது லேசாய் எல்லோர் காதிலும் விழத்தான் செய்தது.

திரும்ப எல்லாம் ஒப்பிக்க முடியாது. சாயங்காலம் வீட்டுக்கு வந்து இன்னொரு லிஸ்ட் எழுதிக் கொண்டு போங்கோ... அம்புட்டுதான்... - டொக்கென்று ஃபோன் வைக்கப்பட்டது.

என்னமாய் ஆடிப் போனார் மனுஷன். பரிதாபமாய்த் தான் இருந்தது.

ஆனாலும் ரொம்பப் படுத்தறான்லய்யா... ஒரு நாளைக்கு அனுபவிக்கட்டும்...

சாயங்காலம் கிளம்பி காம்பவுன்ட் கேட் வரை சென்றிருப்பார்... சார்... சார்... என்று கத்திக் கொண்டே பின்னாலேயே ஓடினான் பியூன் பாட்சா...

சாமான் லிஸ்ட் கிடைச்சிருச்சு சார்... சாமான் லிஸ்ட் கிடைச்சிருச்சு சார்... இந்தாங்க என்று கொண்டு போய் நீட்டினான். அந்த முகத்தில் உண்டான மகிழ்ச்சியை ஜன்னல் வழி பார்த்தார்கள் எல்லோரும்.

போறான்யா, வயசான மனுஷன்... என்ற நீலகண்டன்... இன்னொன்றையும் சொல்லத் தவறவில்லை.

இது வெறும் சாம்பிள்தான்யா... என்னென்னவோ நடந்திருக்கு இந்த ஆபீஸ்ல... இவரு என்னவோ நினைச்சிட்டிருக்காரு தான்தான் பெரிய மொக்கைன்னு... அதெல்லாம் கேள்விப்பட்டாலே போதும்... இந்தாளு இந்த ஆபீச விட்டே ஓடிடுவாரு... சரி போகட்டும்னு விட்டேன்... - அதே அலுவலகத்தில் மாற்றமின்றி இருபது ஆண்டுகளுக்கும் மேல் குப்பை கொட்டிக் கொண்டிருக்கும் நீலகண்டனின் அந்த வார்த்தைகள் அங்கிருந்த எல்லோரையும் நடுக்கமுறத்தான் செய்தது.

குடும்பத்தோடு தன்னை முழுக்க முழுக்க அர்ப் பணித்துக் கொண்ட அந்த சுவாமிநாதன் தன் வாழ் நாளில் என்றுதான் நிம்மதியாய் இருந்தார் என்ற கேள்வி இன்னும் இவனுள் இருந்து கொண்டுதான் இருக்கிறது.

அங்கிருந்து மாறுதலில் இவன் மதுரை சென்றபோது அவர் சொன்னார்.

சீக்கிரம் கல்யாணம் பண்ணிக்கோங்க... அப்பத்தான் சமுதாயத்துல முழு மனுஷனா நடமாட முடியும்... இந்த வாழ்க்கைல நமக்கு ஒரு பிடிப்பு வர்றதே அப்பத்தான்... எங்களையெல்லாம் ஞாபகம் வச்சிக் கூப்பிடுவீங்களா?

கூப்பிடத்தான் செய்தான். பத்திரிகையும் அனுப்பி, போனிலும் விடாமல் சொன்னான். ஆள் வந்தால்தானே...! கடைசி வரை ட்ரை பண்றேன் என்றுதான் சொன்னார். இருந்த எல்லாவற்றையும் இழுத்துப் போட்டுக் கொண்டுதான் அவர் தன்னை முழு மனிதனாக ஆக்கிக் கொண்டாரோ? குடும்பம், அலுவலகம் என்ற இரண்டைத் தவிர வேறு எதைக் கண்டிருக்கிறார் அவர்? எது தனக்கு அமைந்ததோ அதில் மூழ்கி முக்குளிப்பதே அதை ஜெயித்ததாக ஆகி விடும் என்று முடிவு செய்து விட்டாரோ?

நினைவுகளில் மூழ்கியிருந்த சந்திரன் எழுந்து தண்ணீர் அருந்த வந்தபோது சுமதி அயர்ந்து தூங்கிக் கொண்டிருந்தாள்.

பெட் ரூமில் வந்து படுக்கிறதுதானே... எதுக்காக இப்டி ஹால் சோஃபால...? - கேட்டது நிச்சயம் அவள் காதில் விழுந்திருக்கப் போவதில்லை. அவளை எழுப்ப வும் சித்தமாயில்லை அவன். அவளுக்காய் முழிப்பு வரும்போது, விரும்பினால் உள்ளே வந்து படுக்கலாம். நினைத்துக் கொண்டவனாய் அவள் முகத்தை ஒரு முறை தீர்க்கமாய் அருகே நின்று நோக்கினான். காதோரங்களில் நரைத்த சில முடிகள் காற்றில் ஆடிக் கொண்டிருப்பது அவனுக்குள் சங்கடத்தை ஏற்படுத்தியது.

4

கொஞ்சம் சீக்கிரம் கிளம்பு... அப்பத்தான் உன்னை விட்டிட்டு நான் ஆபீசுக்கு டயத்துக்குப் போக முடியும்... - தினமும் பாடும் பல்லவிதான். ஆனாலும் சொல்லி விடுவான். அன்று ஏனோ உடம்பு ரணமாக வலித்தது. அவளிடம் சொல்ல விருப்பமில்லை. சொன்னால் அலட்சியப்படுத்துவாள். அவளுக்கான உடல் நோவு மட்டும்தான் விலை. மற்றதெல்லாம் விலையற்றது. முதல் நாளே எதற்கும் இருக்கட்டும் என்று ஒரு கால் காகிதம் விடுப்பு எழுதி வருகைப் பதிவேட்டில் வைத்துவிட்டு வந்திருந்தான். அப்படி முன் கூட்டியே எழுதி வைத்து விட்டு வந்ததனாலேயே அலுவலகம் போகும் மனநிலை இல்லாமற் போனது. ஆரம்பித்து வைத்த ஒரு புதிய புத்தகம் வேறு என்னை எடு, எடு, படி, படி என்றது. மனம் முழுக்க அதில் லயித்திருந்தது.

ம்... என்னாச்சு இன்னுமா கிளம்பலை...?

கிளம்பிண்டேதான் இருக்கேன்... இதுக்கு மேலே எப்டி அவசரப்படுறது? சித்தப் பொறுங்கோ...

அப்டி இப்டின்னு ஒன்பதே முக்காலுக்குக் குறைஞ்சு கிளம்ப மாட்டேங்கிறே... உன் ஆபீஸ் டைம் அதுதான். ஆனா பத்து நிமிஷம் லேட்டாப் போனா உன்னை

யாரும் கேட்குறதில்லை... ஆனா எனக்கு அப்டி யில்லையே...! மானேஜரான நானே பத்துக்கு மேலே தாமதமாப் போனேன்னா அசிங்கமாயிருக்காதா? எத்தனையோ தடவை சீஃப் வாசல்ல நின்னுட்டு யார் யார் எப்போ வர்றாங்கன்னு பார்த்திட்டிருக்கார்... என்னை ஏதாச்சும் கேட்டார்னா என்னால பொறுக்க முடியாது... அதுனால படக்குன்னு கிளம்பு...

யப்ப்ப்பா... யப்பா... யப்பா... என்னா டென்ஷன் உங்களோட.... வந்தாச்சு... போகலாம்...

பூட்டுக்களை எடுத்துக் கொண்டு சாவியைத் தேடினான்.

அதை அதுலயே கோர்த்து வைக்க வேண்டிதானே... எதுக்காகத் தனியாத் தொங்கவிடுறே... பூட்டு ஒரு பக்கம்... சாவி ஒரு பக்கம்... நாம ரெண்டு பேரும் இருக் கிற மாதிரிக் கிடக்கு... தெனமும் தேடுற வேலைதானா?

பதில் சொல்லாமல் படியிறங்கினாள். அவளாலேயே தான் அவனுக்கு நேரமாகிறது. அவள்பாட்டுக்கு பஸ்ஸில் போய்க் கொண்டிருந்தவள்தான். இவன்தான் வண்டியில் கொண்டு விடுகிறேன் என்றான். பஸ்ஸில் என்றால் ஒன்பதே காலுக்கே கிளம்ப வேண்டும். ஐந்து நிமிட நடை வேறு. பிறகு பஸ்ஸுக்குக் காத்திருத்தல். கூட்டத்தில் இடித்துப் பிடித்து ஏறுதல்... அருகில் நான்காவது ஸ்டாப்பில்தான் ஆபீஸ் என்றாலும் காலை வேளையில் கஷ்டம்தானே...!

இப்போது அவளால் அவனுக்குத் தாமதமாகிறது. ஆனால் அதை அவள் பொருட்படுத்துவதாய் இல்லை. போகட்டுமே, இப்ப என்ன? என்கிற மனப்பான்மை. இதுவே பிரச்னையாகி எத்தனையோ நாள் இவன் விருட்டென்று கிளம்பிப் போயிருக்கிறான். அதையும் பொருட்படுத்த மாட்டாள் சுமதி. எப்போதும் போல் அவள் கிளம்பும் நேரத்துக்குத்தான் கிளம்புவாள்.

உனக்குத் திமிருடி... நீ எப்படியும் இருந்துக்கோ... இல்ல போய்க்கோ... நான் இருக்கிறபடிதான் இருப்பேன்ங்கிற பாரு... என்னை மாதிரி இரக்கச் சித்தமுள்ளவன் உனக்கு லாயக்கில்லே... இருக்கவும் முடியாம, உதறவும் ஏலாமத் தத்தளிக்கிறேன் பாரு... என்னைச் சொல்லணும்...

ஏன் உதறுங்களேன்... அதையும் வேணும்னா செய்யுங்கோ... விதி போல இருந்திட்டுப் போறேன்... நான் என் இயல்புப்படிதானே இருக்க முடியும்... உங்களுக்காக அடிச்சிப் பிடிச்செல்லாம் எனக்குக் கிளம்பத் தெரியாது...

பஸ்ஸுல போகும்போது அரக்கப் பரக்க ஓடிட்டிருந்தே... எங்க போச்சாம் அந்த வேகம்?

இப்போதான் வண்டியிருக்கே... எதுக்காகப் பறக்கணும்...? கொஞ்சம் பொறுங்கோ...

உன்கிட்டே வேக வேகமா வேலைகளை முடிக்கிறதுங் கிறதே கிடையாது... நான்பாட்டுக்கு செய்வேன்... அதுபாட்டுக்கு முடியறபோதுதான்ங்கிற கதைதான்...

இதுக்கு மேலே என்னால பறந்து தட்டழிய முடியாது... ஏன் நீங்க வந்து உதவி பண்றது...?

ஆத்தாடி... இது வேறையா? இன்னமுமா செய்யணும்? ரெண்டு பேருக்குச் சமைக்கிறதுக்கு உனக்கு இம்புட்டு நேரம் ஆகுது... காலைல சீக்கிரம் எழுந்திரின்னா கேட்க மாட்டே... ஆடி அசைஞ்சு ஏழு மணிக்குத்தான் துயிலெழுவே...! அப்புறம் சாவகாசமா பல் தேச்சு, காபி குடிச்சு... நீ குக்கரை ஏத்துறதுக்கே மணி எட்டுக்குமேலே ஆயிடுதே... இத்தனைக்கும் பால் காய்ச்சி, டிகாக் ஷன் போட்டு, நானே காபி கலந்தும் குடிச்சிடுறேன்... ஒரு நாளைக்காச்சும் நீ எனக்குப் போட்டுக் குடுத்திருக்கியா... நான்தான் உனக்குக் கலந்து தர்றேன்... தினமும் காய்கறி, கீரை நறுக்கிக் கொடுத்திடுறேன்... அப்புறம் இன்னும் என்னதான் செய்யணும்ங்கிறே... வெறுமே குக்கர் வச்சு,

ஒரு சாம்பார் வச்சு, காய் பண்றதுக்கு உனக்கு வலிக்குது... பாதி நாளைக்கு சுட்ட அப்பளம்தான்... புளியோதரைப் பொடிதான். அவனோ கடைல எல்லாத்தையும் தர ஆரம்பிச்சிட்டான்... அப்புறம் உன்ன மாதிரிப் பொம்பளைங்க என்னத்த வீட்டுல செய்யப் போறீங்க?

.வாரம் தவறாம தோசைக்கு மாவும் அரைச்சுக் கொடுத்திடுறேன்... யார் செய்வா இப்படி? ஒரு வீடு காண்பி பார்ப்போம்... விடிகாலைல வாக்கிங் போறதுக்கு முன்னாடி, இருட்டோட இருட்டா வாசலைப் பெருக்கி, தண்ணி தெளிச்சு சுத்தம் பண்ணி வைக்கிறேனே... எவனாவது செய்றானா இந்தத் தெருவுலே...? கோலப் பொடியை எடுத்து ரெண்டு இழுப்பு இழுக்கிறதுக்கு உனக்கு வலிக்குது... முதுகு வளைய மாட்டேங்குது... உன்னையெல்லாம் வச்சிட்டு என்ன பண்றதோ தெரில...?

ஆபீஸ் வாசலில் கொண்டு இறக்கியபோது “வரேன்” என்று கூடச் சொல்ல மாட்டாள். அவள்பாட்டுக்கு முகத்தைத் திருப்பிக் கொண்டு போய்க் கொண்டிருப்பாள்.

என்ன ஒரு அலட்சியம் என்று தோன்றும். சம்பாதிக்கும் பெண்களைக் கட்டியவன் எல்லாம் இப்படித்தான் கஷ்டப்படுவானோ? அவர்களுக்குள் சுமுக நிலை என்பதே இருக்காதோ? காசு மட்டும் நிம்மதியைக் கொடுக்காது என்பதற்கு இதை விட வேறு என்ன நிதர்சனம் வேண்டும்?

வேலைக்கு ஆள் வச்சிக்கோ... என்று சொல்லி முற்றிலுமாய் விலகி விட்டான் ஒரு முறை. அது பெரிய கதை. இருக்கும் அதிகாரமும், பேச்சும் எல்லாமும் தன்னிடம்தான் செல்லும்.

அந்தம்மாட்ட இன்னின்ன வேலைன்னு சொல்லி தினமும் கரெக்டா வேலை வாங்குற சாமர்த்தியமாவது உன்கிட்டே இருக்கா? என்கிட்டேதான் வாய் கிழியுது

உனக்கு என்றான் ஒரு நாள்.

கொடுக்கிற ஆயிரம் ரூபாய்க்கு எம்புட்டு வேலை செய்வாங்களாம்? என்று இவளே சொல்லிக் கொண்டதே அவளது இயலாமையை உணர்த்திற்று இவனுக்கு. அந்தம்மா வந்தா இனிமே வேலைக்கு வரவேண்டாம்னு சொல்லிடு... - அவ்வளவு நேரம் கொதித்துக்கொண்டிருந்த அவளின் மனசுக்கு இவனின் இந்த வார்த்தைகள் ஆறுதலாய் இருந்திருக்க வேண்டும்.

ம்ம்... பார்த்தீங்களா... இவ்வளவு நேரமாச்சு... இன்னும் வரலை... என்னன்னு நினைக்கிறது?- வருமா, வராதா? - சுமதியின் வார்த்தைகளில் கோபம் கனன்றது.

இதிலே நினைக்கிறதுக்கு என்ன இருக்கு? இன்னைக்கு அந்தம்மா வேலைக்கு வரலை... அவ்வளவுதான்...

ஆமாம், ரொம்ப ஈஸியாச் சொல்லியாச்சு... இது மத்தவாளுக்கும் புரியாதா? திடீர் திடீர்னு வராம இருந்தா எப்படி? அதுதானே கேள்வி. சொல்லிக்கொண்டே அவள் கைகள் அரக்க அரக்கப் பாத்திரத்தைத் தேய்த்தன. சுற்றிவர மலையாய்க் கிடக்கும் பற்றுப் பாத்திரங்கள். அவள் தேய்த்துத் தேய்த்து வைக்க இவன் அலம்பி அலம்பி எடுத்து உள்ளே கொண்டு வந்து அடுக்கினான்.

அடுத்து வர்ற போது கேளு... கேட்டாத்தானே அந்தம்மாவும் பயந்துக்கிட்டு ஒழுங்கா வர ஆரம்பிக்கும்... இல்லன்னா நா சொன்ன மாதிரி நிறுத்திப்புடு...

என்னத்தக் கேட்குறது... பேசாம நிப்பாட்டிட வேண்டிதான்... எதுக்கு இப்படிக் கஷ்டப்படணும்? ஆயிரம் ரூபாயும் கொடுத்திட்டு இப்படி அடிக்கடி வராம இருந்தா? மாசத்துல பத்து நாள் நாமளே செய்துக்கிறதுக்கு எதுக்கு அந்தம்மாவுக்கு இப்படிக் கொடுக்கணும்? நம்மள விட்டா ஆளில்லன்னு

நினைச்சிடுச்சி போலிருக்கு...

இப்பச் சொன்ன பார், அதுதான் கரெக்ட்... நிப்பாட்டிடு... ரூபா மிச்சம். உடனுக்குடனே தேய்ச் சிட்டோம்னு வச்சிக்க... மடைல பாத்திரமே விழாதே...? எதுவுமே பழக்கம்தான்... ஒரு சிஸ்டத்துக்குப் பழகிட் டோம்னா பிறகு சிரமமாத் தெரியாது. அந்தம்மா ஒண்ணு இருக்குன்னுதானே பேசாமப் போட்டு வைக்கிறோம்... அது நினைச்சா வருது... நினைச்சா இருந்துக்குது... இன்னைக்கு வரேன், வரல்லைன்னு ஒரு போன் பண்ணியாவது சொல்லலாம்ல... நாம போன் பண்ணினா எடுக்க மாட்டேங்குது... வெறுமே ரிங் போயிட்டே இருக்குது... என்ன எதுக்குன்னு நீயும் கேட்க மாட்டேங்குற... எதாச்சும் ரெண்டு வார்த்தை கேட்டாத் தானே அந்தம்மாவும் ஒழுங்கா வர ஆரம்பிக்கும்... வந்தியா, சரி... வரல்லியா அதுவும் சரின்னு இருந்தா? ஏத்தமாத்தானே போகும்...?

ஏன், நீங்க கேட்க வேண்டிதானே?

அதெப்படீடி... நான் கேட்குறது? பொம்பளப் பிள்ளைட்டப் போயி...?

ஏன், கேட்டா என்ன? கூச்சமா இருக்கா? இல்லை வெட்கமா?

உனக்குக் கேட்குறதுக்குத் தெம்பில்ல... என்னைத் தூண்டி விடுறயாக்கும்? நான் கேட்டுப்புடுவேன் ரெண்டே வார்த்தைல..எனக்கென்ன வெட்கம்? ஆபீஸ்ல நிறையப்பேற மேய்ச்சிட்டுத்தான் இருக்கேன்... அப்புறம் அந்தம்மா வேலையை விட்டு நின்னுடுச்சுன்னா? அதுக்குத்தான் யோசிக்கிறேன்... வேலைக்கு அங்கங்க விசாரிச்சு ஆளப் பிடிக்கிறது என்ன பாடா இருக்கு? முதல்ல யார் இருந்தாங்க? ஏன் நின்னாங்க? எவ்வளவு குடுத்தீங்க? அது இதுன்னு என்னெல்லாம் கேள்வி? இதுக்கெல்லாம் பதில் தயார் பண்ணிக்கிட்டுத்தான்

தேடவே ஆரம்பிக்கணும். தயார் பண்ணி வச்சிருக்கிற பதில் கேட்குறவங்களைத் திருப்திப் படுத்தணும். அடுத்து யார் வேலைக்கு வரப்போறாங்களோ அவங்களே நம்மளை நேர்காணல் நடத்தினாலும் நடத்துவாங்க... அதுல நாம தேறினாத்தான் வேலைக்கு வர சம்மதிப் பாங்க... இது இப்போதைய காலம். அதுதான் பலமான யோசனையா இருக்கு. ஒரு ஆள நிறுத்துறது பெரிசில்ல. அடுத்து ஒருத்தரைப் பிடிக்கிறது இருக்கு பாரு அதுதான் மலை. ரெண்டே வார்த்தைல நான் பேசிப்புடுவேன்... அதுவா பெரிசு? காரியம்தான் முக்கியம். வீரியமில்லை.

அப்டி என்னதான் கேட்பீங்களாம்? அதத்தான் சொல்லுங்களேன் பார்ப்போம்...

பார்த்தியா, இதானே வேண்டாங்கிறது... என்ன கேட்கணும்னு எங்கிட்டக் கேட்டுக்கிட்டு நீ கேட்கப் போறியாக்கும்? உனக்கு அந்தம்மாட்ட நேரடியாக் கேட்குறதுக்குப் பயம்... வேலைக்காரிகிட்டப் பயந்து சாகுற ஆள இப்பத்தான் பார்க்கிறேன் நான்... வாயெல்லாம் என்கிட்டேதான்...

பயமென்ன பயம்... அதெல்லாம் ஒண்ணுமில்லே... .

ஒண்ணுமில்லேன்னா என்ன அர்த்தம்? அந்தம்மாவ இப்படி இஷ்டத்துக்கு வளர்த்து விட்டது நீதானே? நாந்தான் சொன்னேன்ல... கராறா ஆரம்பத்துலயே சொல்லிப்புடுன்னு... எதத்தான் சொன்ன நீ? இன்னின்ன வேலை செய்யணும்னு சொல்லியிருந்தேன்னா அத ஏன் செய்யலைன்னு கணக்கு வச்சிக் கேட்கலாமே? ஐநூறு ரூபாய்க்கு வேலைக்கு வந்த அந்தம்மா ஆயிரம் வாங்குது... சம்பளம்தான் கூடியிருக்கு... வேலை அதே தான்... ஆனா ஒழுங்காச் செய்யுதா? கழுதை தேய்ஞ்சு கட்டெறும்பான கதைதான். வாரம் ஒரு முறை வீடு துடைக்கணும்னு சொன்னே... செய்யுதா? நீ கிடந்து துடைச்சிட்டிருக்கே... இதுல அப்பப்போ என்னைவேறே

போட்டு பாடாப் படுத்தறே... அன்னைக்கு நீ செய்திட்டிருந்தப்போ பாதில வந்த அந்தம்மாவ மீதியைத் துடைச்சு முடின்னு கூட உனக்குச் சொல்லத் தைரியமில்ல... வாய் வர மாட்டேங்குது... அந்தம்மாவும் கொண்டாங்க நான் துடைக்கிறேன்னு சொல்ல மாட்டேங்குது... சம்பளம் ஏத்தினியே... அது வீடும் துடைச்சிக் கொடுத்திடுன்னு சொல்லித்தானே? அப்பச் சரின்னு தலையாட்டிப்புட்டு இப்படி மெத்தனமா இருந்தா எப்படி? தினசரி காலைல எட்டரைக்கு வந்திடு... அப்பத்தான் எனக்கு சரியா இருக்கும்னு சொன்ன... கேட்டுச்சா... பக்கத்துல, பாங்குல வேலை பார்க்குதே அந்த மேடம் வீட்டுக்குப் போயிட்டுத்தான் வருது... நம்ம வீட்டுக்கு வேலைக்கு வந்த பின்னாடிதானே அந்த வீட்டுக்கு வேலைக்குப் போச்சு... அப்போ முதல்ல நம்ம வீட்டுக்குத்தான கரெக்டா வரணும்... காலைல ஏழுக்கெல்லாம் அங்க நுழைஞ்சிடுது... நாந்தான் வாக்கிங் போயிட்டு வரச்சே பார்க்கிறேனே...

அதுக்கென்ன பண்றது? அந்த வீட்டுல டிபன், சாப்பாடு, அப்பப்போ மிஞ்சுற காய்கறி, தேங்கா, மாங்கா, துணிமணின்னு நிறையக் கொடுக்கிறாங்க... அங்கதான நோங்கும்...!

நீயே இப்படிச் சொன்னா? உனக்கு எங்கிட்டதான் வாய் கிழியுது..என்னை ஜெயிக்கணும்ங்கிற மாதிரிப் பேசுற... அந்தம்மா வந்திச்சுன்னா கப்சிப்னு ஆயிடுற... அதுவும் அத சாதகமா எடுத்துக்கிட்டு என்னவோ வந்தோம், செய்தோம்னு கழிச்சிக் கட்டிட்டுப் போயிடுது... ஒரு நாளைக்காச்சும் திருப்தியா வேலை செய்திருக்கா சொல்லு... மனசேயில்லாத மாதிரிச் செய்யும்.. எப்பப் பாரு, உடம்பு முடியலைங்கிற மாதிரி .முகத்தை உம்முன்னு வச்சிக்கிட்டு... அது எப்டியோ இருந்திட்டுப் போகட்டும்... நா அதுக்குச் சொல்லலை... அது சிரிச்சா என்ன அழுதா என்ன? நமக்கு வேலை நடந்தாச் சரி... ஆனா கொடுக்குற காசுக்கு ஒழுங்கா வேலை பார்க்கணு

மில்ல...?

எத்தனையோ முறை நானும் சொல்லிட்டேன்... பீரோவுக்கு அடிலயும், கட்டிலுக்கு அடிலயும் விளக்குமாத்த விட்டுக் கூட்டுன்னு... என்னைக்காச்சும் கேட்டுறுக்கா? ஏழு ரூம் உள்ள இந்த வீட்டை ரெண்டு நிமிஷம் கூட ஆகாது... ஒரு இழுப்பு இழுத்திட்டுப் போயிடுது..விளக்குமாத்துக்கு வலிக்குமான்னு ஒரு நாளைக்குத்தான் கேளேன்... அடில கிடக்குற தூசி அப்டியேதான் தேங்கிக் கிடக்கு நாள்கணக்கா... கத்த கத்தயா, சுருட்டை சுருட்டையா... எல்லாம் உன் தலை முடிதான் வேறென்ன...?

உங்களுக்கு என் தலைய உருட்டலேன்னா ஆகாதே...?

உன் தலையை உருட்டலை, முடியத்தான்... உன் தலைய உருட்டி நா என்னடி செய்யப்போறேன்... இப்டி இருக்கியேன்னு சொல்ல வந்தேன்... உன்னப் பார்த்தா பாவமா இருக்கு எனக்கு. சரி சரி கிளம்பு... ஆபீசுக்கு நேரமாகல?

அப்பயே ஆயாச்சு... இன்னைக்கு லேட் அட்டென் டன்சுலதான் கையெழுத்துப் போடணும்... அநேகமா மூணு லேட் ஆகியிருக்கும்... அரை நாள் லீவு கட்... .இத சரி பண்ணுங்கோ... - சொல்லிக்கொண்டே என் முன் வந்து நின்றாள் இடுப்பில் செருக வேண்டிய புடவை மடிப்பைப் பிடித்தவாறே...

அவள் பிடித்திருக்கும் முன்பகுதி மடிப்பின் கீழ் தொங்கும் நான்கு விசிறி மடிப்புகளை ஒன்றாகப் பிடித்து அயர்ன் பண்ணியதுபோல் செய்து இழுத்து விட்டேன். எடுத்துச் செருகிக் கொண்ட போது ஏதோ ஐ.ஏ.எஸ் ஆபீசர் போலத்தான் இருந்தாள் சுமதி. தோற்றத்தில் இருந்தால் போதுமா? நிர்வாகம் என்பது வெறும் தோரணையில் மட்டுமில்லையே? கமாண்டிங் கெபாசிட்டி என்று ஏன் சொல்லியிருக்கிறார்கள்? இங்கு

வேலைக்காரியிடமே இப்படித் தயங்கித் தடுக்கிடுகிற இவள், அலுவலகத்தில் பதினைந்து பேர் கொண்ட பிரிவினை எப்படி மேய்க்கிறாள்?

எல்லாம் லீவு லீவுன்னு போயிடறதுகள் எனக் கென்னன்னு... எல்லாத்தையும் நாமளே கட்டிண்டு அழ வேண்டியிருக்கு... எதுகளுக்கும் ரெண்டு வரி ஒழுங்கா இங்கிலீஷ்ல எழுதத் தெரில..அதாச்சும் பரவால்ல... சமாளிச்சிக்கலாம்... சொல்றதச் செய்தாலே போதும்... ஏதாச்சும் சொன்னா படக்குன்னு ஃபைலை. நம்ம டேபிள்ல கொண்டு வச்சிடுறா... இந்த மட்டுக்கும் பொறுப்பு விட்டுதுன்னு... வேலை கத்துக்கணும்ங்கிற ஆர்வமே இல்லை யாருக்கும்... நம்ம செக் ஷன் வேலையை நாமதான் பார்க்கணும்ங்கிற கெத்து வேணாமோ... வெறுமே பைல்களை அடுக்கி அடுக்கி வச்சிண்டிருந்தாப் போதுமா... வேலை யார் பார்க்கிறது? சாயங்காலமாச்சின்னா டேபிளைத் துடைச்சி வச்சிட்டுப் போயிடுறா... ரொம்ப சின்சியர் மாதிரி... மாசக் கடைசியாச்சின்னா போய் ஏ.டி.எம்ல மட்டும் நீட்டி எடுக்கத் தெரியறதோல்லியோ? அத நாம சொல்லப் படாது. சொன்னாக் குத்தமாயிடும்... அது அவாளோட உரிமையாச்சே...! அப்படீன்னா கடமை? அதக் கேட்கப்படாது...

நன்னா லாங்க்வேஜ் எழுதறவாளும் இருக்கா... அவா வேலை செய்ய மாட்டா... என்னைக்கோ ஆரம்பத்துல சின்சியரா வேலை செய்து சம்பாரிச்சு வச்சிருக்கிற பேரைக் கெட்டியாப் பிடிச்சிண்டு ஓட்டிண்டிருக்கா... வேலை செய்யாதவாளைப் பார்த்துப் பார்த்து நாமளும் ஏன் செய்யணும்ங்கிற அலட்சியம் வந்துடுத்து அவாளுக்கும்... ஒவ்வொரு ஆபீசிலயும் ஒவ்வொரு செக்-ஷன்லயும் இன்னைக்கும் ஒத்தர் ரெண்டு பேர் அவா உண்டு அவா வேலையுண்டுன்னு இருக்கிறவா இருக்கத் தான் இருக்கா... அப்படிப்பட்டவாளை வச்சித்தான் ஆபீஸ்களே ஓடிண்டிருக்குன்னு கூடச் சொல்லலாம்...

எப்படி வேலையே செய்யாதவாளை மாத்த முடியாதோ அதுபோல வேலை மட்டுமே கதின்னு கிடக்கிற இவாளையும் யாராலேயும் மாத்த முடியாது...

இதுல வி.ஆர்.எஸ் வேறே கொடுக்கப் போறானாம்... இன்னும் பத்து வருஷம் சர்வீஸ் இருக்கிறவாளெல்லாம் சரி, ஓ.கே.ன்னுட்டு வீட்டுக்கு வர முடியுமா? நிறையப் பேரு தயாராத்தான் இருக்கா... ஏதாச்சும் வள்ளிசாக் கொடுத்தா வாங்கிண்டு கழன்டுக்கலாம்னு... வள்ளிசா எங்க கொடுக்கப் போறான்... கையை நீட்டச் சொல்லித் தடவித்தான் விடுவான்... நிறையப் பேரு மெயினா வேறே பிஸ்னஸ் அது இதுன்னு பார்த்துண்டு, இதைத் தானே சைடா வச்சிண்டிருக்கா...? நல்லா யோசிச்சுப் பாருங்கோ... ஒரு நாளைக்கு ஆயிரம், ஆயிரத்தைந்நூறுன்னு வாங்கறா எல்லாரும்... அதுக்கு மனசாட்சிக்கு விரோதமில்லாம நாம வேல செய்றோமா? வெளில ஒவ்வொருத்தர் எத்தனை கஷ்டப்படறா? கண்ணால பார்க்கத்தானே செய்றோம்? அப்புறம் ஏன் அவன் வி.ஆர்.எஸ் கொண்டுவர மாட்டான்? மூவாயிரம், ஐயா யிரம்னு செய்றதுக்கு எத்தனை பேர் காத்துண்டு க்யூவில நிக்கிறா? அவாளைக் கூட்டிண்டு வந்து வேலையை வாங்கிப்பிட்டு அத்தக் கூலி மாதிரிக் கொடுத்தனுப்பப் போறான்... எல்லாமும் நாமளா வரவழைச்சிண்டது தானே? நாம ஒரு ஸ்தாபனத்துல இருக்கோம்னா அதோட முன்னேற்றத்துக்கு உயிரக் கொடுத்துப் பாடு பட்டிருந்தோம்னா, அட அதுவே வேண்டாம் அவா அவா வேலையை ஒழுங்கா செய்திருந்தோம்னா, இன்னைக்கு இந்த நிலைமை வருமா? வேலை செய்யாம அதை நஷ்டத்துல கொண்டு போய் விட, நஷ்டத்த ஈடு கட்டுறதுக்கு ஆட்களை வெளியேத்தறான் அவன்... செய்யத்தானே செய்வான்... வெளியேற்றாதே... வெளியேற்றாதேன்னு வெளில நின்னுண்டு கோஷம் போட்டா நடக்குமா? அப்டியே வெளில அனுப்பிடுவான் போலிருக்கு...

கோஷம் போடுறதுலயும் இப்ப சந்தேகம்... ஏன்னா இவாளே நாலு அஞ்சுன்னு பிரிஞ்சி இருக்கா... எவன் எப்போ யார் கூடப் போய் என்ன பேசறான்னு அவுங் களுக்குள்ளயே தெரியாது... பக்கத்துல நிக்கிறவன் சரியான ஆள்தானாங்கிறதுலயே சந்தேகம்... உள்ளே என்ன நடக்குதுன்னு எதுவும் தெரியாம வெளில நம்பிக்கையோட நிறைய அப்பாவிகள் கூடித்தான் இருக்காங்க... இன்னமும் விகல்பமில்லாம கூடத்தான் செய்றாங்க... வெறுமே கூடிக் கலையற கும்பலாத்தானே எல்லாமும் இருக்கு... என்ன சாதிக்க முடிஞ்சிது... நடக்குறது நடந்துக்கிட்டுதான் இருக்கு... ரொம்பக் கொஞ்ச காலம் வேணும்னா தள்ளிப் போட்டிருக்கலாம்... இவுங்க ஸ்டிரைக்குனால உண்டான பலன் அவ்வளவு தான்... பெர்மனென்ட் சொல்யூஷன் என்ன? ஸ்தாபனம் என்ன நினைக்குதோ அதுதான் நடந்துக்கிட்டிருக்குது...

இதெல்லாம் கேட்கக் கிளம்பினா, கேட்டாக் குத்தம்... கருங்காலின்னுவா..கேட்கத்தான் நினைக்கிறது... எங்க கேட்க முடியறது? .உரிமையை உரிமையோட கேட்குற தகுதி எப்ப வருது? நம்ம கடமையைத் தவறாமச் செய்யறபோதுதானே? ஆனா ஒரு துரதிருஷ்டம். தன் கடமையை ஒழுங்காச் செய்றவாளுக்கே இதை யெல்லாம் கேட்க முடியாமப் போயிட்டதுங்கிறதுதான்... இதல்லாம் சொல்ல முடியாது... அதான்... யார் சந்தாக் கேட்டாலும் தொலையறதுன்னு நானும் கொடுத்திடுறது... அவாளுக்கும் தெரியும்... காசு வந்தாச் சரின்னு அவாளும்தான் வாங்கிக்கிறா... அதையும் சொல்லி யாகணுமே... எங்க பாலிஸிக்கு நீங்க எதிரான கருத்து உள்ளவங்க... ஆகையினால உங்ககிட்ட சந்தா வாங்க மாட்டோம்னு யாராவது சொல்றாளா என்ன? இல்ல, எல்லாத்துக்கும் சந்தாக் கொடுக்கிறீங்களே... எப்டி மேடம்?னு இதுவரைக்கும் யாராச்சும் கேட்டிருக்காளா? சந்தா இல்லாட்டா நன்கொடைன்னு போட்டுப்பாளோ என்னவோ... என்னைமாதிரியே நிறையப் பேரு இருப்பா போலிருக்கு..நாலு மாடியிருக்கே... அவாளும் கேட்கத்

தான் நினைக்கிறா... ஆனா கேட்குறதில்லே... ஏன்னு அவாளுக்கே தெரியல போலிருக்கு... ஏதோ எல்லாமும் ஓடிண்டிருக்கு... அவ்வளவுதான்... ஆனாஒண்ணு... எல்லாரும் வேணுங்கிறவாதான்... யாரையும் பகைச்சிக் கிறதுக்கில்லை... கொட்டித் தீர்த்தாள் சுமதி.

5

பேச ஆரம்பித்தால் அத்தனை விஷயங்களைக் கோர்வையாகச் சொல்வாள். கடைசியில் எவ்வளவு ஜாக்கிரதையாக ஒரு வார்த்தை சொன்னாள் பார்த் தீர்களா? எல்லாமும் அறிந்தவள். எதுவும் செய்ய ஏலாதவள். அதுதான் பாவம்.

சொன்னதெல்லாம் சரிதான். ஆனாலும் ஒன்று கேட்டான் சந்திரன்.

உனக்குன்னு ஒரு அடையாளம் வேண்டாமா? அதென்ன எல்லா சங்கத்துக்கும் சந்தாக் கொடுக்கிறது? அசிங்கமாயில்லே? அதை வெட்கமில்லாம வேறே சொல்லிக்கிறே? இருக்கிறதிலயே எது பெட்டர்னு பார்க்கிறது. அதுக்கு மட்டும் கொடு. மத்தவாள்ட்ட நான் அந்தச் சங்கம்னு சொல்லிடு... அவ்வளவுதானே...?

நான் ஏன் அப்படி இருக்கணும். எனக்கென்ன வந்தது? வாயிழந்து அவங்களைக் கேட்காம இருக்கச் சொல்லுங்க... கேட்குறாங்க... பாவமா இருக்கு... அதனால கொடுக்கிறேன்...

அது பொய்யி... எந்தச் சங்கத்துக்காரனாலும் உனக்கு எந்தத் தொந்தரவும் வந்திடக் கூடாதுங்கிற சுயநலம்... அதுதான் உண்மை. நீ ஒரு பச்சோந்தி மாதிரி... எல்லா இடத்துக்குத் தகுந்த மாதிரியும் நிறம் மாறிப்பே... அவ்வளவுதான்... சரி இவ்வளவு பேசறியே... இந்தச் சங்கத்துக்காரங்களெல்லாம் ஸ்டிரைக்குன்னு இறங்கும்

போது என்னைக்காவது அவுங்க கூடப் போய் நீ நின்னிருக்கியா? ஒரு நாளைக்காவது கோஷம் போட்டிருக்கியா?

அதுதான் நமக்கும் சேர்த்து அவுங்க போடறாங்களே...

இது தப்பிக்கிற வேலை... நான் இந்த மாதிரி பதிலை உன்கிட்ட எதிர்பார்க்கலை... ஆபீஸ் வேலைல ரொம்ப சின்சியர்னு உன்னைச் சொல்லிக்கிற நீ உன்னோட நியாயமான உரிமைகள் உனக்குக் கிடைக்காமப் போறபோது எப்படி மழுங்குணி மாதிரி உட்கார்ந்திருக்கே? உனக்கு சுய கௌரவம் உண்டுல்ல? எப்படி முடியுது உன்னால? அதையெல்லாம் வாங்கித் தரத்தான் அவுங்க இருக்காங்களேன்னு இருக்கே... அப்படித்தானே? அது சுயநலம்தானே? நாமதான் சந்தாக் கொடுக்கிறோமேன்னு உன்னைச் சமாதானப் படுத்திக்கிறே...? ஆனா இறங்கிப் போராடணும்னு உனக்குத் தோணலை... சந்தாக் கொடுத்தா மட்டும் எல்லாம் முடிஞ்சிதா அர்த்தமா? சந்தாங்கிறது மெம்பர்களோட எண்ணிக்கையை உறுதிப் படுத்திறதுக்கும், போராட்டம் தர்ணான்னு வர்றபோது நோட்டீஸ், போஸ்டர், பந்தல், மைக், இப்படியான செலவுகளை ஓரளவு ஈடுகட்டுறதுக்கும்தான்... எவ்வளவு கைக்காசு இழக்கிறாங்க தெரியுமா உனக்கு? சங்கம், போராட்டம்னு இறங்கிட்டவங்களுக்கு அதெல்லாம் ஒரு பொருட்டே இல்ல...

அதெல்லாம் பத்தி எனக்கென்ன வந்தது?..அதுல இருக்கிறவங்க கவலைப்பட வேண்டியது அது... நான் வாங்குற சம்பளத்துக்கு வஞ்சகமில்லாம வேலை பார்க்கிறேன்..அது எனக்கு திருப்தியைத் தருது... அவ்வளவுதான்... மத்தவங்க வேலையையெல்லாம் எடுத்து சுமக்கிறேன்... அவுங்க அப்படியில்லையே?

இதை இங்க உட்கார்ந்து ஏன் சொல்றே? அவுங்க கூடப் போயி நில்லு... நின்னுட்டு சொல்லு... உன்னை மதிக்கிறாங்களா இல்லையா பாரு... உனக்குன்னு ஒரு

இடம் கிடைக்குதா இல்லையா பாரு? அவுங்களும் வேலையே செய்யாம வெட்டிக்கு அலையணும்னு நினைக்கிறவங்க இல்லையே? அவுங்க மத்தில போயிப் பேசு எந்த நியாயத்தையும்... இங்கயே உட்கார்ந்திட்டுக் குதிரை ஓட்டினேன்னா?

அப்பாடீ...! எனக்கு வேண்டாம்ப்பா... இன்னும் அதை வேறே கட்டிட்டு அழணுமா? என்னால ஆபீஸ் வேலைலருந்து டீவியேட் ஆக முடியாது... அத ஒழுங்காப் பார்க்கிறதுதான் எனக்கு, என் மனசுக்கு, உடலுக்கு ஆரோக்கியம்... மத்ததெல்லாம் எனக்கு செகண்ட்ரிதான்...

அவளைப் பார்க்க இவனுக்குப் பரிதாபமாகத்தான் இருந்தது. ஆனால் அதற்கு மேல் ஒன்றும் செய்ய முடியாதே. ஏனென்றால் அது அவள் வேலை. அவள் ஆபீஸ். இவனா அவளுக்கு அந்த வேலையை வாங்கிக் கொடுத்தான். அவளாக, அவள் திறமையின்பால் பெறப்பட்டது அது. திருமணத்திற்கு முன்பிருந்தே, அந்த வேலையிலிருக்கிறாள். அவளை மணந்தவன் என்பதனாலேயே அதற்கு வற்புறுத்தவோ, நிர்பந்திக்கவோ, இயலாதே.

ஆனாலும் தன் மனைவி அப்படியில்லை என்பதில் அவனுக்கு வருத்தமுண்டுதான்.

பல சமயங்களில் அவளை அலுவலக வாசலில் இறக்கி விட்டு வரும்போது சாலையோரத்தில் பந்தலைப் போட்டுக் கொண்டு, கோரிக்கைகளைச் சுமந்து கொண்டு, மைக்கில் கத்திக் கொண்டிருக்கும் தோழர்களைப் பார்க்கும்போது மனதுக்கு வெட்கமாகத்தான் இருக்கும். அவர்களை எப்படித் தாண்டிச் செல்கிறேன்? தன்னை இவனே கேட்டுக் கொள்ளும் கேள்வி இது.

ஸ்டிரைக்குங்கிறீங்க... எல்லாரும் உள்ளே போயிட்டேயிருக்காங்க... கேட்க மாட்டீங்களா? கேட்பான்.. அவர்களிடம் ரெண்டு வார்த்தைகளேனும் பேசாமல் அவ்விடம் விட்டு அகல முடியாது.

அதெல்லாம் அவுங்களா வரணும் தோழர்... நாம எத்தன தடவை கூப்பிட்டாலும் அப்டி இருக்கிறவங்க அப்டித்தான் இருப்பாங்க... சுயமா அந்த உணர்வு இல்லாதவங்கள என்ன சொன்னாலும் உசுப்ப முடியாது தோழர்... சரின்னு விட்ரவேண்டிதான்...

பல சமயங்களில் அனைத்துச் சங்கங்களும் சேர்ந்து வெளியேறும்போது படு முன்னெச்சரிக்கையாக இவள் மெடிக்கல் லீவு போட்டுவிட்டு வந்த வேகத்தைப் பார்க்க வேண்டுமே! அடடா... அடடா... அடடா...!!! என்னே அற்புதம்... என்னே அற்புதம்...

மருத்துவரிடம் சென்று அந்த மெடிக்கல் சர்டிபிகேட்டையும் வாங்கிக் கொடுத்த மாபாவி இவன்தான்.

இதற்கென்றேதான் ஒருவர் இருக்கிறாரே... அவருக்கு வேலை மருத்துவம் பார்ப்பது இல்லை. இதுதான்.. தனியாக ரகம் வாரியாகப் படிவம் பிரின்ட் செய்து வைத்துக் கொண்டு எங்கே எங்கே என்றுதான் உட்கார்ந்திருக்கிறாரே... .. .பேஷன்ட் வந்தால்தானே...?

மாநிலம் முழுவதும் நடந்த ஒரு ஒட்டு மொத்தப் போராட்டத்தின் போது இவன் பணியாற்றும் துறையில் உள்ள அலுவலகங்களில் வேலை பார்த்துக் கொண்டிருந்த பெண்களை உள்ளே சென்று வலுக்கட்டாயமாக வெளியேற்றியதும், பின்னர் அரசு ஊழியரை அவரது கடமையைச் செய்ய விடாமல் தடுத்ததாக குற்றம் சாட்டப்பட்டு சிலபேர் தண்டிக்கப்பட்டதும், நினைவில் வந்து போனது.

அன்றாடம் அவள் அசந்து சளிந்து வரும்போது பார்க்கப் பரிதாபமாக இருக்கும்தான்... ஏதாச்சும் வீட்டுல வச்சுச் செய்ய முடியும்னா கொண்டாயேன்... நா வேணா செய்து தர்றேன்... சொல்லியிருக்கிறான்...

அதெல்லாம் உங்களுக்குப் புரியாது... ஒரே வார்த்தையில் முடித்து விடுவாள். வீட்டில் கொண்டு

வந்து செய்வதுபோலவும் இப்பொழுது இல்லையே... எல்லாமும் கணினியில்தானே ஓடுகிறது... அதைப்பற்றி அடேயப்பா எவ்வளவு புலம்பியிருக்கிறாள்?

சொல்லித் தர்றவாளுக்கே சரியாத் தெரியலை... ஆனா நம்மளைக் குத்தம் சொல்றா... அவா செய்த தப்பை மறைக்க, ஏன் மேடம் இப்டிச் செய்தீங்கன்னு ஏதோ நாம தப்பு செய்துட்ட மாதிரி முந்திண்டு நம்ம கிட்டயே திருப்புறா... எவ்வளவு சாமர்த்தியம் பாருங்கோ... இன்னைக்கு ஆபீஸ் வேலைல திறமை யெல்லாம் வேண்டாம்... இதெல்லாம்தான் தெரிஞ்சிருக் கணும்... மூணு நாள், ஒரு வாரம்னு டிரெயினிங் கொடுத்துப்பிட்டு, உடனே உட்கார்ந்து செய்யுன்னா யாருக்குத்தான் கை வரும்? எல்லாம் திணறின்டிருக்குகள்... ஒண்ணுக்கொண்ணப் பண்ணிப்பிட்டு முழிக்கிறதுகள்... அதுக்குன்னு டாட்டா ஆப்பரேட்டர் போஸ்ட் இருக்கு... அதை ஃபில் அப் பண்றதில்லை... ஒவ்வொரு செக் ஷனுக்கும் சாங்ஷன் இருக்கு... எதையும் இன்னை வரைக்கும் பூர்த்தி செய்யலை... எல்லாமும் காலியாத்தான் கெடக்கு... நம்ம உசிரை வாங்கறா..கம்ப்யூட்டர் முன்னாடி நாள் பூராம் கிடந்து கண்ணு பூத்துப் போறது... என்ன தலையெழுத்தோ...

பெண்கள் அவர்களுக்கிருக்கும் வேலையை எத்தனை பிடிப்பாய் நினைக்கிறார்கள். வாழ்க்கையின் ஆதாரமே அதுதான். புருஷன் இரண்டாம் பட்சம்தான். அப்படித்தானே பல இடங்களில் நடக்கிறது? பிறகு சொல்வதில் என்ன தப்பு?

ஆபீஸ் வாசலில் அவளை இறக்கிவிட்டபோதுதான் வீட்டுச் சாவி ஞாபகம் வந்தது இவனுக்கு.

இந்தா... இந்தா உன் சாவியக் கொடு... என் சாவி வீட்டுக்குள்ள மாட்டிக்கிடுச்சி...

இது வேறயா? சலித்துக் கொண்டே கைப்பையில் போட்டுத் துழாவினாள். அநியாய டென்ஷன்...

புதிதாக ரெட்டைச் சாவி போட்டு அது இன்னும் பழக்கமாகவில்லை.

நிறையப் பேர் இப்படித்தான் தனக்குத்தானே வலியப் பதறிக் கொள்கிறார்கள் என்று தோன்றியது. சாவியை எடுத்தபோது கூடவே ரெண்டு மூணு சில்லரைகள், ரூபாய் நோட்டு என்று கீழே விழுந்தன. அவளைப் பார்க்கவே இவனுக்குப் பரிதாபமாக இருந்தது.

சரி... சரி..போ... நா எடுத்துக்கிறேன்...

அது சரிதான்... எனக்கு டீ குடிக்கக் காசு வேண்டாமா? கொண்டாங்கோ... பிடுங்காத குறையாக வாங்கிக் கொண்டு ஓடினாள்.

பரபரவென்று உள்ளே நுழையும் பலருக்கு நடுவே அவள் கலந்தபோது உருவம் மறைந்து போனது.

பேசாமல் நாமே வீட்டு வேலைகளையும் செய்து விட்டால் என்ன? சமையல் வேலையோ அவள் செய்கிறாள். என்ன பெரிய சமையல்? ரெண்டு பேருக்குச் சமைப்பது என்ன ஒரு பெரிய வேலையா? காய்கறி நறுக்கிக் கொடுத்தாகிறது... சாதமோ குக்கரில் வெந்து விடுகிறது. ஒரு கறி, ஒரு சாம்பார் அவ்வளவு தானே... இதைச் சொன்னால் பழியாய்க் கோபம் வரும். எங்கே, ஒரு நாளைக்கு நீங்க செய்ங்கோ பார்ப்போம்... சவால் விடுவாள். செய்யவும்தான் செய்தான்.இவனுக்குப் பிடித்தது. அவளுக்குப் பிடிக்கவில்லை. அதற்கு இவன் என்ன செய்ய? அவள் சமையலை இவன் சகித்துக் கொண்டு சாப்பிடவில்லையா? அவள் கைபாகம் இவனுக்கு அலுக்கவில்லையா? அதுபோல் என் கை ருசியையும் அவள் சகித்துக் கொள்ள வேண்டியதுதானே? கொஞ்ச காலம் இப்படித்தான் ஓடட்டுமே? பிறகு எனக்கென்று ஒரு கை பாகம் வராதா? படியாதா? அது அலுக்கும்வரை நானே சமைக்கலாமே? அதுவரை என் நளபாகத்தை அவள் சுவைக்கலாமே? கேட்டால்தானே?

பெண்களுக்கு சமையல் இல்லையென்றால் எதுவோ கையைவிட்டுப் போனமாதிரி இருக்கும்போலும்? வீட்டு உரிமையில் ஏதோ கழன்று போயிற்று என்று மனதுக்குள் பயப்பட்டுக் கொள்வார்களோ என்னவோ? தன் கட்டுக்குள் இருக்க வேண்டும் என்ற நமது நிர்வாக அமைப்பு, இந்தக் குடும்ப அமைப்பிலிருந்துதான் கிளைத்து வியாபித்து இருக்குமோ?

. அன்று விடுப்பு என்ற நினைவு வந்தது.அதனாலேயே உடம்பு ரணமாய் வலித்தது. எப்போதும் போல் போயிருந்தால் தெரியாது. ஆனால் மனநிலை இல்லை. அந்த வருடத்தில் ஒரு நாள் கூட எடுத்திருக்கவில்லை. எனவே தைரியமாய் விடுப்பு கொடுத்திருந்தான்.

கதவைப் பூட்டிக்கொண்டு உள்ளே வந்தான். வாசல் திரையை இழுத்து விட்டான். இனிமேல் என்ன வேலை. ஏதாச்சும் புத்தகத்தை எடுத்துக் கொண்டு உட்கார வேண்டியதுதான். இந்த வாரத்திற்கு மாவு அரைத்தாயிற்று. அது நான்கைந்து நாட்களுக்கு வரும்... ஆகையினால் அந்த வேலை இன்று இல்லை.

பீரோவைத் திறந்து ஒரு தடிப் புத்தகமாய் எடுத்தான். நிறைய வாங்கி அடுக்கியாயிற்று. படித்துத்தான் தீர்க்க வேண்டும். ஆயுள் கிடைக்குமா?

மீண்டும் வாசலில் சத்தம்.

எழுந்து போய் எட்டிப் பார்த்தான்.

வேலைக்காரம்மா...

என்னங்க இப்ப வர்றீங்க...?

ஏன்? இன்னைக்கு அம்மாவுக்கு லீவுதான... அதான் கொஞ்சம் லேட்டாப் போவோம்னு வந்தேன்... .

இன்னைக்கு லீவில்லீங்க... ஆபீஸ்... நாளைக்கு ஒருநாள்தான் லீவு... .

அப்டியா... காலண்டர்ல சிவப்பாப் போட்டிருந்திச்சு... நா ரெண்டு நா லீவுன்னு நினைச்சேன்... அதனாலென்ன பாத்திரம்லாம் வெளக்காமத்தான கெடக்கும்... நீங்க இருக்கீகள்ள... இப்ப வெளக்கிக் கவுத்திட்டுப் போயிடறேன்...

எல்லாம் தேய்ச்சாச்சு... நீங்க டயத்துக்கு வரல்லியேன்னு அவதி அவதியா எல்லாத்தையும் அவதான் மாங்கு மாங்குன்னு தேய்ச்சுக் கவுத்தினா... ஆபீசுக்கு வேறே லேட்டு இன்னைக்கு... ஒரு போன் பண்ணிச் சொல்ல மாட்டீங்களா... இப்டித்தான் நீங்கபாட்டுக்கு இருப் பீங்களா...? என் குரலில் சற்றே உஷ்ணம்.

லீவுன்னு நினைச்சிட்டேன்யா... சொல்லிக்கொண்டே போய்விட்டது அந்தம்மா.

ரெண்டு வார்த்தை ஏன் கூடச் சொன்னோம் என்று இருந்தது எனக்கு. முணுக்கென்றால் கோபித்துக் கொள்ளும் குணம் கொண்ட பெண்மணி. காலண்டரில் அந்தம்மா பார்த்தது மாநில அரசு விடுமுறையை. இவள் எதில் வேலை பார்க்கிறாள் என்பது கூட அந்தம்மாவுக்குத் தெரியாதோ? திடீர்ச் சந்தேகம் வந்தது எனக்கு. எத்தனையோ முறை வீட்டு போன் டெட் என்று வந்து சொல்லியிருக்கிறதே?

அடுத்து அந்தம்மா வேலைக்கு வருமா, வராதா என்பது சஸ்பென்ஸ்.

நினைச்சா வேலைக்கு வருது... நினைச்சா இருந்துக்குது...

அப்படி நினைத்தது இன்று தப்பாய்ப் போயிற்றுதான். யதார்த்தமாய் அது தாமதமாய் வரப்போக அது வேறு மாதிரி ஆகிவிட்டது இன்று.

மாலையில் சுமதி வந்த போது சொன்னாள்.

ஆமாமா... சொல்லித்து... என்றாள் அவள். இவனுக்குத் தூக்கி வாரிப் போட்டது.

என்னது? சொல்லித்தா? ஆபீசுக்கு உன்னைத் தேடி வந்துடுத்தா? அதுக்குத் தெரியுமா உன் ஆபீஸ் எதுன்னு? - மடமடவென்று கேள்விகளை அடுக்கினான்.

அன்னைக்கு ஒரு நாள் வீட்டு போன் டெட்டுன்னு கம்ப்ளெயின்ட் கொடுத்ததோல்லியோ... அதை உடனே சரி பண்ணச் சொல்லிட்டு, இப்ப சரியாயிடுத்தான்னு நான்தான் அதுகிட்டக் கேட்டிருந்தேன்... அதுதான் செல் வச்சிருக்கே... இப்போ செல் இல்லாதவாதான் யாரு? அந்த நம்பரைக் குறிச்சு வச்சிண்டிருக்கும் போலிருக்கு... கரெக்டா ஆபீசுக்குப் பேசித்து பாருங் கோளேன்... யாரோ உங்களத்தான் கூப்பிடறாங்க மேடம்னு கொடுத்தாங்க... பார்த்தா இது...!.பாவம்... அதுக்கும் எவ்வளவு பிரச்னையோ? நாலஞ்சு வீட்டுல வேலை பார்த்துத்தானே பிழைக்கிறது... கஷ்டந்தானே... பாவமாத்தான் இருக்கு... இன்னைக்கு விசேஷ மோல்லியோ... நான் வீட்டுல இருப்பேன்னு நினைச் சிண்டு கொஞ்சம் லேட்டாத்தான் போவமேன்னு வந்திருக்கு... நீங்க ஏதாச்சும் தாறுமாறாச் சொன்னேளா அதை...?

அடியாத்தீ... நல்ல கதையாப் போச்சு... நா ஏன் சொல்றேன்... உன் பாடு அவ பாடு... .. மனசுக்குள் திக்கென்றது எனக்கு. நல்லவேளை, வாயை அதிகம் திறக்கவில்லை. ஆனாலும் இவனுக்குள் ஒரு பயம் வதைக்கத்தான் செய்கிறது. ரொம்ப ஜாக்கிரதையா இருக்கணும் சாமீ...!

சுமதியிடம் இப்படிச் சொல்லிவிட்டேனேயொழிய மனதென்னவோ அதை நினைத்து அடித்துக் கொள்ளத் தான் செய்கிறது. அதுதான் இருக்கிறதே நாளை காலை வரை சஸ்பென்ஸ் என்று!!

அப்படியே வேலையிலிருந்து நின்று விட்டது தனிக்கதை. ஜன்னல் வழியே எதிர் வீட்டு மாடி தெரிந்தது. அங்கு குடியிருக்கும் ஆள்பற்றிய கதை பெரும் நாடகமாக நடந்து முடிந்ததையும், அதற்கு தன்னிடம் சுமதி எப்படி ஒத்தைக்கு ஒத்தை நின்று சண்டையிட்டாள் என்பதுவும் அவன் நினைவுக்கு வந்தது. கடைசியில் அவள் நினைத்ததையே நிறைவேற்றிக் கொண்டு விட்டாளே...? அதற்கு சாதகமான சூழல் அவளுக்குத் தானே வாய்த்தது? அவன் சிந்தனை அந்த நிகழ்வுகளில் ஆதங்கத்தோடு படிந்தது. கடைசியில் அவன் தோற்றான். நிழலாய்த் தோன்றிய யுத்தம் கடைசியில் இறுதியில் சொல் பிரயோகங்களால் வெல்லப்பட்டது.

6

நீங்க கொஞ்சம் போய்ட்டு வரலாமே...? - கேட்கும் போதே இவன் எங்கே சரி சொல்லப் போகிறான் என்கிற சந்தேகத்தோடேயே சுமதி கேட்டாள். அடுப்படி நோக்கிப் போய்க் கொண்டே, திரும்பிய வாக்கில் அவள் கேட்டதே அதற்கு சாட்சி. அவனுக்கு விருப்பமில்லாததை செய்ய வைக்க முடியாது என்பது அவளுக்குத் தெரியும். அதைச் சொல்லிப் புண்ணியமில்லை என்கிற பக்குவம் தான் அவளுக்கு இன்னும் வரவில்லை. வீட்டுக் குள்ளேயே ஒருவருக்கொருவர் மனம் பொருந்தாமல் புழுங்கிக் கொண்டிருக்கும் அபாயம். யாரை யார் எப்போது கடிப்பது என்று காத்திருக்கும் பொழுதுகள். பரஸ்பரம் கர்புர் என்று இப்படி உறுமிக் கொண்டே யிருந்தால் எப்படி?

ஒண்ணு நினைச்சா பட்டுன்னு உடனே கேட்ருவியா? யோசிக்க மாட்டியா? - சந்திரனின் இந்தக் கேள்வியை அவள் எத்தனையோ முறை எதிர்நோக்கியிருக்கிறாள். ஆனாலும் அவளுக்குக் கேட்காமல் இருக்க முடியவில்லை. பிடிக்காத கேள்வியைக் கேட்பது எப்படி அவனுக்குப்

பிடிக்காதோ அது போல் தோன்றியதைக் கேட்காமல் இருப்பது இவளுக்குப் பிடிக்காது. எத்தனை முறை திட்டினாலும் உறைக்காது.

போய்ட்டு வந்தா என்ன... குறைஞ்சா போவீங்க... ஒரு உதவிதானே...?

இதை அந்தம்மாள் போன பிறகு கேட்கிறாள். அந்த மட்டும் பாராட்டத்தான் வேண்டும். அது ஒன்றுதான் சொல்லிச் சொல்லி அவளுக்கு வந்திருக்கும் நிதானம். தன் செய்கைகள் எதுவுமே அவளுக்குப் பிடிக்கவில்லை என்பதற்கான அடையாளங்கள் அவளின் நீண்ட அமைதியும், மனப் புழுக்கமும், அதையும் மீறி அவ்வப்போது வெடிப்பதும்.

அந்த வீட்டின் சுவர்கள் அறியும் அவர்களின் அமைதியை. ஈசான மூலைகள் அறியும் அவர்களின் மனப் புழுக்கத்தை. மனதுக்குள் கொடிய ஜாலங்களை நிகழ்த்தி, வார்த்தை ஆயுதங்களை ஏந்தி... ஒருவரை யொருவர் வீழ்த்தப் பார்க்கும் லாகவம். அமைதி யுத்தம் முடிவு பெறாமல் நிகழ்ந்து கொண்டேதான் இருக்கிறது. நாளும் பொழுதும் அப்படித்தான் கழிந்து கொண்டிருக்கிறது.

எனக்குத் தெரியும்... எதுக்குப் போகணும்... எதுக்குப் போகக் கூடாதுன்னு... நீ எனக்குச் சொல்லித் தர்றியா? -திரும்பி நின்று அவளைப் பார்த்துச் சொன்ன போதும் அவள் பார்வை சமையலறையை நோக்கித்தான் இருந்தது. ஒரு சின்ன அலட்சிய பாவம் எப்போதும் தொனிக்கும்.

அப்புறம் அவங்க வந்து சொல்லிட்டுப் போனதுக்கு என்னதான் அர்த்தம்? நீங்க வரணும், வருவீங்கங்கிற நம்பிக்கைலதானே வலிய வந்து புலம்பிட்டுப் போறாங்க...? ஒரு முடிவும் சொல்லாத உங்க மூஞ்சியப் பார்த்திட்டே போனா? பரிதாபமா இருக்குல்ல...! வீட்டுக்கு வந்தவங்கள இப்டியா அலட்சியப்படுத்தறது?

இதென்னடா இது வம்பாப் போச்சு. மனுஷன் அமைதியா இருந்தாலும் அதுக்குப் பேரு அலட்சியமா? அதுக்கு... என்னை என்ன பண்ணச் சொல்ற? நானா என்ன விபரம்னு கேட்டேன்? ... அவங்களா வந்தாங்க... சொன்னாங்க... அதுக்காகவே போயாகணுமா...? வர்றத்துக்கு முன்னாடி யோசிச்சிருக்கணும்... போய்ச் சொல்லலாமா வேண்டாமான்னு...? மத்தவங்களுக்கும் வேறே வேலை இருக்காதா? அதை ஒதுக்கிட்டுப் போக முடியுமா? பொம்பளைங்க பூராவும் ஒரே மாதிரிதான் இருப்பீங்க போல்ருக்கு...! கொக்குக்கு ஒண்ணே மதின்னு...

என்ன பெரிய்ய வேலை? பாங்குக்குப் போறதுதானே... இன்னைக்கு இல்லாட்டி நாளைக்குப் போயிக்கிறது... கெட்டா போகுது...? இது அர்ஜன்ட் இல்லையா? -

நம்ம சொந்த வேலையை விட அடுத்தவங்க வேலை உனக்கு அர்ஜென்டாப் போச்சா?- விடாமல் கேட்கிறாள். என்னைச் சம்மதிக்க வைப்பதுதான் அவள் நோக்கமாய் இருக்கும் போலிருக்கிறது. தினமும் நின்று மணிக் கணக்காய் கதை பேசும் சிநேகிதம். அதுக்கு பங்கம் வந்துவிடக் கூடாது. நான் சொன்னா அவர் கேட்பாரு என்று காட்டிக் கொள்ள வேண்டும். நான்தான் போய்ட்டு வாங்கன்னு அனுப்பி வச்சேன் என்று பெருமையடித்துக் கொள்ள வேண்டும். இதற்கு நான் உடன்பட வேண்டும்!

குக்கரில் முதல் சத்தம் வந்தது. வழக்கத்துக்கும் மாறாக சத்தமும் நீளமும் அதிகமாய்த் தெரிந்தது.

என்னா இது?... ரயில் இன்ஜின் கணக்கா... காலங் கார்த்தால...? தல வேதனையா இருக்கு...

காலைல சமைக்காம வேறே எப்பச் சமைக்கிறதாம்? சாதம் வச்சிருக்கேன்... மூணு சத்தம் வரணும்... உங்களுக்கு டிஸ்டர்பா இருந்தா ரூமுக்குள்ள போயி

கதவைச் சாத்திக்குங்க... .. -அவள் சொன்னதை நான் கேட்கப் போவதில்லை என்று உறுதி செய்து விட்டது புரிந்தது.

அறைக்குள் வந்து அமர்ந்தான். ஜன்னல் வழி எதிர் வீடு தெரிந்தது. அந்த மாடியை நோக்கினான். எந்தச் சலனமும் இல்லை. அந்தாள் இருக்கிறானா, இல்லையா? அவன் மனைவி, குழந்தைகள் இருக்கிறதா? சத்தமே யில்லையே? இப்டியா குகைக்குள்ள இருக்கிறமாதிரி இருப்பானுங்க...?

குடியிருப்பு ஆள் இருக்கும் இடமே தெரியவில்லை. இப்படி ஒரு ஆள் கிடைக்கணுமே...! சரியான அமுக்குளி. மனதுக்குள் சிரித்துக் கொண்டேன். எமப்பய...!!

வசமா மாட்டினார்யா... - வாய் என்னையறியாமல் முனகியது. பார்வை கீழ் வீட்டில் இருந்தது.

போலீஸ் ஸ்டேஷன் போகணுமாமுல்ல... போலீஸ் ஸ்டேஷன்..? அவங்க காரியத்துக்காக நான் ஏன் போய் அந்த நரகத்த மிதிக்கணும்? எனக்கென்ன தலவிதியா? வேணும்னா சொந்தக்காரங்க எவனையாச்சும் வரச்சொல்லி, கூட்டிட்டுப் போக வேண்டிதானே...? இதுக்கெல்லாமா எதுத்த வீட்டு ஆளக் கூப்பிடுறது? ஏதோ கல்யாணம் காட்சின்னு கூப்டாலும் பரவால்ல... அதான் ஊர் பூராவும் உறவுக்காரவுங்க இருக்காங்கல்ல... வந்து போன மணியமாத்தான இருக்காங்க... அதுல ஒருத்தன் கூடவா வரமாட்டான்? தன் காரியத்தத் தான்தானே பார்த்துக்கணும்... வம்பு தும்புன்னா மட்டும் அடுத்தவன் வேணுமா?

எதிர் வீட்டு மாடிப் படியில் யாரோ இறங்கி வரும் சத்தம். மறைத்திருந்த ஜன்னல் திரை, ஃபேன் காற்றில் லேசு லேசாக விலகி விலகி அந்தக் காட்சியைப் பிரதிபலிக்கிறது. நான் பார்த்துக் கொண்டிருப்பது அங்கிருந்து நிச்சயம் தெரியாது. மாசிலாமணி சத்தம்

கேட்டு வாசலுக்கு வருவது தெரிந்தது. அவர் வராண்டா விற்கு வந்து நிற்க, அந்தாள் மாடிப்படியிலிருந்து இறங்கி வெளியேற சரியாயிருந்தது. இவரும் ஒன்றும் கேட்க வில்லை. அவனும் ஒன்றும் சொல்லவில்லை. குனிந்த தலை நிமிர்ந்தால்தானே...!

பார்த்துக் கொண்டே நின்றார். அவன்பாட்டுக்குப் போய்க்கொண்டிருந்தான்.

ம்ம்... துணிஞ்சவனுக்குத் துக்கமில்ல... !!.

வீட்டுக்குள்ளிருந்து அந்தம்மாள் வந்தது. எதாச்சும் சொன்னாரா...? கேட்க... அவர் உதட்டைப் பிதுக்குவது தெரிந்தது. பேசுவது துல்லியமாய்க் கேட்டது. இரு வீட்டுக்கும் இடைப்பட்ட வீதியின் அகலம் வெறும் பதினைந்தடிதான்...

நீ என்ன... திரும்பத் திரும்ப இப்டிக் கேட்டுக் கிட்டிருக்கே... அந்தாள்டெல்லாம் இனி பேசுறாப்ல இல்ல... அவன எப்டி வெளியேத்தணும்னு எனக்குத் தெரியும்... .பொறுத்திருந்து பாரு...

என்னத்தத் தெரியும்? சொல்லிட்டேதான் இருக்கீங்க.. ஒரு .வருஷம் முடிஞ்சி போச்சு... அட்வான்சும் கழிச்சிட்டா... ஏழு மாச வாடகை பாக்கி... தர்றேன்... தர்றேன்ங்கிறாரேயொழிய, எதுவும் வந்து சேர மாட்டேங்குது... தலையத் தொங்கவிட்டமேனிக்குப் போகவும், வரவும்னு இருந்தா... சரியாப் போச்சா...? இத்தன மாசம் நழுவ விட்டதே தப்பாப் போச்சு. தும்ப விட்டிட்டு வாலப் பிடிச்ச கதையா... இப்போ புலம்பி என்ன பண்ண...? ஏன் போலீசுக்குப் போகத் தயங்குறீங்க...? போய் எழுதிக் கொடுத்தா, வந்து சாமான் செட்டத் தூக்கி வெளில வீசிட்டுப் போறான்... நமக்கென்ன வந்தது? அந்தாளென்ன உறவா...? உறவுகளையே நெருங்க விடாத காலம் இது... இதுக்குப் போயி பயந்திட்டிருந்தீங்கன்னா...?

யாருடி பயப்பட்டா...? நீபாட்டுக்கு எதையாச்சும் பேசாத... அவுங்க காதுல விழப் போகுது...

மாடிக்கெல்லாம் நாம பேசறது கேட்காது... சும்மாச் சொல்லுங்க...

எங்கூட வேல பார்த்தவங்க ரெண்டு பேர வரச் சொல்லியிருக்கேன். சேர்ந்து போயி புகார் கொடுக் கலாம்னு... கொஞ்சம் பொறு... .

ஆம்மா... ரிடையர்ட் ஆகி பத்து வருஷம் ஆச்சு... .. கூப்டவுடனே வந்திடுவாங்களாக்கும்... அதெல்லாம் சர்வீஸ்ல இருக்கிற போதுதான்... இப்பல்லாம் யாரும் தல காட்ட மாட்டாங்க...

என்ன சொல்றே நீ? அவுங்களுக்கு எத்தனையோ காரியம் செய்து கொடுத்திருக்கேன் நான்..எனக்கு ஒண்ணுன்னா விட்டுக் கொடுக்க மாட்டாங்க?... வர்றாங்களா இல்லையா பாரு...!

அதெல்லாம் சங்கத் தலைவர்ங்கிற முறைல அப்போ நீங்க செய்திருக்கலாம். அது சர்வீஸ் சம்பந்தப்பட்டது... இது சொந்த விஷயம்..சிவனேன்னு இருக்காம, .நாம ஏன் தலையக் கொடுத்துக்கிட்டுன்னுதான் நினைப்பாங்க... எதுத்த வீட்டுக்காரரே வரத் தயங்குறாரு.!

இந்த வார்த்தைகள் துல்லியமாய் என் காதில் விழுந்தன. புரிஞ்சிதுதான் போயிருக்கு!!

எதுக்கு அதுக்குள்ளேயும் அவர்ட்டப் போயிச் சொன்னே? நாந்தான் ஆளுகள வரச்சொல்லியிருக்கனே...! அப்புறம் என்ன அவசரம் உனக்கு?

அப்டியே வந்தாலும் அடுத்தடுத்து ஒண்ணொண்ணுக் கும் அவுங்களக் கூப்பிட்டுக்கிட்டு இருக்க முடியுமா? எதுத்தாப்ல இருக்கிறவருக்குத்தானே முழு விபரமும் தெரியும்... போலீஸ் கேட்டா சொல்றதுக்கும் ஏதுவா இருக்குமுல்ல...?

சரி... சாரு என்ன சொன்னாரு...? வர்றேன்னாரா...?- ஆர்வத்தோடு கேட்டார் மாசிலாமணி.

கொஞ்ச நேரத்துக்கு முன்னாடி என்னா சொன்னேன்... உங்க காதுல விழலியா...? தயங்குறாருன்னேன்ல...?

சரி... பார்ப்போம்... . - சொல்லிவிட்டுச் சட்டென்று உள்ளே போய்விட்டார் மாசில். அந்தம்மாதான் நான் எங்கேனும் தென்படுகிறேனா என்று என் வீட்டைப் பார்வையால் துளைத்தது.. நான் நன்றாக அறைக்குள் என்னை உள்ளே அமுத்திக் கொண்டேன்.

மனசு கேட்கவில்லைதான். ஆனாலும் போலீஸ் ஸ்டேஷன் போவதற்கு ஏனோ ஒரு தயக்கம். வெறுமே ஒரு புகார் எழுதிக் கொடுத்துவிட்டு வருவதுதான். அங்கே போனால் ஆயிரம் கேள்வியைக் கேட்பானோ, பதில் சொல்ல வேண்டியிருக்குமோ, சாட்சிக் கையெழுத்துப் போடச் சொல்வானோ என்றெல்லாம் நினைத்து மனம் சஞ்சலப்பட்டது. .நம்மால் முடிந்ததை வேறு என்ன செய்யலாம் என்றுதான் யோசனை போய்க் கொண்டிருந்தது எனக்கு. அலுவலகத்தில் பணியாளர்கள் பிரச்னைகள் என்று எடுத்து செய்யும் என் மனநிலை இதில் மட்டும் ஏன் மாறுபடுகிறது? போலீஸ் சம்பந்தப்பட்டது என்கிற தயக்கமா? அங்கு போய் நிற்பது கேவலம் என்ற மனப்பான்மையா?

மாலை வெளியே கிளம்பி வழக்கம்போல் நடைப் பயிற்சியில் கலந்திருந்தேன். இரண்டு தெருக்களைக் கடந்து கடைசியில் பூங்காவுள்ள அந்த நீண்ட வீதிக்குள் நுழைந்தபோது எதிர்ப்பட்ட பழைய வாட்ச்மேன் வீரணனைச் சட்டென்று நிறுத்தினேன். விஷயத்தைச் சொன்னேன்.

இதெல்லாம் நம்ம ஏரியாவுல சர்வ சாதாரணம் சார்... அதனாலதான் யாருமே வீட்டை வாடகைக்கு விடத் தயங்குறாங்க... வெறுமே பூட்டிக் கிடந்தாலும்

கிடக்கட்டும்னு போட்டுர்றாங்க... ஒண்ணுமில்ல சார்... விஷயம் இவ்வளவுதான்... நானும் இன்னொருத்தரும் வருவோம்... விறுவிறுன்னு வீட்டுக்குள்ள போய் சாமாஞ்செட்டெல்லாம் எடுத்து வெளியே வீசுவோம்... ஆளுகள வெரட்டி தடாலடியா வெளியேத்தி, வீட்டைப் பூட்டிச் சாவியக் கொண்டாந்து ஒப்படைச்சிடுவோம்... எல்லாம் அரை மணி... ஒரு மணில முடிஞ்சி போயிரும்... அதுக்கு நாங்க பொறுப்பு... ஆனா ஒண்ணு... போலீசு அது இதுன்னு அவுக போயிரக் கூடாது... அதுக்கு நீங்க பொறுப்பு ஏத்துக்கிறதுன்னா சொல்லுங்க... இப்பவே வர்றோம்... என்ன சொல்றீங்க...? என்றான்.

கேட்கும்போதே பயங்கரமாய் இருக்கிறதே... இதற்கு அவர் எப்படி ஒத்துக் கொள்வார்...? அதெல்லாம் நமக்குப் பொருந்தாதுங்க என்றுதான் கண்டிப்பாகச் சொல்வார். சரி..யோசிச்சுச் சொல்றேன்... என்றேன் அவனிடம்.

எந்த வீட்டச் சொல்றீங்க... நம்ம வூட்டுக்கு எதிர்த்தாப்ல இருக்கிற மாடியா...? அந்தாளு ஒரு பேமானிப்பயலாச்சே...! ஏற்கனவே நாலஞ்சு எடத்துல இப்டி இருந்திட்டுத்தான இங்க வந்திருக்கான்... எப்டி? சரியா விசாரிக்கலயா...? அவனக் கௌப்புறது கஷ்டமாச்சேங்க...! படு பேத்து மாத்துப் பண்றவனாச்சே...? – ஆள் ரொம்பப் பிரபலம் என்று புரிந்தது.

மேலும் அவன் இப்படிச் சொன்னது எனக்குள் வயிற்றைக் கலக்கியது. ஐயோ பாவம்... மாசிலாமணி இதிலிருந்து எப்படி மீளப் போகிறார்? உள்ளுக்குள் பதட்டமாய்க் கேள்வி எழுந்தாலும் மனதின் ஒரு மூலையில் ஏதோ ஒரு சிறு மகிழ்ச்சி... இந்த விஷயத்தில் தான் ஒரு மாதிரித்தான் இருக்கிறோம் என்கிற நினைப்பு ஏதோவொரு விதத்தில் சற்று மகிழ்ச்சியையும் கொஞ்சம் சங்கடத்தையும் சேர்த்து வழங்கியது.

பையன் காது குத்து ஃபங்ஷன்போது ஒரு நாளைக்கு அந்த மாடியக் கொடுங்க... விருந்தாளிங்கல்லாம் நிறைய வந்திட்டாங்க... ஒரு நைட்டு படுத்திருந்திட்டுப் போயிடு வாங்கன்னு கேட்டேன். அந்தாளு காது கொடுத்தாரா? ஏகப்பட்ட சாமான் கெடக்கு... ஃபேன் சுத்தாது... பாத்ரூம் கொழா சரியில்ல, சுத்தம் பண்ணனும்... அது இதுன்னு என்னெல்லாம் சாக்குச் சொன்னாரு? ... வேணும்... நல்லா வேணும்... - மனம் ஓலமிட்டது.

இரவு படுக்கையைப் போட்டபோதும் இதே சிந்தனை. தேவையில்லாமல் நான் ஏன் இதை அலட்டிக் கொள்ள வேண்டும். அது அவர் பாடு. நிம்மதியாய்த் தூங்கமாட்டாமல்? என்று எண்ணியவாறே புரண்டு கொண்டிருந்தேன்.

மனதுக்குள் ஒரு யோசனை பளிச்சென்று தோன்றியது. அதே சமயம் அத சாத்தியமா என்றும் ஒரு எண்ணம் வந்தது.

காலையில் எழுந்ததும் முதலில் அந்த யோசனையை கிரிஜாவிடம் சொன்னேன். கேட்டவுடன் அதிர்ந்தாள். இதென்ன அநியாயமாயிருக்கு...? வாடகை தராட்டாலும் காலி பண்ணுன்னு சொன்னாக் கூடப் பரவால்ல... கொஞ்சம் பணத்தையும் கொடுத்து அவன வெளியேத்தணும்ங்கிறது எப்படிச் சரியா இருக்க முடியும்? அவனுக்குப் பயந்து இதைச் செய்றாப்ல ஆயிடுமே...? பத்தாதுன்னு தலைல ஏறி உட்கார்ந்தான்னா...?

சரி, தவறெல்லாம் இந்தக் காலத்துல பார்க்கக் கூடாது... ஆளக் கௌப்பணும்னா இதுதான் வழி. அவனாக் காலி பண்ணினாலும் இனிமே மீதமிருக்கிற மாசத்துக்கு அவன் வாடகை எதுவும் தரப் போறதில்ல... அதத் தெரிஞ்சிக்கோ... கையை விரிச்சிட்டுத்தான் போவான்... ஆனா அது எப்போங்கிறது யாருக்கும் தெரியாது. அதுவரைக்கும் விட்டு வைக்கவும் முடியாது. அதனால உடனடியா இது நடக்கணும்னா நான்

சொன்னதுதான் வழி... ஆறு மாச வாடகையை அல்லது ஒரு இருபதாயிரமோ இருபத்தஞ்சாயிரமோ அந்தாள் கைல திணிச்சி, அப்பா... சாமி..போயிட்டுவான்னா ஒரு வேளை நகரலாம்... .. அதை சரியான ஒரு ஆளை வச்சு உட்கார்ந்து பேசி, முடிவு பண்ணிச் செய்ய வேண்டியது அவுங்க பொறுப்பு... யோசனையா இதைச் சொல்லலாம்...

நல்லாயிருக்கே... இதப் போயி நான் சொல்லணுமாக்கும் அவங்ககிட்ட...? ஏன் நீங்க போய்ச் சொல்றது? -கடூரமாய் மறுத்தாள் சுமதி.

என்கிட்டதான் அவுங்க பேசவேயில்லயே... எல்லாத்தையும் உன்கிட்டதானே புலம்பிட்டுப் போனாங்க அன்னைக்கு...! என்னையும் மதிச்சுப் பேசியிருந்தா நான் ஏதாச்சும் சொல்லியிருப்பேன்... - நானும் விடாமல் நின்றேன்.

நொண்டிக் கழுதைக்கு சறுக்கினது சாக்காக்கும்? நம்ப வீட்டுக்கு வந்ததே நம்பளை மதிச்சிதானே? உங்கள மதிச்சதுனாலதான் நேரடியா உங்ககிட்டே சொல்லலை... அத முதல்ல புரிஞ்சிக்குங்க... இதுல என்னங்க இருக்கு... ஒரு உதவின்னு கேட்டு வர்றாங்க... இப்டியா எனக் கென்னன்னு இருக்கிறது? போய் உட்கார்ந்து பொறுப்பா ஏதாச்சும் நாலு வார்த்தை பேசிட்டு வாங்க... அவங் களுக்கு ஒரு சமாதானமாகவாவது இருக்கும்...

நீ நினைக்கிறமாதிரியே நான் புரிஞ்சிக்கணும்னு விதியா...? நேரடியா என் முகத்தைப் பார்த்துச் சொன்னாத்தான் எங்கிட்ட சொன்னதா, என்னை மதிச்சு சொன்னதா நான் எடுத்துக்க முடியும்... உன் இஷ்டத்துக்கு என்ன வேணாலும் கற்பனை பண்ணிப்பே... நான் அதுக்குத் தலையாட்டணுமா...? - விடாமல் கேட்டான் சந்திரன்.

ஆனாலும் எதுத்த வீட்டுல இருக்கிறவரோட இவ்வளவு டிஸ்டன்ஸ் மெயின்டெய்ன் பண்றது நல்லா இல்லேங்க... அவ்வளவுதான் நான் சொல்லிட்டேன்...

நமக்கும் நாலு பேர் வேணும்... நாளைக்கு நமக்கும் ஒரு ஆத்திரம் அவசரம்னு வரும்... அப்போ தெரியும் அந்தக் கஷ்டம்...

உனக்கு என்ன தெரியும் அவரப்பத்தி...! சும்மா என்னத்தையாவது சொல்லாதே... நாம இங்க வீடு கட்டுறபோதுதான் எதுத்தாப்ல அவுங்களும் கட்டிட்டிருந் தாங்க... ஒரு நாளைக்கு மட்டும் கட்டடத்துக்கு தண்ணி யடிக்கறதுக்கு மோட்டார் போட்டு உதவுங்கன்னு கேட்டேன்... அப்போ நமக்கு ஜெட்டு மோட்டார் மாட்டியாகலை... நூத்தம்பதடி ரப்பர் பைப் வச்சிருந் தான்... ஊருக்கே இழுக்கலாம் அதை... மாட்டேன்னுட் டாரு... கரன்ட் சார்ஜ் தர்றேன்னு கூடச் சொல்லிப் பார்த்தேன்... மறுத்திட்டாரு... அதெல்லாம் மறந்திடுமா என்ன? கிரஉறப் பிரவேசத்தும்போது நுழைஞ்சவ நீ... அதுக்கு முன்னாடி நடந்ததெல்லாம் என்ன தெரியும் உனக்கு? தெனம் வந்து கெதியாக் கிடந்தவன் நானுல்ல...? பட்ட பாடெல்லாம் எனக்குத் தானே...! நீபாட்டுக்குப் பேசுறியே...! சும்மாக் கெட....

அதெல்லாம் என்னைக்கோ நடந்ததுங்க... இன்னுமா நினைச்சிட்டிருக்கிறது? அப்டி அப்டியே விடணும்ங்க... வன்மமாவா வச்சிக்கிறது மனசுல...?

தத்திப் பித்தி எப்டி வருதுன்னுதான் கொஞ்சம் வேடிக்கை பார்ப்போம்டீ... அதுக்குள்ளயும் என் உசிர ஏன் நீ வாங்குற...? என்னால போலீஸ் ஸ்டேஷனுக் கெல்லாம் போய் நிக்க முடியாது... அதெல்லாம் என்னைப் பொறுத்தவரை கேவலம்... அவ்வளவுதான்...!

சொல்லிக் கொண்டிருக்கும்போதே வெளியே கார் சத்தம் கேட்டது. யார் வந்திருக்கிறது என்கிற கேள்வி யோடே சட்டையை மாட்டிக் கொண்டு அவசரமாய் வாசலுக்குப் போய் நின்றேன். மாசிலாமணியும் அவர் மனைவியும் அந்தப் பக்கத்து வீட்டுக்காரரின் காரில் ஏறிக் கொண்டிருந்தார்கள்.

விடுவிடுவென்று வீதிக்கு இறங்கிய சுமதியை என்னால் தடுக்க முடியவில்லை.

எங்கே...? கேட்டபடியே நெருங்கிய அவளிடம்... போலீஸ் ஸ்டேஷனுக்குப் போறோம்... ஒரு கம்ப்ளெய்ன்ட் கொடுக்கலாம்னு... என்றார்கள் மாசிலாமணியின் மனைவி.

சாரும் வர்றாரா...? வரச் சொல்லுங்க... – என்றார் அந்தப் பக்கத்து வீட்டுக்காரரர்.

ஆமாம்... ஒரு நிமிஷம் இருங்க... என்ற சுமதி... பின்பக்கம் திரும்பியவாறே என்னங்க... கெளம்புங்க... கூடப் போயிட்டு வாங்க... என்றாள். அந்தக் குரலில் இருந்த அதிகாரம் என்னை நிலை குலையச் செய்தது.

மறுக்க முடியாமல் செருப்பை மாட்டிக் கொண்டு வீதியில் இறங்கி, காரை நோக்கி நடந்தேன். கேட் அருகே வந்து விட்ட சுமதிக்கு மட்டும் கேட்கும்படி சொன்னேன்...!.

வந்து வச்சிக்கிறேன்...! –

சொன்னதுபோல் அன்று போய்விட்டு வந்து சண்டையைக் கிளப்பாததும், வெறுமே கம்ப்ளெயின்ட் எழுதிக் கொடுத்துவிட்டு வந்ததே பெரிய சாதனை போலவும், அதற்குக் கூடப்போய் திரும்பி வந்ததே தனது அதிகார வெற்றி என்று சுமதி திருப்தியடைந்ததும் சந்திரனுக்கு அதற்குப் பிறகு மறந்தே போயிற்று.

ஆனால் அந்தப் பக்கத்து வீட்டுக்காரரர் சென்னையில் உள்ள தன் உறவினர் ஒருவருக்குச் சொல்லி காவல் துறையில் உயர் பதவியில் இருக்கும் அந்த அவர் இரவோடு இரவாக ஒரு போலீஸ் படையை உள்ளூரில் வரச்செய்து அந்தாளைக் காலி பண்ண வைத்ததும்... தனிக்கதையாக முடிந்துதான் போனது. அவர்களோடு இணைந்து காவல் நிலையத்திற்குப் போய் நின்று

திரும்பியதே பழிவராமல் போனதாய் நினைத்து சந்திரன் மனது சமாதானப்பட்டது. கோர்வையான நினைவுகளில் மூழ்கிப் போய் பொழுது கழிந்ததுதான் மிச்சம் என்று அவன் மனம் சுணங்கியது.

7

அன்று விடுப்பு எடுத்து என்ன பெரிதாகக் கிழித் தோம் என்று கோபம் வந்தது. மாலை வரை நேரம் போனதுதான் மிச்சம். உருப்படியாய் எதுவும் நடக்க வில்லை. பாழாய்ப் போன சினிமா வந்து நேரத்தைப் போக்கி விடுகிறது. மனிதனுக்கு காட்சியாய்க் காண்பதில் ஒரு திருப்தி இருக்கிறது. ஏதேனும் பழைய கருப்பு வெள்ளை சினிமாக்கள் போட்டால் தொலைக்காட்சி பார்க்காமல் இருக்க முடிவதில்லை. ஒரு முறைக்குப் பல முறை பார்த்தாலும் காட்சிகளும், வசனங்களும் அலுப்பதில்லை. எடுத்துக் கொண்ட கதைக்கேற்றாற்போல் எப்படி இத்தனை அழகாக வசனம் எழுதுகிறார்கள் என்று ஆச்சரியப்படுத்தும். காட்சியமைப்பும், வசனமும், அதை அந்தந்த உணர்ச்சிகளை வெளிப்படுத்தி நடிக்கும் நடிகர்களும்... அவனை ரொம்பவும் ரசிக்க வைத் திருக்கிறது.

சமுதாயத்துக்கு நல்ல சிந்தனைகளைத் தரும் திரைப் படங்களை அந்தக் காலத்தில் எடுத்திருக்கிறார்கள். குடும்ப உறவுகளை மேம்படுத்தும் படங்கள் நிறைய வந்திருக்கின்றன. பார்க்கும் மனங்களைக் கெடுக்கக் கூடாது என்கிற எண்ணம் இருந்திருக்கிறது. கலை நயம் மிக்க கருத்தாக்கங்களாக இருந்த திரைப் படங்கள் அநேகம். அந்தந்தக் கதா பாத்திரங்களாகவே தங்களை மாற்றிக் கொள்வதில் பழம் பெரும் நடிகர்கள் மிகுந்த திறமைசாலிகளாக இருந்திருக்கிறார்கள். ஒரு திரைப் படத்தில் நடிக்கும் போது அது முடியும்வரை பிறி தொன்றில் கவனம் செலுத்துவதில்லை என்கிற

நடைமுறை இருந்திருக்கிறது. உறங்கும் நேரம் தவிர மற்ற எல்லாப் பொழுதுகளிலும், நடிக்கும் படத்தில் ஏற்றிருக்கும் பாத்திரம் குறித்த சிந்தனையே அவர்களிடம் விஞ்சியிருக்கிறது. அப்படி எத்தனை நடிகர்களைச் சொல்லலாம்?

குறிப்பாக அவனுக்குப் பிடித்தது நடிகர் நாகையா என்று நினைத்துக் கொண்டான். அவரை மானசீகத் தந்தையாகவே அவரின் திரைப்படங்களைப் பார்க்கும் போதெல்லாம் தான் நினைத்து வந்திருப்பதை எண்ணிக் கொண்டான். தமிழ்த் திரையுலகம் தவறவிட்ட குணச் சித்திர நடிகர்கள் எத்தனையோ...! தவறவிட்ட என்றால் தொடர்ந்து வாய்ப்புகள் அளிக்கப்படாமல் போனது என்றும், வாய்ப்பே அளிக்காமல் போனது என்றும் கொள்ளலாம். ஆனால் அளிக்கக் கூடாது என்று இருந்தவர்கள் ஒதுக்கப்பட்டவர்கள் அல்ல. அவர்கள் எத்தனை மதிப்புக்குரியவர்களாக இருந்திருக்கிறார்கள். அதீதத் திறமைசாலிகளாக வலம் வந்திருக்கிறார்கள். இதைச் சொல்லித்தான், இப்படியான உண்மையை நிறுவித்தான் இந்தத் துயரத்தை ஆற்றிக் கொள்ள வேண்டியிருக்கிறது. துயரம்தான். ஆற்றோணாத் துயரம். தன்னையே அர்ப்பணித்த, சிகரங்களைத் தொட்ட தமிழ் சினிமா ரசிகனுக்கு இது தாள முடியாத துயரம்தான். தொடர்ந்த வாய்ப்பில்லாமல் போன திறமைசாலிகள் என்றுதான் இவர்களை நினைக்க வேண்டியிருக்கிறது. அதனால் ரசிகர்களான நமக்கு நஷ்டம். தமிழ்த் திரையுலகுக்கு நஷ்டம். இந்த உலகம் என்று நல்ல கலைஞர்களையும், நல்ல படைப்பாளிகளையும் அரவணைத்துப் பாதுகாத்திருக்கிறது? அவரவர் பாடு அவரவருக்கு. இருக்கும் காலத்தில் இருக்கிறாரே என்று விட்டு விடும். போற்றிப் பாதுகாக்காது. போன காலத்தில் அப்படியா? ஐயோ, பாவம் என்ற கேள்வியோடும், ஆறுதலோடும் நின்று கொள்ளும். இல்லாத காலத்தில் விடுங்கள் என்று ஒதுங்கிக் கொள்ளும். மறைந்த பின்னால் கூட அவர்களின் பெருமை பாடத் தெரியாது.

எண்ணங்கள் படு தீவிரமாகக் கிளம்பி பூதாகரமாக வெடித்து விடுமோ என்று நினைத்து தனக்குத்தானே சிரித்துக் கொண்டான். எத்தனையோ மனதில் தோன்று கிறதுதான். பகிர்ந்து கொள்ளத்தான் ஆள் இல்லை.

கூட்டங்களுக்குச் செல்லுமிடங்களில் புத்தக ஆர்வலர்களோடு சேர்ந்து அமர்ந்து பேசியிருக்கிறான். நிறையப் பேர் படிப்பதில்லை என்று தெரிந்தது. புத்தகங் களைக் காசு கொடுத்து வாங்குவதுமில்லை. யாரிட மேனும் ஓசி வாங்கிக் கொண்டு போனால் அதைப் படிப்பதுமில்லை. படித்தாலும் திருப்பிக் கொடுப்பதில்லை.

நூலகங்களிலேயே புத்தகங்கள் திருடு போகிறது என்கி றார்கள். அதனால்தானே விலையுயர்ந்த புத்தகங்களை அங்கேயே வைத்து ”ரெஃபரன்ஸ் மட்டும்” என்று மாற்றி விட்டார்கள். அப்படியும் திருடு போகின்றனதான். வாங்கிப் போகும் புத்தகங்களைப் பலரும் திரும்பக் கொண்டு வருவதில்லை. படிக்கும்போது அடிக் கோடிடுவது... அடையாளத்திற்கு மேல் நுனியை மடிப்பது... கமென்ட் எழுதுவது...

இதெல்லாம் என்ன சார் பழக்கம்? சொந்தப் புத்தகமா? லைப்ரரி புக்லயே இப்டிச் செய்றாங்களே? என்று வருத்தப்பட்டார் ஒரு நூலகர். அந்த நூலகத்தின் வாசகர் வட்டத் தலைவராய் சிறிது காலம் இருந்தான் இவன். மாதம் தோறும் கூட்டங்கள் நடத்தினான். ஏதேனும் ஒரு புத்தகத்தை யாரேனும் ஒருவர் படித்து விட்டு வந்து அலச வேண்டும். வழக்கம்போல் கவிதை படிக்கலாம். கதை படிக்கலாம். தங்களின் அந்த மாத வாசிப்பு அனுபவத்தைப் பகிர்ந்து கொள்ளலாம். மனதைப் பாதித்தவற்றை எடுத்துரைக்கலாம். நன்றாய்த் தான் போய்க் கொண்டிருந்தது. பின்பு அதிலும் ஒரு அலுப்பு வந்தது இவனுக்கு.

வெறும் சீனியர் சிட்டிசன்ஸ்தான் மீட்டிங்கிற்கு வர்றாங்க... அவுங்களுக்கு வேலை வெட்டி இல்லை... பொழுது போக்க வேறே இடம்? இளைஞர்கள் யாருமே

இல்லையே சார்... நல்ல இலக்கியக் கூட்டமா இருக்கும்னு பார்த்தா, வெறும் அரட்டைக் கச்சேரியால்ல இருக்கு? என்று ஒரு போடு போட்டார் ஒருவர்.

இலக்கிய நிகழ்வுன்னு வெளில நடக்குதே... அங்க மட்டும் என்ன வாழுதாம்? என்றான் இவன். இங்கயாச்சும் ஏதாச்சும் ஒரு புத்தகத்தை ஆழமாப் பேசற பழக்கம் இருக்கு... அங்கே இப்டி எதுவுமே இல்லையே... ஒரு நிறுவனத்தோட அமைப்புங்கிற பேர்ல அவுங்கவுங்க இடத்தைத் தக்க வச்சுக்கிறதுக்கும், மாதாந்திர சடங்கை நடத்தி முடிச்சாகணும்ங்கிற கட்டாயத்துக்காகவும்தானே எல்லாமும் நடக்குது... என்றான் இவன்.

சொல்லப் போனால் இம்மாதிரி வெளி நிகழ்வுகள் எதிலுமே இன்றுவரை ஒரு திருப்தி வந்ததில்லை என்று தான் தோன்றியது. படிக்கும் பழக்கம் உள்ளவர்களிலேயே எத்தனைவிதமான கோணங்கிகள் இருக்கிறார்கள்?

பலரின் ரசனை பிடிவாதமான ஒன்றாய்த் தோன்றியது. ஒரு குறிப்பிட்ட கருத்தை முன் வைத்தே அவர்களின் பார்வை படருவதும், அதற்கு முரணான காட்சிகள், வசனங்கள், வரிகள், கருத்தோட்டங்கள் என்று இருந்தால் அதை ஏற்றுக் கொள்ளாமல் மறுதலிப்பதும் அவர்களின் வழக்கமாய் இருந்தது. ஒரு வட்டத்தைப் போட்டு, அதற்குள் நின்று கொண்டு வெளியே வரமாட்டேன் என்கிறார்கள். கலையும் இலக்கியமும் மக்களுக்காகவே என்பதில் பிடிவாதமாய் இருந்தார்கள். கலை கலைக்காகவே என்கிற கருத்தும், அது சார்ந்த படைப்புக்களும் அவர்களை ஈர்ப்பதில்லை, ஈர்த்தாலும் அதைப் பாராட்டுவதில்லை, ஏற்றுக் கொள்வதில்லை. ஒரே மாதிரியான கருத்துக்களை அவர்கள் திரும்பத் திரும்பச் சொல்லிக் கொண்டிருப்பது இவனுக்கு அலுப்பூட்டியது.

படைப்புக்களையே அந்த நோக்கில் சிந்தித்துத்தான் தர வேண்டும் என்றார்கள். இப்படியெல்லாமும்

மனிதர்கள் இருக்கக்கூடும்தானே என்றால், இருந்தால் அதை நீங்கள் சொல்லாதீர்கள் என்றார்கள். அங் கொன்றும் இங்கொன்றுமாக சிலவை இருக்கத்தானே செய்கின்றன என்று சுட்டிக் காண்பித்தால் அதுபற்றிச் சொல்ல அவசியமில்லை என்று மறுதலித்தார்கள். அப்படியான படைப்புக்களை நீங்கள் தருவீர்களே யானால், ஒதுக்கப்படுவீர்கள் என்பதைச் சொல்லாமல் சொன்னார்கள். அதுக்காக எழுதாம முடியுமா? மன உந்துதல்தானே படைப்பு...! என்று நினைத்தான் இவன்.

பரந்து விரிந்த படிப்பனுபவமும், படைப்பனுபவமும் வேண்டும் என்பது இவன் எண்ணமாக இருந்தது. அதற்கு அங்கு இடமிருக்காது என்றும் தோன்றியது. இருந்தாலும் அதுவும் ஒரு சர்க்கிள்தான் அங்கே. ஆனாலும் வட்டத்திற்குள்ளிருந்து வெளியேறி வெவ்வேறு கோணங்களிலான படைப்புச் சாகசங்களை நிகழ்த்தியவர் களை சமயங்களில் அவர்கள் பாராட்டவும் தவறவில்லை. ஒருவேளை நாங்களும் இருக்கிறோம் என்று தங்களை மக்களுக்கு நினைவு படுத்த இவர்களைப் பயன்படுத்திக் கொள்கிறார்களோ என்ற சிந்தனை ஓடியது.

எப்படியானால் என்ன, பழகுவதற்கு நல்ல நண்பர்கள் அவர்கள். தன் மனத்தில் உதிக்கும் மனித நேயச் சிந்தனைகளுக்கு உரமிட்டவர்கள். எளிமையானவர்கள். இன்னும் எழுதுங்க, எழுதுங்க என்று உற்சாகப்படுத்தி யவர்கள். அவர்களை இவனால் உதற முடியாது. அந்த நட்பு வட்டத்திலிருந்து வெளியே வர ஏலாதுதான். ஆனாலும் அடிக்கடி கூட்டம், தர்ணா, போராட்டம் என்று செல்வதற்கு இவனுக்குப் பிடிக்கவில்லை. அவர்களும் வற்புறுத்தி அழைக்கவில்லை என்பது வேறு. வந்தால், வாருங்கள் என்பார்கள். பெரும்பாலான நேரங்கள் அதில் பாழாய்ப் போகின்றன. தனக்கிருக்கும் வாசிப்பு ஆசையை அது விழுங்கிக் கொள்கிறது. எழுத்து ஆசையை மட்டுப்படுத்துகிறது. பரந்து விரிந்த சிந்தனையைத் தடைப் படுத்துகிறது.

வளர்ந்த வளர்ப்பும், வாழ்ந்த வாழ்க்கையும்தான் தனக்கென்று தன்னை அடையாளப்படுத்தும் ஒருவகை யான எழுத்து வகையை அவனுக்கு வழங்கியது. அந்த எழுத்து ஏற்றுக்கொள்ளப்பட்டபோது சந்தோஷமா யிருந்தது. ஊக்கப்படுத்தப்பட்டபோது கைகோர்த்துக் கொண்டது. ஆனாலும் இன்னும்... இன்னும்... என்பதாக அவன் படைப்பார்வம் பல்கிப் பெருக வேண்டும் என்பதே அவன் அவாவாயிருந்தது. இன்னும் சொல்ல ஏராளமாயிருக்கிறது. இந்த மக்களுக்கு நடுவிலான வாழ்க்கையே அந்தப் பாடத்தை வழங்குகிறது என்று நினைத்தான். குடும்ப வாழ்க்கையின் மனோலயங்களே அவனுக்கு நிறையப் பாடங்களைப் புகட்டின.

அவனைக் கெடுத்தது அவனின் குடும்பச் சுழல்தான். குடும்பம் என்றால் அவனென்ன பெரிய குடும்பியா? அதுவுமில்லை. ரெண்டே ரெண்டு பேர். அவனும் அவன் மனைவியும். பையனோ சென்னையில். காலையில் படுக்கையில் இருந்து எழுந்தால் ஒருவரை ஒருவர் முகம் பார்த்துக் கொண்டுதான் ஆக வேண்டும். பிடிக்கிறதோ இல்லையோ வாழ்ந்தாக வேண்டும். கசக்கிறதோ இனிக்கிறதோ பேசியாக வேண்டும்.

எதுக்காக இப்டி இருட்டு ரூமுக்குள்ள ஓரமா வந்து முடங்குறே? ஹால்ல வந்து ஊஞ்சல்ல தலை சாய்க்க வேண்டிதானே? வெளிச்சத்துல இருந்தாத்தான் மனசும் விசாலப்படும்... இப்டி இருட்டுக்குள்ள முடங்கினா?

எனக்கு இந்த இடம்தான் பிடிச்சிருக்கு... எனக்குப் பிடித்தமான இடத்துல படுக்கக் கூட உரிமையில்லையா?

தாராளமாப் படு... யார் வேண்டாம்னாங்க... இருட்டுக்குள்ள மேலும் மேலும் உன்னைப் புகுத்திக் கிட்டேன்னா, மனசுதான் கெட்டுப் போகும்... சூன்யம் தான் நெஞ்சுல நிலைக்கும்... அப்புறம் வியாதி வந்து ஒட்டிக்கும்...

அதான் ஏற்கனவே ஒட்டிட்டிருக்கே... இன்னும் வேறே வரணுமா?

ரத்தக் கொதிப்பும், சர்க்கரையும் வியாதின்னு யாரும் இந்தக் காலத்துல நினைக்கிறதில்லே... ஏன்னா அது இல்லாத ஆளு யாருன்னு கேட்கிற நிலைலதான் இருக்கு... மாத்திரையைப் போட்டுக்கிட்டு எப்பவும் போல இயங்கிக்கிட்டுத்தான் இருக்காங்க...

நானும் அப்டித்தான் இருக்கேன்... நா மட்டும் என்ன முடங்கியா கிடக்கேன்...

நீ அப்டி இருக்கேன்னு நான் சொன்னேனா? நீயா கேட்டுக்கிட்டா எப்படி? உடலுழைப்பும், உற்சாக மனநிலையும்தான் இதையெல்லாம் மாத்தும்னு சொல்ல வந்தேன்...

என்னை மாதிரி உடலுழைச்சாப் போறும்... காலைல எழுந்திரிச்சதிலேர்ந்து ராத்திரி படுக்கைக்குப் போற வரைக்கும் வேலை செய்றேன் நான்... அதை என்னைக் காச்சும் சொல்றீங்களா? என்னவோ பெரிஸ்ஸ்ஸா அட்வைஸ் பண்ண வர்றீங்களே?

நான் உனக்கு அட்வைஸ் பண்ண முடியுமா? உனக்குத் தெரியாததா? ஏன் இப்டி இருட்டுல முடங்கு றேன்னு சொல்ல வந்தேன்... அப்டிப் பார்த்தா நான் கூடத்தான் வேலை செய்றேன்... நான் எதுவுமே செய்றதில்லையா? தினமும் பால் வாங்கிட்டு வர்றேன், காய்கறி, பலசரக்கு அத்தனையும் பார்த்துப் பார்த்து வாங்கி வச்சிடுறேன்... நீ சொல்லும் போதெல்லாம் அடிக்கடி கடைக்கு ஓடுறேன்... வாசல் தெளிக்கிறேன்... பால் காய்ச்சிறேன், டிகாக் ஷன் போடுறேன்... உனக்கு காபி கலந்து தர்றேன்... வாரா வாரம் தவறாம இட்லி தோசைக்கு மாவாட்டி வைக்கிறேன். வாஷிங் மெஷின் போடுறேன்... டெய்லி காய், கீரை நறுக்கித் தர்றேன்... அப்பப்போ தூசி, ஒட்டடை எடுத்து சுத்தம் பண்றேன்...

செய்யலியா? எதுக்காச்சும் அலுத்திட்டிருக்கேனா? என்னை மாதிரி யார் செய்றாங்க சொல்லு...? இவ்வளவு செய்தும் உனக்கும் எனக்கும் எப்பயும் சண்டைதான்... என்னைக்காச்சும் ஒரு நாள் சுமுகமா நீ எனக்கு சாப் பாடு போட்டிருக்கியா? அவ்வளவு எதுக்கு? என்னைக்கு நீ எனக்கு சாப்பாடு போட்டிருக்கே... அதச் சொல்லு? நானால்ல எடுத்து வச்சி, போட்டு சாப்டிட்டு, திரும்ப எடுத்து வச்சிட்டுப் போறேன்... ஆபீசுக்கு நீதான் எடுத்து வைக்கிறே... அதை இல்லேன்னு சொல்லலை... ஒரு நாளைக்காச்சும் எனக்கு இதைப் பண்ணு, அதைப் பண்ணுன்னு உன்னை வற்புறுத்தியிருக்கேனா? ஆசையா, ஏதாச்சும் செய்து கொடுன்னு உன்கிட்டே கேட்டிருக் கேனா? கேசரி பண்ணுன்னு எத்தனை மாசமா சொல்லிட்டிருக்கேன்... உன் மனசுல இல்லேன்னு சொல்லு பார்ப்போம்... கடைக்குப் போயி ஒரு கப்பு கேசரி கொடுய்யான்னு வாங்கித் திங்கத் தெரியாது எனக்கு? ஏன் போகலை? அது என்னவோ நீ செய்து சாப்பிட்டா ஒரு திருப்தி. அதை நீ புரிஞ்சிக்கணுமே? ஆசையாக் கேட்கிறான்னு அனுசரணையாப் புரிஞ்சிக் கிட்டாத்தானே செய்து தரத் தோணும்... உன்கிட்டதான் அந்த மாதிரிக் குணமேயில்லையே? அப்புறம் நான் எங்கே போய் முட்டிக்கிறது?

சொல்லிவிட்டுத் திரும்பிப் பார்த்தான் சந்திரன். சுமதி தூங்கி விட்டாற் போலிருந்தது. இவகிட்டச் சொல்றதுக்கு செவுத்துல போய் முட்டிக்கலாம் என்று நினைத்தான்.

திடீரென்று நேரம் போய்விட்டது தெரிந்தது. அடடே... ஆபீஸ் முடிஞ்சு வெளில வந்திருப்பாளே...! மறந்திட்டமே... என்று நினைத்தவாறே பரபரவென்று பேன்ட்டுக்குள் நுழைந்து, சட்டையை எடுத்து மாட்டிக் கொண்டு புறப்பட்டான் சந்திரன்.

அதே நேரம் ஃபோன் மணியும் அடித்தது. வழக்கத்திற்கு மாறாக அது அலறுவது போலிருந்தது இவனுக்கு.

8

தொலைபேசியை எடுத்தான். இவன் எடுக்கும்போது அவள் வைத்து விட்டாள் என்று தெரிந்தது. உறலோ... என்ற கேட்புக்கு பதிலில்லை. மாடியிலிருந்து கீழிறங்கு கிறாள் என்று புரிந்தது. வீட்டைப் பூட்டிக் கொண்டு வராண்டாவிற்கு வந்து வண்டியை எடுத்தான். செல் எடுத்துக் கொள்ளாதது சலிப்பை ஏற்படுத்தியது. மூன்று பூட்டுப் பூட்டி வெளியே வந்து வண்டியை எடுக்கும்போது ஞாபகம் வருகிறது. திரும்ப அத்தனையையும் திறந்து எவன் எடுக்கிறது? என்று எரிச்சல் பட்டது மனம். கிளம்பினால் அஞ்சாவது நிமிடம் ஆபீஸ் வாசல். நின்று கொண்டிருந்தாளானால் அப்படியே ஏற்றிக் கொண்டு வர வேண்டியதுதான். நினைத்தவாறே கேட் கொண்டியைப் போட்டு விட்டு வண்டியை ஸ்டார்ட் செய்தான்.

இவன் விடுப்பின்போதும், சனிக்கிழமைகளிலும் அவள் ஆபீசுக்கே சென்று அழைத்து வருவது வழக்கமாயிருந்தது. மற்ற நாட்களில் அவளே வீட்டுக்கு வந்து விடுவாள். இவன் வர நேரம் ஆகும். சமயங்களில் சரியாக அலுவலக நேரம் முடிந்து உடன் கிளம்பும் நாட்களில் அவளுக்கு ஃபோன் செய்து சொல்லி விடுவான்.

வெயிட் பண்ணு... நான் வந்து சேர்ந்து போகலாம்... – அன்று காத்திருப்பாள். பஸ்ஸில் ஏறி அந்தக் கூட்டத்தில் இடித்துப் பிடித்து வீடு போய்ச் சேருவது சிரமம். வருகிறேன் என்று சொல்லும் நாட்களில் காத்திருக்கக் தயாராய் இருப்பது இதைப் புலப்படுத்திற்று இவனுக்கு.

எதுக்கு இவ்வளவு சிரமம். காசை வச்சிட்டு என்ன பண்ணப் போறோம்? பேசாம ஒரு ஆட்டோ ஏற்பாடு

பண்ணிக்கோயேன்... காலைலயும் சாயந்திரமும் சேர்த்து மாசத்துக்கு எவ்வளவுன்னு கேளு. கொடுத்திடுவோம்... டென்ஷனில்லாம வீட்டு வாசல்வரை வந்து இறங்கலாமே...

அநாவசியமா அதுக்கு இரண்டாயிரம் மூவாயிரம் செலவு செய்யணுமா? ஆபீஸ் வாசலுக்கு வந்தா பஸ் ரெடியா வரப்போறது... ஏழு ரூபா கொடுத்தா அஞ்சு நிமிஷத்துல இறக்கி விடப்போறான்... தனியா ஆட்டோ வச்சி வீடு போய் இறங்குறதுக்கு நாம என்ன ஆபீசரா? எல்லாம் இது போதும்... உங்களால முடிஞ்ச அன்னிக்கு வாங்கோ... மத்த நாள்ல நானே வந்துக்கிறேன்...

அவளின் சிக்கன நடவடிக்கைகள் பல சமயங்களில் புரிந்து கொள்ள முடியாததாயிருந்தது. நம் வசதிக்குத் தானே காசு. ஒரு சாதாரணத் தேவையைப் பூர்த்தி செய்து கொள்ள மனமில்லாமல் அனுதினமும் கஷ்டப் பட்டுக் கொண்டு அலைவது, தேவை என்று தான் கருதும் தேவையில்லாதவற்றிற்கு சர்வ சகஜமாய் செலவு மேற்கொள்வது... இதென்ன பழக்கங்கள்...

டாய்லெட் க்ளீனிங், ஃப்ளோர் வாஷிங், ரூம் ஸ்ப்ரே அது இதுன்னு நீ வாங்குறதைப் பார்த்தா, நம்ம சாப்பாட்டுக்குன்னு செலவு செய்றதைவிட இம்மாதிரிக் காரியங்களுக்குத்தான் எக்கச் சக்கமா செலவழிக்கிற மோன்னு தோணுது... மாசா மாசம், ரெண்டு மாசத்துக் கொருதரம்னு நீ இதுகளையெல்லாம் அடிக்கடி மாத்திக்கிட்டேயிருக்கிறது ரொம்ப ஓவராத் தெரியுது எனக்கு... ஓடோ நில், ஏர் க்ளீனர்னு எழுவது எண்பதுக்கு வாரத்துக்கு நாலு வாங்கிப் போட்டீன்னா... இந்த வீட்டோட கதி என்னாவுறது? அளவா இருக்க வேண்டி தான், அதுக்காக இப்டியா? எந்நேரமும் சென்ட் வாசனை வீட்டுல மூக்கைத் துளைக்குது? ரூமுக்கு ஒரு குட்நைட்னு கொசு மருந்து வாங்கித் தொங்கவிடுற... அவன் என்னடான்னா முப்பது ராத்திரிகள்னு சொல்லிக் காசைப் புடுங்குறான்... அது முப்பது

இரவுக்கா வருது? ஒரு வாரத்துல தீர்ந்து போகுது... போதாக் குறைக்கு கொசு அடிக்கிற பேட் வேறே... கஷ்டப்பட்டு சம்பாதிக்கிற பணத்தை இப்படி ஆழும் பாழுமா செலவு செய்யணுமா?

அவனுக்கும் அவளுக்கும் சண்டைகள் வருவதற்கு எத்தனையோ காரணங்கள் முளைத்துக் கொண்டே யிருக்கும். அடிப்படை என்ன என்று எத்தனையோ முறை மண்டையைப் பிய்த்துக் கொண்டிருக்கிறான். அவளின் இருப்பு என்பதே தன்னிலிருந்து எத்தனையோ மாறுபட்டது

இவன் வளர்ந்த வளர்ப்பே வேறு. வறுமையிலும், துயரத்திலும், ஏழ்மையிலும் பார்த்துப் பார்த்து மன தொடிந்தே தன் வாழ்க்கையைக் கண்டவன். அவளோ அப்டின்னா கிலோ என்ன விலை? என்று கேட்பவள். வீட்டோடு இருக்கும் சம்பாதிக்காத பெண்டாட்டியாய் இருந்தாலும் பரவாயில்லை. சொன்னதைக் கேட்க வைக்கலாம். மாசம் முடிந்தால் கை நிறையக் கொண்டு வருபவள் ஆயிற்றே? அவளிடம் போய் என்னத்தைத் தடுப்பது? நடப்பது நடக்கட்டும் என்று விட்டு விட்டான்.

எதுல போய் முடியுதோ முடியட்டும். எதப் பத்தியும் நான் கவலைப்படுற மாதிரியில்லே... -சொன்னான் ஒரு நாள்.

எதுல போய் முடியப்போறது? எல்லாத்தையும் இழந் திட்டு ரோட்டுல நிக்கப் போறமா? எதையாவது உளற வேண்டியது... தேவைகளுக்கே இப்டி அழுதா எப்டி? அப்புறம் வீட்டை நாறடிச்சிட்டு உட்கார்ந்திருக்க வேண்டிதான். ஒரு நீட்நெஸ்ங்கிறது வேண்டாமா? நாலு பேர் வந்தா, போனா என்ன நினைப்பாங்க நம்மளைப் பத்தி?

உளற வேண்டியது... என்ற வார்த்தைகளை அவள் அடிக்கடி பயன்படுத்துவாள். அதை அவள் சாதாரணப் பேச்சாய்த்தான் சொல்கிறாள். ஆனால் அவள் தன்னைக்

கேவலப்படுத்துவதாய் இவனுக்குத் தோன்றியது. தன் மீது மதிப்பிருந்தால் இப்படியான வார்த்தைகள் வருமா என்று நினைத்தான்.

எத்தனையோ விஷயங்களில் அவளும் தானும் முரண்படுகிறோம் என்று உணர்ந்தான். பையன் கல்லூரியில் சேர்ந்து சென்னைக்குச் செல்லும்வரை இருந்தவற்றையெல்லாம் நினைத்தால் என்றோ பிய்த்துக் கொண்டு ஓட்டமெடுத்திருக்க வேண்டும் அல்லது பிரிந்திருக்க வேண்டும். ஒவ்வொரு கட்டத்திலேயும் பொறுத்துப் பொறுத்து, பொறுத்துப் பொறுத்துக் கடந்து வந்திருப்பதை எப்பொழுதும் எண்ணிக்கொண்டே இன்றும் தான் தன்னைப் பதப்படுத்திக் கொள்கிறான் இவன்.

குடும்பம்னா பலதும் இருக்கத்தான் செய்யும். அதையெல்லாம் நாமதான் பொறுத்துண்டு போகணும்... தொட்டதுக்கெல்லாம் குத்தம் பார்க்க, சண்டை போடன்னு ஆரம்பிச்சா, அக்கம் பக்கத்துல இருக்கிறவங்க என்ன நினைப்பாங்க...? எல்லாரும் நம்மை மதிக்க வேண்டாமா? அரவணைச்சிண்டு போறதுதானே அழகு... - அம்மாவின் சத்தியமான வார்த்தைகள். அவளைப் பொறுத்தவரை ஒன்றே ஒன்றுதான். நீதான் எதுவானாலும் அட்ஜஸ்ட் பண்ணிக்கணும்...!

யாரேனும் ஒருத்தர் விட்டுக் கொடுத்தாலே அந்தக் குடும்பம் மகிழ்ச்சிதான். நல்லா நினைச்சுப் பாரு, என்ன பெரிய நஷ்டம் ஏற்பட்டுடப் போறது? எல்லாம் நாமளா நினைச்சுக்கிறதுதான்... மனுசாளுக்கு நிம்மதிதான் முக்கியம். அதைக் கொண்டு வர்றதும், தக்க வச்சிக்கிறதும் எல்லாமே நம்ம கையிலதான்... அத்தனையும் முத்துக்கள்...!

அலுவலகத்தை நெருங்கினான். வண்டியை ஸ்டான்ட் போட்டு ஓரமாய் நிறுத்திவிட்டு இறங்கி நின்று கொண்டான். அருகிலுள்ள டீக்கடையை மாநகராட்சி ஆட்கள் இடித்துச் சிதைத்திருப்பது பார்க்க வேதனையாக

இருந்தது. புறம்போக்கில் டீக்கடை போடக் கூடாது என்று ஆக்ரமிப்புகளை அகற்றும் பணியைச் செய்யும் பொழுது முன்னதாக ஓரிரு நாட்கள் முன்பே தகவல் சொன்னாலும் அவர்கள் தங்கள் பொருட்களை அப்புறப்படுத்தி எடுத்துச் செல்ல முடியும். அது இல்லாமல் கடை அடைத்திருக்கிறதா திறந்திருக்கிறதா என்பதுபற்றிக் கவலையில்லாமல் சிதைத்திருப்பதும், தகவலறிந்து குய்யோ முறையோ என்று ஓடி வந்து கடைப் பொருட்களை ரோட்டோரமாய் எடுத்து அடுக்கி வைத்ததும், காட்சிகள் கண் முன் விரிந்தன இவனுக்கு. அந்த டீக்கடையில் சுக்கு மல்லிக் காப்பி அருந்துவான் வழக்கமாய். இன்னும் கொஞ்ச நாளைக்கு அந்தக் கடை இருக்காது. பிறகு அதே இடத்தில் தோன்றும். மாநகராட்சி ஆட்கள் வருவார்கள், போவார்கள்... ஒன்றும் சொல்ல மாட்டார்கள். மின் இணைப்பு முதற்கொண்டு தரப்படும். பிறகு ஒரு நாள் திடீரென்று அந்தக் களேபரம் நடக்கும். என்ன வழக்கமிது? என்று நினைத்துக் கொண்டான்.

சார், மேடத்துக்காக நிக்கிறீங்களா? அவுங்க போய்ட்டாங்களே...? சத்தம் கேட்டு திரும்பிப் பார்த்தான். வழக்கமாய் இவள் வந்த பிறகு வெளியே வரும் பணியாளர்தான் அவர். அங்கு நின்ற நாட்களில் இவனும் கவனித்திருக்கிறான். ஐந்து மணிக்குப் பிறகு வரிசையாக அடுத்தடுத்து யார் யார் வருவார்கள் என்று கணக்கிட்டிருக்கிறான். அதே போல் கிளம்பி வருவார்கள். மொத்தம் 4 தளங்கள் இருக்கின்றன அந்த அலுவலகத்தில். வெவ்வேறு தளங்களில் இருப்பவர்கள் அவரவர் நேரத்துக்கு சரியாகக் கிளம்பி வருவதை இவன் மனம் கணக்கிட்டிருக்கிறது. ஒருவருக்கொருவர் சொல்லி வைத்துக் கொண்டது போல் ஆள் தவறாமல் வெளி வருவது அதிசயமாகவே தோன்றும்.

வந்தவுடன், "நான் கீழே நிக்கிறேன்..." என்று ஒரு ஃபோன் போட்டுச் சொல்லி விடும் இவன் அப்படிச்

சொல்ல செல் ஃபோனை எடுத்து வராததை நினைத்தான். உடனே வந்து விடுவோம் என்று கிளம்பி வந்ததுதானே...

அப்டீன்னா? இவள் எனக்கு ஃபோன் செய்திருப்பாள். நான் வண்டியில் வந்துகொண்டிருந்திருப்பேன். ஃபோன் எடுக்கவில்லை என்று வீடு போய்ச் சேர்ந்திருப்பாள்.

அப்போ...? நான் வருவேன்னு தெரியும்ல? பேசாமக் கீழே வந்து வெயிட் பண்ண வேண்டிதானே? உன்னை யாரு கிளம்பிப் போகச் சொன்னா? - வீட்டு முன்னால் வண்டியிலிருந்து இறங்கினானோ இல்லையோ, இரைந்தான் அவளைப் பார்த்து.

அதுக்குத்தான் உங்களுக்கு ஃபோன் பண்ணினேன்... நீங்க எடுக்கலை...

எடுக்காட்டி என்னடீ? நாந்தான் வழக்கம்போல வருவேன்தானே?

வரவேண்டாம்... நானே வந்துக்கிறேன்னு சொல்லத் தான் ஃபோன் போட்டேன்... நீங்கதான் எடுக்கலை... நானென்ன செய்ய?

திடீர்னு நீ ஃபோன் பண்ணுவே... எடுக்கலைன்னா, எடுக்கத் தாமதமாயிடுச்சின்னா, நீயா கிளம்பிவந்திடுவியா? அப்போ நான் அலையறது வேஸ்டா?

அலையக் கூடாதுன்னுதான் செல்லுக்குப் பேசினேன்... அப்பவும் நீங்க எடுக்கலை... அதுக்கப்பறம்தான் பஸ்ல ஏறினேன்...

என்னடீ, அர்த்தமில்லாமப் பேசறே...? ஃபோன் எடுக்கலைன்னா, ஆளே இல்லைன்னு நினைச்சிக்குவியா? எதுக்கு லீவு போட்டுட்டு உட்கார்ந்திருக்கேன்...? அப்போ வீட்டுலேர்ந்து வரமாட்டனா? இப்போ எனக்கு வெட்டி அலைச்சலால்ல போச்சு... நாம் பாட்டுக்கு வீட்டுல இருந்திருப்பேன்ல...? செல் எடுத்து வரவில்லை என்பதை எதற்குச் சொல்வானேன்?

சரி, விடுங்கோ... என்னவோ ஆயிடுத்து...

என்னத்த விடுறது? நீ தப்புப் பண்ணினா அப்டியே விட்டுடணும்... இதையே நான் பண்ணியிருந்தேன்னா என்ன பாடு படுத்துவே? என்னெல்லாம் எடுத்தெறிஞ்சு பேசுவே? பையன் இருக்கிறபோது ஆடுன ஆட்டத்துல பாதி கூடக் குறையலயேடீ இன்னும்... உன்னையெல்லாம் என்னதான் பண்றது...?

இந்த பாருங்கோ... நான் ஆபீஸ்லருந்து இப்பத்தான் அசந்து தளர்ந்து வந்திருக்கேன்.. ஒரு வாய் காபி வேணும்னாலும் எனக்குப் போட்டுக் கொடுக்க ஆளில்ல... என்னைக் கொஞ்சம் அமைதியா இருக்க விடறேளா...?

இவன் அமைதியானான். எதுக்கு இவள்ட்டப் போய் வாய் வளர்த்திக்கிட்டு? என்று எண்ணினான். இவள் சொல்லும் அந்த ஒரு வாய்க் காப்பியை ஒரு நாளும் அவள் இவனுக்குப் போட்டுக் கொடுத்ததில்லை. இவனேதான் கலந்து குடித்துக் கொள்வான். நீங்க இருங்கோ... நான் கலந்து தர்றேன்... என்று ஒருநாள் ஒரு பொழுது கூட அவளிடமிருந்து வார்த்தை வந்ததில்லை. அவளின் செய்கைகள் ஒவ்வொன்றும் இவன் மனதில் பசுமரத்தாணியாய்ப் பதிந்து கிடக்கிறது.

இவை எல்லாவற்றிற்கும் மேலாய் அவள் ஒன்று சொல்லியிருக்கிறாள். அது பையன் வழி இவன் காதுக்கு வந்தது ஒரு அகஸ்மாத்தான வேளையில்.

எனக்குப் பிடிக்கலைடா... - இப்படி அவள் சொன்னதை பையன் இவனிடம் சொன்னான் ஒரு நாள்.

உன்னை அம்மாவுக்குப் பிடிக்கலையாம்ப்பா... ! -

ரொம்ப சந்தோஷம்... என்று சொல்லி அன்று சிரித்துக் கொண்டே பையனை இவன் சமாளித்தது இப்போது மனதில் தோன்றி அழுத்தியது.

9

அவள் அப்படிச் சொன்னாள் என்பதை எப்படி உறுதி செய்வது? பையனிடம் அதைச் சொல்வதென்றால், தன்னிடம் நேரடியாக அதைச் சொல்ல முடியாது அல்லது முடியவில்லை என்றுதானே பொருள். நேரடியாகச் சொல்லியிருக்கலாம். பையனிடம் சொல்லியிருக்க வேண்டியதில்லை. அதிலும் அவள் ஒரு தவறு செய்திருக்கிறாள். பையனுக்கு அது தெரிவது நன்றன்று என்கிற இங்கிதம் கூடவா இவளுக்குத் தெரியாமல் போயிற்று?

பிடிக்கலயா? ஓ.கே., ரொம்ப நல்லதாப் போச்சு... அப்ப என்ன செய்வோம்... வெட்டிக்கிருவோமா? நான் ரெடி... ஆல்வேஸ் ரெடி... டிவோர்ஸ் அப்ளை பண்ணிடுவமா?

அவள் பதில் பேசாமலிருந்தாள்.

கோர்ட்டுக்குப் போயி முறைப் பிரகாரம் எல்லாம் செய்யணும்ங்கிற அவசியம் கூட இல்லை... இப்டியே கூடப் பிரிஞ்சிக்கலாம்... ஒண்ணு சேர்ந்து இருக்க முடியாததற்கு எவ்வளவு காரணங்கள் இருக்கோ, அது போல பிரிஞ்சு விலகி தனித்தனியா இருக்கிறதுக்கும் காரணங்கள் இருக்கு... இல்லை, கண்டு பிடிக்கலாம்... ஆனா ஒண்ணு... இந்த வீடு என் பேர்ல இருக்கு... இதை விட்டிட்டு நான் போக முடியாது... வேணும்னா நீதான் வெளியேறணும்...

நான் ஏன் போகணும்...? - சட்டென்று வந்த கோபத்தில் அடக்கமாட்டாமல் அவள் கேட்டாள்.

ஏன்னா வந்தவ நீதானே? நீதான் போகணும்...

இந்த வீட்டுல எனக்கும்தான் பங்கிருக்கு... நாற்பதாயிரம் எங்கவீட்டுலர்ந்து வாங்கிக் கொடுத்திருக்கேன், மறந்து போச்சா...?

அதைத்தான் வட்டி போட்டுத் திருப்பிக் கொடுத்தாச்சே... மொத்தச் செலவுக்கான கடனைத்தான் தவணைல என் சம்பளப் பிடித்தமால்ல நான் கட்டியிருக்கேன்... ஆகையினால பிரியறதானா நீதான் இங்கிருந்து போக வேண்டியிருக்கும்...

இன்னொரு வழியும் இருக்கு...! சொல்லவா?

அவள் இவனைத் திரும்பிக் கூர்மையாகப் பார்த்தாள். ஏற்கனவே நிறைய யோசித்து வைத்திருப்பானோ? நான் சொன்ன வார்த்தைக்கு விலையே இல்லையா?

இத்தனை நாள் நாம சேர்ந்தா இருந்தோம்? - முதல்ல அதை யோசிக்க வேண்டாமா? - சொல்லிவிட்டு அலட்சியமாகச் சிரித்துக் கொண்டான் சந்திரன்.

பின்னே? இங்கதானே வாழ்ந்திருக்கோம். வேளா வேளைக்கு இந்த வீட்டுலதானே கொட்டிண்டிருக்கோம்.. அதுக்கு என்ன அர்த்தமாம்? அவளின் ஆத்திரம் வார்த்தைகளில்.

அவள் பேச்சு மேலும் சிரிப்பை வரவழைத்தது இவனுக்கு.

இதுக்கென்ன சிரிப்பு? குரலில் கேலி.

நீ சொல்றது ஃபிசிக்கலா...! நான் குறிப்பிடறது... ஆத்மார்த்தமா...! இந்த உலகத்துல அப்படி எத்தனை பேர் இருப்பாங்கன்னு எண்ண ஆரம்பிச்சா... நிறைய மிஞ்ச மாட்டாங்க... ஆனா ஒண்ணு... ஃபிசிக்கலா சேர ஆரம்பிக்கிறதும் நம்மளோட இருப்பும், பிறகு ஆத்மார்த் தமா மாற வாய்ப்பிருக்கு... சமூகத்தோட கட்டாயமாகவும் அது இருக்கு. எல்லாத்துக்கும் அடிப்படை அன்புங்கிற ஒண்ணுதான்... அது இருந்தா எதுலயும் வெற்றியடை யலாம்... உன்கிட்டே அந்த மாதிரி அடையாளங்களே இருக்கிற மாதிரித் தெரியலே... உடம்பைக் கொடுக்கிறது வேறே... மனசைக் கொடுக்கிறதுங்கிறது வேறே... நீ

மனசைக் கொடுக்கலைன்னு தெரியுது... மனசைக் கொடுக்காத எத்தனையோ பெண்கள் வெளில தவறிப் போன கதைகள் தெரியுமா உனக்கு? இந்த உலகத்துல பாதித் தப்புகள் அப்படித்தான் நடக்குது... தெரிஞ்சும் தெரியாமலும்...

வாழ்க்கைல எல்லார்ட்டயும் அன்பு செலுத்த முடியுமா? அது இயற்கையா வரணும்... மனசைக் கொடுக்கிறதுங்கிறது சாதாரண விஷயமில்லை... அது இயற்கையா அமையணும்... அதுக்கு எதிராளிக்கு முகராசி வேணும்...

என்ன முகராசி கெட்டுப் போச்சுன்னு சொல்ல வர்றே? என் முகராசிக்கு ஏற்கனவே ரெண்டு பேர் எங்கிட்ட விழுந்தவங்கதான்... நா ஒண்ணும் குறைஞ்சு போகல்லே..அதனாலதான் சொன்னேன்... உடல் ரீதியானத கட்டாயமா நிகழ்த்திர முடியும். மன ரீதியானதுதான் அதுக்கு சாத்தியமில்லே... அது தானா அமையணும். அன்பு செலுத்த நல்ல மனசுதான் வேணும்னு நான் நினைக்கிறேன்... அப்டியிருந்தா அது தெருவுல திரியற ஒரு நாய்ட்டக் கூடக் காட்ட முடியும்... மனுஷனுக்கு மனுஷனா சாத்தியமில்லாமப் போயிடுது? நீயும் நானும் இத்தனை நாள் சேர்ந்திருந்தும் இந்த விஷயம் ரொம்பப் பலவீனப் பட்டுக் கிடக்கு நமக் கிடையில்... .அது இப்போ பட்டவர்த்தனமா தெரிஞ்சு போச்சு... ஒரே வீட்ல, ஒரே இடத்துல இருக்கோம்ங்கிறதுக் காகவே சேர்ந்திருக்கிறதா அர்த்தமில்லே... ஒருத்தருக் கொருத்தர் ஆத்மார்த்தமா ஒண்ணு சேர்ந்திருக்கணும்... அதுதான் உண்மையான வாழ்க்கை...

சினிமா வசனம் மாதிரி இருக்கு... எனக்கு இப்டி யெல்லாம் பேசத் தெரியாது... –

தன்னைப் போலி என்கிறாளா இவள்?

உரசலும், சண்டையும், சச்சரவும் இல்லாத வீடுகளே இல்லைதான்... எல்லாக் குடும்பங்கள்லயும் எல்லாமும்

இருக்கத்தான் செய்யும்... அப்பப்போ ஏற்படுற பிரச்னைகளை, பேச்சுக்களை, அப்டி அப்டியே விடுறதுக்குப் பழகிக்கணும்... யானை சுண்ணாம்பைத் தொண்டையிலே வச்சிட்டுக் காத்திண்டிருக்கிற மாதிரி இருக்கக்கூடாது பழி வாங்க. ஒரு குடும்பத்துல அப்டித்தான் இருக்கணும். நாலு பேர் இருக்கிற வீட்ல நாலும் நாலு விதமா இருக்கும்... அஞ்சு விரலும் ஒண்ணாவா இருக்கு? அது மாதிரிதான். ஒருத்தொருக்கொருத்தர் வித்தியாசம்தான். இதெல்லாம் முரண் கிடையாது... டீவியேஷன்ஸ்னு சொல்றதில்லே? அதான்... நம்ம குடும்ப அமைப்பே அப்டித்தான்... அதுலதான் நம்மளோட கலாச்சாரமே...! இந்த தேசத்துக்கான மதிப்பு மிக்க கலாச்சாரம்...!

ஸ்ஸ்ஸ்... .. அவள் சகிக்க முடியாமல் சத்தமெழுப்புவது கேட்டது இவனுக்கு.

இந்த பாருங்கோ உங்க பேச்செல்லாம் எனக்குப் புரியலை... வெறும் மண்டைக் காய்ச்சலா இருக்கு. இந்தப் பழி வாங்குறது, அது இதுன்னு... அதெல்லாம் எனக்குத் தெரியாது. உங்க வேலை உங்களுக்கு... என் வேலை எனக்கு. அவ்வளவுதான்...

என் வழி... தனீ வழின்னு சொல்றியாக்கும்...? - சிரித்தான் இவன்.

உன்னாலதான் எதுவும் முடியாதே... அப்புறம் பேசாமப் போனமா வந்தமான்னு கிடக்க வேண்டிதானே...! வாழா வெட்டியா எங்க போய் உட்காருவ...? உங்க வீட்டுலயா? எத்தனை நாளைக்கு? சாகுற வரைக்குமா? முடியுமா? ம்ம்...! வேலை பார்க்கிறோம்ங்கிற திமிரு...? உன் அழகுக்கு நாங்கள்லாம் பத்தாதாக்கும்? அப்புறம் ஏன் ஒத்துக்கிட்டே...! பரவால்ல போதும்னுதான் நானே ஒத்துக்கிட்டேன்... ஆனா உன் மனசுல இப்டி ஒரு நினைப்பு இருந்திருக்கு... - இடைவிடாமல் அவனும் தொடர்ந்து பேச ஆரம்பித்தான். மனதுக்குள் சாத்தான் புகுந்து கொண்டது போன்ற வேகம்.

அழகுங்கிறது உருவத்துல மட்டுமில்லே... மற்ற எல்லாத்துலயும் இருக்கணும்...

அவள் எதைச் சுட்டுகிறாள் என்று புரியாமல் ஒரு கணம் தயங்கினான் சந்திரன்.

மத்த எல்லாத்துலயும்னா? ஒரு சராசரிக் குடும்பத் தலைவனுக்கு என்ன இருக்கணுமோ அது என்கிட்டே இல்லேங்கிறியா? அப்டியெல்லாம் கூட உனக்கு நினைச்சுப் பார்க்கத் தெரியுமா என்ன? நீ எதைச் சொல்றே? உன்னைவிடப் பத்தாயிரம் கம்மியா வாங்குறனே... அதைச் சொல்றியா? அது நீ தெரிஞ்சே ஒத்துக்கிட்டதுதானே? அப்டிப் பார்த்தா ஒரு குடும்பம்னு வந்தப்புறம் உன் காசு, என் காசுங்கிற கேள்வியே எழக் கூடாதே...! அது பொது. அது எப்படிப் பயன்படுதுங்கிறது தான் முக்கியம்... மீதம் எப்படி சேமிக்கப்படுதுங்கிறது அதவிட முக்கியம். அந்தக் கணக்குலல்லாம் என் கிட்டே நீ நெருங்கவே முடியாதே...!

அதுதான் தெரிஞ்சிருக்கே...! - அலட்சியமாய் அவள் சொன்னது போலிருந்தது இவனுக்கு.

வரவு செலவுகள்ல அப்படி ஸ்டிரிக்டா இருக்கிறதுல ஏதோவொரு வகைல மனச் சமாதானம் இருக்கு... ஏன்னா சேமிப்புங்கிறதே ஸ்டிரிக்டா இருந்து பண்றது தான். அப்பத்தான் சேரும். அத்தோட செலவு வேறே விரயம் வேறேன்னு நான் அடிக்கடி பாட்டுப் பாடறேம்பாரு... அதுவும் வேண்டியிருக்கு எல்லாருக்கும். ஒரு குடும்பத்துல யாராச்சும் ஒருத்தர் இதைக் கடுமையா உணர்த்தலேன்னா, இந்த விஷயத்துல பொறுப்பு எடுத்துக்கலேன்னா அந்தக் குடும்பம் சரியா பயணிக்காது. அதுக்குத்தான் கஷ்டப்பட்ட குடும்பங்கள்லர்ந்து பெண் ணெடுக்கணும்னு சொல்வாங்க... பையனப் பார்க்கிற தானாலும் அப்டித்தான். அவன்தான் பொறுப்பா நடந்துக்குவான்... ஏன்னா வாழ்க்கைல கஷ்டங்களையும், வறுமையையும் அனுபவிச்சவனுக்குத்தான் பணத்தோட

அருமை தெரியும். ஆத்துல போடுறதானாலும் அளந்து போடணும்ங்கிறது புரியும். இதெல்லாம் அழகாத் தெரிலன்னா வேறே என்னதான் அம்மையாருக்கு அழகு?

ஒரு வேளை லோஃபர் கணக்கா தண்ணியப் போட்டுட்டு வந்து சலம்பல் பண்ணினா அடங்கிக் கிடப்பியோ...? அது ஒண்ணுதான் என்கிட்டே இல்லாத க்வாலிஃபிகேஷன்... அதை நீ சரின்னாலும் என்னால செய்ய முடியாது... ஏன்னா சின்ன வயசுலேர்ந்து ஒரு கட்டுப்பாட்டுக்குள்ளயே வளர்ந்தவன் நான். இனிமே கெட்டுப் போன்னா முடியுமா என்ன?

எதையாவது நீங்களா உளறாதீங்க...! அபத்தமா இருக்கு...

இது எப்படி உளறலாகும்? தேவைகளைப் பேசித்தானே ஆக வேண்டிர்க்கு... கெட்டுப் போறதானா நான் வேலை பார்க்கிற ஆபீஸ்லயே எவ்வளவோ மோசமான சூழ்நிலைகள்... நிறையக் காசு புறள்ற எடத்துல எப்பவுமே தப்பு இருக்கும்ங்கிறதுக்கு எங்க ஆபீசே பக்கா உதாரணம். அங்கேயே சபலத்துக்கு ஆளானதுல்லே நான்... எனக்கிருக்கிற ஒரே கௌரவம், மதிப்பு இன்னை வரைக்கும் நான் காப்பாத்திட்டிருக்கிறது அது ஒண்ணு தான்... இனிமேலேயா நான் கெட்டுப் போகப் போறேன்...? இந்த எடத்துலதான் எனக்கொண்ணு கேட்கத் தோணுது... சொல்லி நிறுத்தினான் சந்திரன்.

என்ன? என்பதுபோல் அவனைப் பார்த்தாள் சுமதி.

கல்யாணத்துக்கு முன்னாடி விழுந்து விழுந்து விசாரிச் சீங்க... பையன் எப்படின்னு? ரகசியமா உளவாளிகளெல் லாம் அனுப்பி வச்சு, தகவல் கேட்டீங்க? ஃபோட்டோல இந்த முகரக்கட்டையைப் பார்த்திட்டுத்தானே ப்ரொசீட் பண்ணினீங்க..? என்னைப் பத்தின நிமிர்ந்த விஷயங் களைக் கேள்விப்பட்டுத்தானே பேசி முடிவு பண்ண வந்தீங்க... இப்போ? பழகினவுடனே பால் புளிக்குதாக்கும்?

சொல்லிவிட்டுத் தற்செயலாய்த் திரும்பிப் பார்த்தவன் அவள் கண்ணயர்ந்திருப்பது போல் கண்டான்.

இந்தாடீ... என்னா நான்பாட்டுக்குப் பேசிட்டேயிருக் கேன்... நீ தூங்கினேன்னா எப்டி? அன்றைய அவன் சம்பாஷணை அத்தோடு முடிந்தது. ஏற்கனவே பேசப்பட்டவைகளையும் இப்படி அசைபோடுவது என்பது அவனுக்குள் இருக்கும் அடிக்கடிப் பழக்கம்.

அன்றொரு நாள் அவர்களுக்குள் இப்படியான விவாதங்கள் பல எழுந்தன. நிறையப் பேசினான்.

வள வளான்னு ஒரு பேச்சு, ஒரே பேச்சு... என்று அலுத்துக் கொண்டாள் அவள்.

கடைசியாக ஒன்றையும் சொல்லித்தான் முடித்தான் சந்திரன். அது அவனுக்குள் வெகு நாளாக உறுத்திக் கொண்டிருந்த விஷயம்.

ஒரு வேளை நீ இங்கிலீஷ் பேப்பர் படிக்கிறியே... அதச் சொல்றியோ? இங்கிலீஷ்ல பேசுறியே... அந்தக் கண்றாவியச் சொல்லித் தொலைக்கிறியோ? அது உனக்கு அவ்வளவு பெருமையாவா இருக்கு?

சொல்லிவிட்டு அவளைக் கூர்ந்து கவனித்தான்.

நீ க்ராஜுவேட்... நான் வெறும் எஸ்.எஸ்.எல்.சி. தெரிஞ்சிதானே ஒத்துக்கிட்டே.... அப்டின்னா நீ ஒண்ணு செய்திருக்கணும்... இங்கிலீஷ்ல நல்லாப் பேச வருமான்னு சோதிச்சிருக்கணும் என்னை. இல்லன்னா அப்டி ஆளாத் தேர்ந்தெடுத்திருக்கணும்... ஆனா ஒரு பாயின்ட் இங்க நீ கவனிச்சே ஆகணும். நீ பட்டதாரின்னு தெரிஞ்சும், அம்மா நல்லா ஆங்கிலம் பேசுவீங்கன்னு தெரிஞ்சும் நான் உன்னைக் கட்டிக்க சம்மதிச்சேன்... ஏன்...? அதான் சொன்னனே... ரெண்டு பேருக்கு நடுவிலே மொழிங்கிறது ஒரு பிரச்னையாயிருந்தா, அத

மாதிரி ஒரு அபத்தம் வேறே எதுவுமில்லே... இன்னும் சொன்னா, பரஸ்பர அன்பைப் பறிமாறிக்கிறதுக்கு, மொழிங்கிற ஒண்ணே தேவையில்லேம்பேன்... ஐந்தறிவு கொண்ட மிருகங்களோட ஒட்டி உறவாடுறவனுக்கு எந்த மொழி பயன்படுது. அன்பு, ஆதரவுங்கிற ஒரே மொழிதானே...!

அவள் அமைதியாயிருந்தாள்.

ஏன்னா, எனக்கு அது ஒரு பிரச்னையே இல்லை...! என்னைப் பொறுத்தவரை மொழிங்கிறது பரஸ்பரம் விஷயங்களைப் பறிமாறிக்கிறதுக்குன்னு இருக்கிற ஒரு காரணி. கருவி, அவ்வளவுதான்... அதுக்கு மேலே அதுல எதுவும் இல்லை... இங்கிலீஷ் தெரியாமே ஆபீஸ்ல வேலை பார்க்க முடியாதுல்ல... அத ஒத்துக்கிட்டா சரி... உன்னை மாதிரி ஃப்ளூயன்டா பேச முடியாமே வேணா இருக்கலாம். ஆனா அது எனக்கொரு காம்ப்ளெக்ஸ் இல்லை. எனக்கு இன்ட்ரஸ்ட் தாய் மொழிதான். அதுல வேணுங்கிற அளவுக்கு தேர்ச்சி பெறணும்ங்கிறதுதான் ஆசை... அது தப்பில்லையே...!

இன்னும் தெளிவாச் சொல்றேன். மொழி அறிவுங்கிறது ஒருத்தனை எப்படிப் பெருமைப் படுத்தும்? அதை அவன் அடக்கமாவும், கண்ணியமாவும் உபயோகிக்கிற போதுதான். அதுவே ஒருத்தனுக்குத் தலைக் கனத்தை உண்டாக்கும்னா அவனை மாதிரி அறியாமைல உள்ளவன் யாருமில்லேன்னு அர்த்தம். ஆகையினால இந்தப் பிரச்னை உன்னை மயங்க வைக்காதுன்னு நினைக்கிறேன்...

இதை அவன் சொன்னபோது அவள் இந்து ஆங்கில நாளிதழில் ஆழ்ந்திருந்தாள். சின்னச் சின்னச் செய்திகள் கூட விடாமல் படித்து விடுபவள். ஆங்கிலப் பள்ளியில் படித்ததனால் வந்த விளைவு. சேர்ந்த பணிச் சூழல். அதற்கு நேர் மாறாகத் தாய்மொழியில் சற்றும் ஆர்வ மில்லாதவள். அதை மதிக்கக் கூடத் தெரியாதவள்.

எங்க போய் முட்டிக்க நான்? எல்லாம் என் தலை யெழுத்து என்றான் இவன். இப்படிச் சொல்லிக் கொள்வது கூட அவனுக்கு ஏதோவொருவகையில் வெட்கமாயிருந்தது.

10

வெளியே பொழுது இருண்டிருந்தது. வாசலில் எட்டிப் பார்த்தான். அநேக வீடுகளில் வெளி லைட் போட்டிருந்தார்கள். இந்த வீடு மட்டும் இருண்டு கிடக்கிறது. அவர்களின் மனசைப் போல. நினைத்துக் கொண்டே போய் சுவிட்சைத் தட்டினான்.

நேரத்திற்கு விளக்குப் போடுவோம்... பூஜையறை தீபம் ஏற்றுவோம் என்பதெல்லாம் இல்லை. பெண்கள் என்னதான் வேலைக்குப் போனாலும், வீட்டில் இருந் தாலும் மாலை நேரமானால் முகம் கை கால் கழுவி, நெற்றிக்கு இட்டுக் கொண்டு பளிச்சென்று சாமி படத்தின் முன்னால் நின்று, தீபம் ஏற்றி, ஸ்தோத்திரம் சொல்வதைத்தான் இளம் பிராயம் முதல் கண்டிருக் கிறான். அம்மா வழி கண்ட காட்சிகள் அவை. இவளானால் இப்படியிருக்கிறாள். வழி வழியாக வந்த பழக்கங்கள் பல இவளிடம் ஏன் படியாமல் கிடக்கிறது?

ஆடிக்கொருவாட்டி, அமாவாசைக்கொருவாட்டி என்று சாமி விளக்கேற்றுவாள். இந்தப் பழக்கம் அறவே பிடிக்காமல் போனது இவனுக்கு.

அதையும் ஒரு வேலையா நினைக்கிறே நீ...! கடமையா நினைச்சாக் கூடப் பரவாயில்லை. சரியாச் சொல்லப் போனா ஆத்மார்த்தமா செய்ய வேண்டிய காரியம் அது... அன்றாடக் கடமையாக் கூட அது உங்கிட்டப் படியலை... அந்தப் பூஜை ரூமைப் பாரு... நின்னு எவனுக் காவது கும்பிடத் தோணுமா? எவ்வளவு ஒட்டடை?

தரைல எவ்வளவு தூசி? இத்தனை அசுத்தத்தோட சாமி கும்பிடுறதுக்கு சும்மாவே இருக்கலாம்.

நீங்கதான் செய்றது? அந்த வேலையெல்லாமும் நான்தான் செய்யணுமா?

அப்பப்போ வேகுவம் க்ளீனர் வச்சு க்ளீன் பண்றது யாருன்னு உனக்கே தெரியும். மாசத்துக் ரெண்டுவாட்டி ரெகுலரா செய்றேன். வீடு முழுக்க 6 ரூம், ஆறு லாஃப்ட், ஆறு ஃபேனுன்னு நான்தான் செய்றேன். எத்தனை கடுமையான வேலை அதுன்னு உனக்கே தெரியும். ஆனாலும் அன்றாடம் வீடு கூட்டுறது நீதானே... அப்போ, இந்த பூஜா ரூமையும் நீதானே சுத்தமா வச்சிக் கணும்... உனக்கு சாமி விளக்கேத்துறதில் அத்தனை கரிசனை இல்லை. அதுதான் காரணம்.

அதை நீங்க சொல்ல வேண்டாம்... அவாவாளுக்குத் தெரியும்...

தெரியும்னா இப்டி வச்சிருக்க மாட்டியே... என்னை விடு... நான்தான் அதீத நம்பிக்கை இல்லாதவன்... குருட்டாம் போக்குல என்னால சாமி கும்பிட முடியாது... எனக்கு எல்லாமே எங்க அப்பா, அம்மாதான்... நீ அப்டியில்லையே...!

அதான் தெரிஞ்சிருக்கே... அதுனாலதான் பேச்சு இப்டியெல்லாம் கண்டமேனிக்கு வருது... கடவுள் நம்பிக்கை உள்ளவா உங்களை மாதிரிப் பேச மாட்டா...

ஆனா கடவுள் நம்பிக்கை உள்ளவங்க உன்னை மாதிரித்தான் நடந்துக்குவாங்க போலிருக்கு...! மனசுல தெய்வீகம் படிஞ்சு போனவங்க, சாஃப்ட் நேச்சராால்ல இருக்கணும்... நீ அப்டியில்லையே...!

நான் சாஃப்ட் நேச்சரா இல்லையான்னு மத்தவாளுக் கெல்லாம் தெரியும். உங்களுக்குத் தெரியாட்டா அதப்பத்தி எனக்குக் கவலையில்லை...

ஓ.கே. பிரச்னை முடிஞ்சிது... விட்ரு...

ஒரு நாளாவது அவள் சாதுவாகப் பேசி இவன் பார்த்ததில்லை. சாதுவாகப் பம்ம வேண்டாம். இத மாகப் பேசலாமில்லையா? பெண்கள் மென்மையான வர்கள் என்கிறார்களே... இவளிடம் அந்த அடையாளமே இல்லையே? ஆபீசில் இவள் எப்படியிருப்பாள்? நண்பிகள் இவளுக்கு நிறைய இருப்பார்களா மாட்டார்களா? வீடுகளில் முறுக்கிக் கொள்பவர்கள் வெளியே பம்மிக் கிடப்பார்கள் அல்லது தங்களை மிகவும் எளிமையானவர்களாகக் காட்டிக் கொள்வார்கள். அதற்கு நேர் எதிர் என்னிடம்... அதில் பாதியாவது என்னுடன் இருக்கக் கூடாதா? நான் சொல்லி, இவள் கேட்டதுதான் எத்தனை? செய்ததுதான் எத்தனை? - எண்ணிச் சிரித்துக் கொண்டே அடுப்படிக்குப் போனான்.

காபி கலந்தேள்னா எனக்கும் ஒரு வாய் சேர்த்துக் கலங்கோ... -

அவளின் இந்த சகஜமான கேட்பு இவனுக்குள் ஆச்சரியத்தை ஏற்படுத்தியது. இதற்கு என்ன அர்த்தம்? அப்படியானால் நான்தான் ஒவ்வொன்றையும் சண்டையாக நினைத்துக் கொள்கிறேனா? அவள் மனதளவில் சகஜமாய்த்தான் இருக்கிறாளா? சகஜமாய் இருப்பவள் கொஞ்சம் சுமுகமாயும் இருக்கலாம்தானே...? அப்படியிருந்தால் பரஸ்பரப் புரிதலும், நெகிழ்ச்சியும் இருக்குமல்லவா? அது ஏன் இவளுக்குத் தெரியமாட்டேன் என்கிறது?

என்னா, நான் சொன்னது காதுல விழுந்துதா இல்லையா? எனக்கும் சேர்த்துக் காபி கலங்கோன்னு சொன்னேன்.

ரெண்டு பேருக்கும் காபி கலக்கினான். அவளுக்கு சர்க்கரை கிடையாது. இவன் பாதியளவு போட்டுக் கொள்வான். நல்ல சூட்டில் குடிப்பான்.

எது குடிக்க முடியாதோ அதுதான் சூடு... என்பான். அவளானால் சூடில்லாமல் கொண்டு வைப்பாள். இது வெளங்காது என்று இவனே தனக்குக் கலந்து கொள்ள ஆரம்பித்தான். நன்றாக யோசித்துப் பார்த்தால் எதற்கு அவளுடன் சண்டை என்று ஒவ்வொன்றிலிருந்தும் தான் விலகியே போயிருப்பதை எண்ணிக் கொள்வான். ஆனால் இவனுக்கு அமைந்த பெயர் எப்போதும் சண்டைக்கு நிற்பவன் என்று. அதனால்தான், அவனோடு பேசவே வருவதில்லை என்பாள் அவள். அவளுக்கு ஆதரவாய் இனி எப்படித்தான் பேசுவது என்று நிறையக் குழம்பியிருக்கிறான்.

ஒரே வீட்டில் மூஞ்சிக்கு மூஞ்சி பார்த்து பல நாட்கள் பேசாமல் இருந்திருக்கிறார்கள்.

சமையல் ஆகி விட்டது என்பதற்கடையாளமாய் "டொக்... டொக்..." என்ற பெரும் சத்தத்தோடு கொண்டு வந்து வைப்பாள் டைனிங் டேபிளில். அவளாக உட்கார்ந்து சாப்பிட ஆரம்பித்து விடுவாள். சாப்பிட்டு எழுந்திரிக்கட்டும் என்று காத்திருப்பான் இவன். எதிரில் போய் அமர்ந்து சாப்பிட ஆரம்பித்த நாட்களெல்லாம் சண்டைதான்.

உப்புங்கிறது நம்ம வீட்டுக்குத் தேவையேயில்லை என்றான்.

ஏன்? என்பது போல் பார்த்தாள் அவள். அதில்தான் என்ன ஒரு அலட்சியம்.

எதுலயாவது உப்புப் போட்டிருக்கியா பாரு? நீ ஷுகர், ப்பி.பீ.. பேஷன்ட்ங்கிறதுக்காக வீட்டுல இருக்குற ஒருத்தனுக்கும் உப்புக் கிடையாதா? என்ன கண்றாவி இது? எத்தனை நாளைக்குத்தான் சொல்றது?

இந்தோ இருக்கு உப்பு... என்றவாறே டப்பாவைக் கொண்டு வந்து ணங்கென்று வைத்தாள்.

என்னைக்காவது, எதுலயாவது உப்புப் போட மறக்குறது தப்பில்லே. ஆனா நீ என்னைக்குமே உப்பில்லேன்னு மறந்துடறே... உனக்குத்தான் சொரணை யில்லேன்னா, எனக்குமா? சொல்லிச் சொல்லி எனக்கும் அலுத்துப் போச்சு... கேட்டா உப்பு டப்பாவை எடுத்து வைக்கிறே... குழம்பும் ரசமும் கூட்டும் கறியும் அடுப்புல கொதிக்கிற போது உப்புப் போடுறது சரியா, இல்ல இப்போ போட்டுக்கிறது சரியா? நீயே சொல்லு... பெரிய லோலாயமால்ல இருக்கு உன்னோட... என்னைக்குத்தான் இதுக்கெல்லாம் முடிவோ? என்றான் ஒரு நாள்.

நான் செத்தப்புறம்தான் என்றாள் பட்டென்று. அப்படித்தான் பேசுவாள். அவள்தான் நேரே பேசியதேயில்லையே? ஆரம்ப நாட்களில் பேசும்போதே அடக்க முடியாமல் அழுகையும் வந்து கொண்டிருந்தது அவளுக்கு. இப்போது அப்படியில்லை. மனசு இறுகி விட்டது. அதுவும் பையன் பெரியவன் ஆன பிறகு கல்லாகவே மாறிவிட்டது. இல்லையென்றால் அப்படியான ஒரு அலட்சியம் தன்பால் வருமா?

ஏதோ மறந்து போச்சு வேலைல... இப்போ போட்டா ஆச்சு... அவ்வளவுதானே... இதுக்கு எதுக்குக் கத்தறேள்... - ஒரு நாள் கூடப் பணிவான இந்த வார்த்தைகள் வந்ததில்லை. அப்படி ஒரு நாளேனும் அவள் சொன்னால் தான் பனியாய் உருகி விடுவோம் என்றிருந்தது. . ஒரு வேளை அந்தக் கொடுப்பினை தனக்கு இல்லையோ என்னவோ?

அப்டியாவது செத்துத் தொலைய வேண்டிதானே? நானாவது நிம்மதியா இருப்பேன்ல... என்றான் இவனும் பதிலுக்கு.

போயிடறேன்... சீக்கிரம் போய்த் தொலைஞ்சிடுவேன்... எனக்கும் உடம்பு அப்டித்தான் இருக்கு நாளுக்கு நாள்... நீங்க மட்டும் நிம்மதியா இருங்கோ...

நிம்மதியா இருக்கேன்... இல்ல நாசமாப் போறேன்... உன்னோட அன்றாடம் இப்படிப் பொருத வேண்டாமே... பொழுது விடிஞ்சு பொழுது போனா சதா சண்டையால்ல இருக்கு... அதுலேர்ந்து விடுதலை கிடைக்குமே... இவனும் விடவில்லை அன்று.

மனசு அப்படி வெறுத்துப் போனது. இனி வாழ்க்கை பூராவும் இவளோடு பிரச்னைதானா? என்று பல சமயம் மனம் குமைந்திருக்கிறான்.

காலைல படுக்கையை விட்டு எழுந்தா, ஒரு காபி கலக்குறதுலேர்ந்து உங்கூடப் பிரச்னைதான்...

டிகாக் ஷனையும், பாலையும் ஒண்ணாச் சேர்த்துக் கலக்கிறது காபியில்லை. அது இல்லை காபியோட லட்சணம்... நீ செய்றதை ஒரு சின்னக் குழந்தை கூடச் செய்திடும். ஆனா எவ்வளவு டிகாக் ஷன் விட்டா எவ்வளவு பால் சேர்க்கணும்ங்கிறதை உணர்ந்து அளவா, கச்சிதமாக் கலக்கிறோமில்லியா, அதுதான் காபி. எல்லாத்துலயுமே ஒரு ரசனை இருக்கு. அதைப் புரிஞ்சு செய்தோம்னா நல்லாயிருக்கும். அதுக்கு மனசு வேணும் - இப்படி ஆரம்பித்தான் ஒரு நாள். என்னமாவது ஒரு விஷயத்தில் சண்டை ஆரம்பித்துத்தான் விடுகிறது. தவிர்க்க முடியவில்லை. அவளோடு பேசுவதே சண்டையில்தான் என்றிருந்தது. சுமுகமான பேச்சு, நடப்பு என்றுதான் ஒருநாளும் இருந்தது கிடையாதே...!

அவளானால் பாலைக் கொதிக்க வைப்பாள். அதை ஒரு அளவு டம்ளரில் எடுத்துக் கொண்டு, அதில் துளித் துளியாக டிகாக் ஷனை விட்டு, அது நிறம் மாறுகிறதா, அதாவது காபி நிறத்துக்கு வருகிறதா என்று பார்ப்பாள். இது என்ன அபத்தம்? என்றான்.

வேறே எப்டிக் கலப்பாங்களாம்... எங்க வீட்டுல யெல்லாம் இப்டித்தான். உங்ககிட்டே வந்து நான் காபி கலக்கக் கத்துக்கணுமா?

போதாக் குறைக்கு சூடே இல்லாமல் கொண்டு வைத்தாள். ஒரு தடவை என்றால் பரவாயில்லை. சில தடவைகள் என்றாலும் பரவாயில்லைதான். எப் பொழுதுமே அப்படி வைத்தால்?

அடுப்பு இருக்குல்ல... அது எரியுமில்ல? அப்புறம் இப்டி வைக்கிறே? செத்தவன் கைல வெத்தலை பாக்குக் கொடுத்த மாதிரி...! எனக்கு இனிமே நீ காபி கலக்க வேண்டாம்...

நல்லதாப் போச்சு... ஒரு வேலை மிச்சம் என்றாள் பதிலுக்கு. அன்று தான் புரிந்து கொண்டான். இவளுக்கு ரசனை என்பதே கிடையாது என்று. ஆனால் வாய் மட்டும் ஒன்றரை முழத்துக்கு நீள்கிறது.

நாம காபி கலந்து கொடுத்துப் பிடிக்கலேங்கிறானே... என்கிற வருத்தமெல்லாம் கிடையாது. எப்டி கலக் கணும்னு சொல்லுங்கோ... அதுபோலக் கலந்து தர்றேன்... என்கிற பணிவான கேட்பும் கிடையாது. வேண்டாமா... விட்டது தொல்லை என்கிற விலகல் மட்டும்தான். ஒரு ஆணோடு சேர்ந்திருக்கவே இவள் லாயக்கில்லையோ?

இவளுக்கு எதில்தான் ரசனை? என்றிருந்தது.

நீயெல்லாம் எதுக்குக் கல்யாணம் பண்றே? அனாவசியமா ஒரு ஆம்பளையோட வாழ்க்கையைக் கெடுத்திட்டியே...? என்றான் ஒரு நாள் படு எரிச்சலோடு. அது ஆசை மீறிப் போய் அவளைக் கொஞ்சப் புறப்பட்ட நேரம். பயங்கரமான டென்ஷன் சமயங்களில் அதைத் தளர்த்திக் கொள்ள அவனுக்கு, தப்பு... அவர்களுக்குக் கிடைத்த ஒரே வழி அது ஒன்றுதான்... அவளும் அந்த மாதிரி சமயங்களில் வேண்டாம் என்று உதறியதில்லையே?

எப்படியானாலும் நீ இதுக்கு என்கிட்டே வந்து விழுந்துதானே ஆகணும்... என்கிற நினைப்பு அவளுக்கு இருக்கலாம். என்னதான் சண்டை போட்டாலும்,

திமிராப் பேசினாலும், நீ இதுல மடிஞ்சுதானே ஆகணும்... என்கிற எண்ணம் இவனுக்கு. அவனைப் பணிய வைக்கிற அஸ்திரம் இதுதான் என்று நினைத்திருக்கலாம். அவளை அடிமைப் படுத்தும் வழி இதுவே என்று அவனும் கருதியிருக்கலாம். எல்லாச் சண்டைகளும் அப்படித்தான் அங்கே முடிந்திருக்கிறது. பரஸ்பரத் தோல்வி என்று கூடச் சொல்லலாம்.

அந்த ஒன்றிலிருந்து மட்டும் அவனால் விலக முடியவில்லை. அவளாலும்தான். இல்லையென்றால் மறுத்திருக்க வேண்டுமே...! எரிச்சலில் விட்டு உதறியிருக்க வேண்டுமே! இதில் தன்னை அடிமைப்படுத்துவதுதான் தனக்கான பாதுகாப்பு என்று கருதியிருப்பாளோ? பெண்கள் அதில்தான் கணவனை தன்னைச் சுற்றி அலையும் நாய்மாதிரி ஆக்க வேண்டும் என்று வன்மம் வைத்திருப்பார்களோ? அம்மாதிரி நேரங்களில் படு அழகாய்த் தெரிவாள் அவள். அவளது ஒவ்வொரு அசைவும் இவனுக்கு ஆசையை மூட்டுவதாய் இருக்கும். எப்படி இது சாத்தியப்படுகிறது? தன் கண்களுக்கு என்று அப்போது பார்வை மட்டுப்படுகிறதா? தெளிவில்லாத நோக்கில்தான், அந்த மயக்கத்தில்தான் தனது பயணம் தோல்வியைத் தழுவுகிறதா?

அப்டியே கட்டிப்பிடிச்சு இந்த மூக்கை ஒரு கடி கடிக்கட்டுமா? உன் முகத்துக்கே இந்தப் பெரிய மூக்குதான் அழகு என்றவாறே அவளது பப்ளிமாஸ் கன்னங்களில் முத்தங்களைப் பொழிவான். வாயை எடுக்கவே தோன்றாது. அப்படியே நாள் பூராவும் கிடந்து விடலாமே என்றிருக்கும். அப்படியிருக்கும்போதே இது சரியா என்ற கேள்வியும் தோன்றும்? ஒரு கணம் சிந்திக்கத் தூண்டி மறுபடியும் முயங்க வைக்கும்.

காமம் மனிதனை எப்படி வசப்படுத்துகிறது? அதை வெல்ல வேண்டுமானால் மூழ்கி முக்குளித்துத்தான் எழ வேண்டும் போலிருக்கிறது. விட்டு விலகி ஞானம்

பெறுவோம் என்கிற நிலை அத்தனை சாதாரணமாய் ஏற்படாதோ? எங்கேனும் ஓடி ஒளிந்தாலும் மனம் கிடந்து தவியாய்த் தவிக்கிறதே...! மனதை அடக்குவதும், அதனை வெல்வதும்தானே இதில் முதன்மையானது? புலன்களுக்கு வசப்படுதல் என்பது அகவலிமையை இழத்தல். இந்த மனத்தையும், உடலையும் நம் கட்டுக்குள் வைத்திருக்க வேண்டும். அதற்கான பயிற்சி என்பது தனி. உடலை வருத்தல் என்பது ஒன்றினாலே அது சாத்தியம். மகாத்மாவுக்கு அப்படித்தான் அது சாத்தியப் பட்டிருக்கிறது. அப்படியும் பலமுறை தோல்விககளை நான் சந்தித்திருக்கிறேன் என்கிறார் அந்த மகான். தொடர்ந்த பயிற்சிகளே இதைப் பக்குவப்படுத்தும்.

இவனும் எத்தனையோ முறை முயற்சித்திருக்கிறான். அத்தனை முறையும் தோற்றிருக்கிறான். இன்னும் விடாமல் தோற்றுக் கொண்டேயிருக்கிறான். அப்படித் தோற்பதிலேயும் ஒரு சுகம் இருக்கத்தான் செய்கிறது. என்னதான் சண்டையிட்டாலும், சடுதிக்கு நின்றாலும், அவள் அழகைப் புகழ்ந்துகொண்டே நெருங்கி, அவளை வசப்படுத்துவதில் இருக்கும் பெருமிதம், உன்னை இது ஒண்ணுலதாண்டி நான் தோற்கடிச்சிருக்கேன்... என்று பெருமையாய் நினைக்க வைக்கும். நீங்களா இல்ல நானா? என்று அவளும் கேட்கலாம்.

எது எதுக்கோ என்ன, எல்லாத்துலேயும் மடியாம நட்டமா நிற்கிற நீ, இது ஒண்ணுல மட்டும் விழுந்துடற பார்த்தியா? அப்போ எல்லாத்தையும் மீறின அன்புங்கிற ஒண்ணு நம்ம ரெண்டு பேரையும் கட்டிப் போடத்தானே செய்யுது...? அதுக்குப் பேரு அன்புதானே, இல்ல வேறையா? ஒரு வேளை இதுக்குப் பேரும் காமம்தானா? வெறும் காமம்தானா நம்மளை ஒண்ணு சேர வைக்குது? கணநேர இன்பம்தானா ஒண்ணு சேரவும், பிறகு வெறுக்கவும் பண்ணுது? காமம் எப்படி ஒரு சீரான வாழ்க்கைக்கு நிரந்தரமாகும்? அது ஒரு கட்டத்தின் வெறும் அங்கம்தானே? கடக்கும்போது ஒதுக்க

வேண்டியதுதானே? அதை ஒதுக்கினாத்தானே இந்த ஊனுடைய உண்மையை நாம உணர முடியும்?

சமூகக் கட்டுப்பாடுங்கிற வட்டத்துக்குள்ள இருந்துக் கிட்டு, அதுலர்ந்து விலக முடியாமே, வீட்டுல ஒரு மனுஷனாவும், வெளில ஒரு மனுஷனாவும் வாழற நாம, இந்த விஷயத்துலயும் நம்மளை நாமே ஏமாத்திக்கிறோமா? நம்ம ரெண்டு பேரும் போடுற சண்டைக்கு, என்னைக்கோ பிரிஞ்சி போயிருக்கணுமே... என்னைக்கோ ஒருத்தரை ஒருத்தர் வெறுத்திருக்கணுமே... அப்பப்போ தோன்றக் கூடிய வெறுப்பு, சலிப்பு, கோபம், தாபம் எல்லாமும் உடல் தேவைன்னு வர்றபோது ஏன் மறைஞ்சு போயிடுது? ஒருவகைல யோசிச்சா இது அபத்தமா இல்லை? உலகத்துல இந்த ஒரு விஷயம்தானா இருக்கு? நம்ம மனசே ஒரு கோயில்ங்கிறாங்க... அதுல குடியிருக் கிறது இந்த விஷயமா? நினைக்கிறபோது வெட்கமா யில்லே? கோயில அசிங்கப்படுத்தினமாதிரி ஆகாதா? சரியான நிலைல அமர்ந்து கண்களை மூடி, மனசை ஒரு நிலைப்படுத்தி நெற்றிப் பொட்டிலே சிந்தனையை ஒருமுகப்படுத்தி ஒரு செகன்ட், ஒரே ஒரு செகன்ட் இருந்து பார்ப்பமே. அந்த க்ஷணம் கிடைக்கிற திருப்தியும், நிறைவும் இந்த மற்றதுலயெல்லாம் கிடைக் குமா? நீ இருந்து பார்த்திருக்கியா? உனக்கு அந்தப் பயிற்சி உண்டா? சில சமயங்கள்ல நான் அதுல வெற்றி யடைஞ்சிருக்கேன். தொடர்ச்சியா இல்லாட்டாலும், ஏதேனும் சில வேளைகளில்...

ஆனா மற்ற சமயங்களில்..? கண்களை மூடினா, அந்த மனசு திறந்துக்கிட்டு அவள்தானே ஞாபகத்துக் வர்றா? அவளா? அவள்னா யாரு? அந்த அவள்தானா அவ? சுமதி, உன்கிட்டே என்னைக்கு நான் உண்மையைச் சொல்லப் போறேன்? என்னைக்கு எனக்கு அந்த தைரியம் வரப் போகுது? அந்த நாள் ஒரு சுமுகமான நாளா இருக்குமா? இல்லை நம்ம ரெண்டு பேருக்குள்ள இருக்கிற பிரிவு இன்னும் பலப்படுமா? இன்னும்

அதிகமா நீ என்னை வெறுக்க ஆரம்பிச்சிடுவியோ? இன்னும் கன்னாபின்னான்னு கோபப்படுவியோ? தீராத சண்டையை அது நமக்குள்ளே வளர்த்து விட்டிடுமோ? நிரந்தரமாப் பிரிஞ்சிடுவோமோ? - சந்திரனின் சிந்தனை கடைசியில் பயத்தில்தான் வந்து நின்றது. ஆனாலும் பதினைந்து வருடங்களாகியும் மறக்காமல், மறக்க முடியாமல் இன்னும் தன் மனதில் கொலு வீற்றிருக்கும் சியாமளாவை என்றுதான் தூக்கி எறியப் போகிறான்? சுமதியை நெருங்கும் ஒவ்வொரு சமயத்திலும், அவன் முன்னே வந்து நர்த்தனமாடுகிறாளே சியாமளி... அவளை ஏன் இன்னும் ஒதுக்க முடியவில்லை?

வெளியே பால்கனியில் நின்று மரக்கிளைகளுக் கிடையில் புகுந்து புகுந்து வெளிப்படும் நிலவின் முகத்தை முழுமையாகப் பார்த்துவிட யத்தனித்துக் கொண்டிருந்த அவனை, சுமதியின் குரல் சட்டென்று உசுப்பிற்று.

நிலாவைப் பார்த்தமேனிக்கே யாரை மனசுல நினைச் சிட்டிருக்கீங்க...?

11

சுமதியின் இந்தக் கேள்வி சந்திரனுக்கு அதிர்ச்சியை ஏற்படுத்தியது. தன்னைச் சமாளித்துக் கொண்டு திரும்பி னான். மென்மையான புன்னகை படர்ந்திருப்பதைக் கவனித்து விட்டாள்.

.நான் கேட்கிறேன்... இப்டிச் சிரிச்சா என்ன அர்த்தம்? எரிச்சலோடு கேட்டாள். இரவு படுக்கைக்கு முன் ஒரு சண்டைக்கு அடி போடுகிறாள் என்று தோன்றியது.

உன் கேள்வி அபத்தம்னு அர்த்தம்... அழுத்தமாய்ச் சொன்னான்.

எனக்கு அப்படித் தோணலே...! என்ற அவளின் பதிலில் மேலும் அலட்சியம் தொனிப்பதை இவன் கவனிக்கத் தவறவில்லை.

உனக்கு எதுதான் சரியாத் தோணியிருக்கு? என் சம்பந்தப்பட்ட எல்லாத்துலயுமே உனக்குச் சந்தேகம்தானே... சந்தேகம், இல்லைன்னா அலட்சியம்...

உண்மையா இருந்தா யார் என்ன சொல்லப் போறாங்க...? அப்படியில்லைங்கிற அவ நம்பிக்கை வந்ததுனாலதானே இப்டியெல்லாம் கேட்கத்தோணுது...

நீயென்ன மனோதத்துவம் தெரிஞ்சவளா? அடுத்தவங்க மனசுல இருக்கிறதை அப்டியே புரிஞ்சிக்கிறதுக்கு...? இன்னைக்குப் பௌர்ணமி. முழு வட்ட நிலா வானத்துல எப்படிப் போயிட்டிருக்குன்னு பார்த்திட்டிருக்கேன்... அதுக்கு ஒரு அர்த்தம் கற்பிக்கிறியே..?

உண்மைலயே சொல்லுங்க... இந்த நிமிஷத்துல உங்க மனசுல வேறே எண்ணம் இல்லைன்னு? சத்தியம் பேசணும் என்கிட்டே.... ! - தீர்க்கமாய் இவனைப் பார்த்துக் கொண்டே அதிரடியாய் முன்னே வந்து நின்றாள் சுமதி.

சாமி முன்னாடிதான் சத்தியமா நினைக்கணும்... கடவுள் சந்நிதானத்துலதான் சத்தியமாக் கும்பிடணும்... நீ என்ன கடவுளா? இல்ல இந்த வீடென்ன கோயிலா?

வீடைக் கோயிலாத்தான் வச்சிக்கணும்னு நான் நினைக்கிறேன்...

தாராளமா வச்சிக்கயேன்... நானொன்னும் தடை சொல்லலியே...

வீடு கோயிலா இருக்கணும்னா அங்கே உண்மை இருக்கணும்... வெளிப்படைத் தன்மை இருக்கணும்... இங்கதான் அது இல்லையே...! அப்டி இருக்கிறவங்களுக்கு,

பெண்டாட்டி கூடக் கடவுளாத்தான் தெரிவாங்க... ஒரு வயசுக்கு மேலே வீட்டுப் பெண்கள் அந்த வீட்டோட சாமி மாதிரித்தான்...

ம்உறீம்... அதெல்லாம் சராசரிக்கும் மேலே ரொம்ப அருமையான குணம் படைச்சவங்களுக்கு... இங்க அது பொருந்தாது... இந்த உண்மைங்கிறது ரெண்டு தரப்புக்கும் பொதுவானதுதானே... ஒரு சார்பானதா என்ன? அப்பத்தானே வெளிப்படைத் தன்மைங்கிறது வரும்...

மனசுல ஒண்ணு, வெளில ஒண்ணுன்னு வாழ்ந்திட்டிருக்கிறவங்க கிட்டேயிருந்து வெளிப்படைத் தன்மையை எப்படி எதிர்பார்க்க முடியும்? - இந்தக் கேள்வியைக் கேட்டுவிட்டு அவனிடமிருந்து என்ன பதில் வருகிறது என்று காத்திருப்பது போல் அமைதி காத்தாள் அவள்.

கேள்வியே விநோதமாயில்லே இருக்கு. இந்த வீட்டுக்கு வந்ததுலேயிருந்து அப்படி வாழ்ந்திட்டிருக்கிறது நீயா, நானா? உனக்குத்தான் மனசுல ஒண்ணு, வெளில ஒண்ணு... ஆனா மனசுல உள்ளதை வெளிப்படையா அல்லது கோபத்துல உன் பையன்ட்டக் கூடச் சொல்லியிருக்கே... என்கிட்டே அப்டி வெளிப்பட்டதில்லை... அதுனாலதான் என்னோட சுமுகமா இருக்க முடியலை உன்னாலே... அதுதானே உண்மை? - அவளை சந்தர்ப்பம் பார்த்து மடக்கிவிட்டதாய் நினைத்தான் சந்திரன். அமைதி தொடரவே மேலும் தொடர்ந்தான்.

எதை எதைப் பையன்ட்டப் பேசணும், எதை புருஷன்ட்டப் பேசணும்ங்கிற விவஸ்தை கூட உன்கிட்டே இல்லை... நீ என்னைப் பார்த்து, காரணமில்லாமே குற்றம் கற்பிக்க முயல்றே?

அப்டி என்ன சொல்லிட்டேனாம்? அவன் ஒண்ணும் புரிஞ்சிக்க முடியாத பையன் இல்லே... அவனுக்கும் தெரியும் உங்க லட்சணம்...

நம்ம லட்சணம்னு சொல்லு... உன்னைச் சரியாப் புரிஞ்சிட்டிருக்கான்னு தப்பா நினைச்சிடாதே... எதையெதை எந்த அளவுக்குப் புரிஞ்சிக்கணும்னு இந்தக் காலத்துப் பசங்களுக்குச் சொல்லித் தெரிய வேண்டிய தில்லே... பையன் உன்கிட்டேதான் ரொம்ப இஷ்டம்னு நீ நினைச்சீன்னா, ஒரு நாளைக்குக் கண்டிப்பா ஏமாறுவே...!

பேச்சு எதிலோ ஆரம்பித்து, எங்கோ திசை திரும்பி விட்டதை நினைத்து சற்றே ஆறுதல் கொண்டான். ஆனாலும் விட்ட இடத்தைப் பிடிக்க மாட்டாள் என்பது நிச்சயமில்லை. உள் மனது எச்சரிக்கத்தான் செய்தது.

நீ தேவையில்லாமே உன்னை அலட்டிக்கிறேன்னு எனக்குத் தோணுது... என்னுடைய முப்பத்தஞ்சாவது வயசிலே என்னை நீ சந்திச்சே... உன்னுடைய முப்ப தாவது வயசு... அதுவரைக்கும் இருந்த வாழ்க்கை வேறே... அதைப் பற்றி யோசிக்க வேண்டியதில்லை... அதுக்குப் பிறகு எப்படியிருக்கோம்ங்கிறதுதான் முக்கியம்... ரொம்ப எளிமையா ஒண்ணு சொல்றேன். இந்த வாழ்க்கைல அன்றாடப் பணிகள் என்னவுண்டோ அதை அதைச் செய்திட்டு, மேலோட்டமா அப்டியே போயிட்டிருக்கிறதுதான் சந்தோஷம், நிம்மதி. யோசிக்க ஆரம்பிச்சோம்னா அப்புறம் எல்லாமே குழப்பம்தான். அதை நான் புரிஞ்சிக்கிட்டிருக்கேன்... நீயும் புரிஞ்சிக் கிட்டா நல்லது...

வாழ்க்கைங்கிறதே ஆத்மார்த்தமானதுன்னு அப்டி, இப்டீன்னு சொல்வீங்களே... அதெல்லாம் வெறும் புருடாவா... வெறும் வசனம்தான் போலிருக்கு...

இருக்கக் கூடிய குறைகளையெல்லாம் மீறி, அவைகளை ஒதுக்கிட்டு, ஆழ்மனசு அன்போட பரஸ்பரம் நேசிக்கப் பழகிக்கணும்ங்கிறதுதான் அதோட உள்ளர்த்தம்... குறைகள் இல்லாத மனுஷாள் யாரு... அப்படித்

தேடினீன்னா ஒருத்தனும் மிஞ்ச மாட்டான்... ஆற்றிலே குளிக்கப் போறோம்... செத்தை குப்பைகள் நிறைஞ்சுதான் வருது... ஒதுக்கிட்டுத்தானே குளிக்கிறோம்... சமயங்கள்ல அசிங்கங்கள் கூடக் கலந்துதான் வருது... குளிக்காமயா விட்டுடறோம்..அது போலத்தான். தெளிவாச் சொல்லப் போனா வாழ்க்கைங்கிறதே சமரசம்தான்... வீட்டை விட்டு இறங்கினோம்னா வெளில, முகமறியாத மூன்றாம் மனுஷன்ட்ட தினமும் எவ்வளவோ சமரசங்களைப் பண்ணிக்கிறோம். ஆனா வீட்டுல ஒண்ணாச் சேர்ந்து இருக்கிற நம்மகிட்டே அது இல்லை...

அது உரிமை இருக்கிற இடம்... அங்கே உண்மையை எதிர்பார்க்கிறது எப்படித் தப்பாகும்? கொக்கியைச் சரியாய்ப் போட்டு விட்டதாக நினைத்து அவன் பதிலை எதிர்பார்த்து நின்றாள் சுமதி.

உண்மையில்லாம யார் இங்கே பொய்யாத் திரிஞ்சிட்டிருக்காங்க...? - சட்டென்று எரிச்சலான இவன் மேலும் தொடர்ந்தான்.

மனசுல ஆயிரம் தோணும்... அதையெல்லாம் கன்ட்ரோல் பண்ணிட்டு, நல்லதை மட்டும் சலிச்சு எடுக்கிறான்பாரு... அவன்தான் மனுஷன்... அவனோட உண்மைத்தன்மையைப் பாராட்டத் தெரிஞ்சிக்கணும்... ஒரு இளைஞன் பேச்சிலரா இருந்தப்போ இருந்த நடைமுறை வேறே... திருமணமான பின்னாடி இருக்கிற நடைமுறை வேறே... அப்போ அவனோட இருப்பு எப்டியிருக்குங்கிறதை மட்டும்தான் கவனிக்கணும்... அநாவசியமாத் தோண்டக் கூடாது... அப்டித் தோண்ட ஆரம்பிச்சா பெரும்பாலானோர் வாழ்க்கைல சங்கடம் தான் மிஞ்சும்... அதைத்தான் நான் சமரசம்னு சொன்னேன். அன்றாடச் செயல்பாடுகள்ல அட்ஜஸ்ட் ஆறது மட்டுமில்லே அதுக்கு அர்த்தம்... பரஸ்பரம் ரெண்டு போரோட உள்மன வியாபகங்களையும் புரிஞ்சு சமன் பண்ணிக்கிறதுதான் அதோட புத்திசாலித்தனம்...

உங்களோட இந்தப் பேச்சுக்களெல்லாம் யாருக்குப் புரியும்...? இதுனாலதான், இந்த இலக்கியம் படிக்கிறேன்னு அலையறவங்களைக் கண்டாலே எனக்குப் பிடிக்கலை... என்னவோ ரொம்ப யோக்கியம் மாதிரி? எல்லாத்தையும் அலசுறது... விமர்சனம் பண்றது... எதிராளிக்கு மூளையே கிடையாதுங்கிறமாதிரிப் பேசுறது... இந்த மாதிரி ஆசாமிகள்ட்ட உண்மையே இல்லைங்கிறதுக்கு இதை விட வேறே என்ன உதாரணம் வேணும்... தனக்குத்தானே எல்லாத்துக்கும் நியாயம் கற்பிச்சிண்டு, .மனசுல ஒண்ணும் வெளில ஒண்ணுமாத் திரியறது? நீங்க படிக்கிற புத்தகங்கள் எல்லாம்தான் உங்களை இப்படி ஆக்கியிருக்கு... முதல்ல அத்தனையையும் தூக்கி வெளில எறிங்க... அப்பத்தான் இந்த வீட்டுக்கு விமோசனம்...

எதற்கோ, எதையோ சம்பந்தப்படுத்திப் பேசிவிட்டுப் போவதாய்த் தோன்றியது இவனுக்கு. அவள் கண்களுக்குப் படக் கூடாது என்றுதான் தன்னுடைய அறையைத் தவிர வேறு எங்கும் வீட்டில் புத்தகங்கள் கண்ணில் படாமல் பார்த்துக் கொண்டிருக்கிறான். சாதாரண வார மாத இதழ்களைக் கூட ஹாலின் பொது இருக்கையில் போட்டு வைப்பதில்லை. அவள் விரும்பிப் படிக்கும் ஆங்கில தினசரி மட்டும்தான் கிடக்கும். படிக்கும், படித்த புத்தகங்களைப்பற்றி என்றும் அவளிடம் ஒரு வார்த்தை கூடப் பேசியதில்லை. அவளுக்கு அவ்வாறான வாசிக்கும் பழக்கமில்லை என்பதை ஆரம்பத்திலேயே தெரிந்து கொண்டு விட்டான். அதுபற்றிப் பெரிதாக நினைத்துக் கொண்டது மில்லை. தன் பழக்கம் தன்னோடு. அவள் பழக்கம் அவளோடு. தன்னுடைய கதைகள், கவிதைகள் இதழ் களில் வருவதைக் கூட அவன் அவளிடம் பகிர்ந்து கொண்டதில்லை. தன்னை மதிக்கத் தெரிந்திருந்தால் அவளுக்கு அதையும் மதிக்கும் பழக்கம் வரும்... மதிக்காவிட்டாலும் குறைந்த பட்சம் குறைப்பட்டுக் கொள்ளும் பழக்கமாவது இல்லாமல் இருக்கும். அதிலேயே அவளுக்கு அலட்சியம் இருக்கும்போது?

எதிர்காற்று

அதற்கு மேல் அங்கு நின்றிருந்தால் மேலும் பேச்சு வளரக்கூடும் என்று இவன் பால்கனியை விட்டு விலகி, தன் அறைக்குச் சென்று புகுந்து கொண்டான்.

அறையில் அவன் தன்னைத் தனிமைப் படுத்திக் கொண்ட போது மனதிற்குள் மீண்டும் சியாமளா வந்து புகுந்து கொண்டாள். கடந்த முறை அவர்கள் அந்தப் புத்தகக் கண்காட்சியில் சந்தித்துக் கொண்டது அவன் நினைவில் வட்டமிட ஆரம்பித்தது.

12

கூட்டம் நிரம்பி வழிந்தது புத்தகக் கண்காட்சியில். கடந்த நான்கு தினங்களில் இந்த அளவுக்கான நெருக்கடியை உணரவில்லை. அன்று ஞாயிற்றுக்கிழமை விடுமுறை நாள் என்பதால் எல்லோரும் பேசி வைத்துக் கொண்டு குழுமியது போலிருந்தது. வலது புறமாய் உள்ளே நுழைந்து ஒரு பெரிய சுற்றுச் சுற்றி இடது புறமாய் வெளியே வர வழி செய்யப்பட்டிருந்தது. ஆனால் பலரும் இருபுறமும் புத்தக ஸ்டால்களை வேடிக்கை பார்த்துக் கொண்டு நகர்ந்தவர்கள்தான் அதிகமோ என்று எண்ணினான். மொத்தம் அறுநூறு ஸ்டால்கள் என்று போட்டிருந்தார்கள். ஒரே நாளில் பார்த்து விடுவதற்கில்லை. பார்த்தாலும் தேர்வு செய்து புத்தகங்களை வாங்குவது என்பது முன்திட்டமாய் வந்திருந்தால்தான் சாத்தியம். வாசலில் அனைத்துப் பதிப்பகங்களின் பட்டியல் ஒன்றைக் கொடுத்தார்கள். புதிய புத்தகங்களைப் பற்றிய அறிமுகமும் இருந்தது.

ஏற்கனவே வாங்கி வைத்திருந்த புத்தகங்களே படிக்காமல் கிடக்கின்றன. இன்னும் புதிது புதிதாய் வாங்கிச் சேர்த்துக் கொண்டிருந்தால்? பலரும் ஒரு சில மணி நேரங்களில் முன்னூறு பக்க அளவிலான புத்தகங்களைப் படித்து விடுவதாய்த் தெரிவிக்கிறார்கள்.

எப்படி சாத்தியம்? அதிக பட்சம் ஒரு மணி நேரத்துக்கு முப்பது நாற்பது பக்கங்களை இவன் என்றும் தாண்டியதில்லை. ஒரு வேளை தான் மிகவும் மெதுவான வேகத்தோடு படிக்கும் வாசகனோ? வேகமாய்ப் படிக்கும் திறன் தனக்கு இல்லையோ?. அதனாலேயே தன்னிடம் புத்தகங்கள் தேங்கிப் போகின்றனவோ? ஆனாலும் புதிய புத்தகங்கள் வாங்குவது என்னும் ஆசையைப் புறந்தள்ள முடிவதில்லை. எத்தனையோ புதியவர்கள் வந்திருக்கிறார்கள். நன்றாய்த்தான் எழுதுகிறார்கள்.

என்னத்த நல்லா எழுதறாங்க...? ஒரு புத்தகத்தப் படிச்சம்னா அதன் மூலமா நமக்கு புதிய செய்திகள் கிடைக்கணும் சார்... புது அனுபவத்தை உணரணும்... ஆளுமை மிகுந்த அழுத்தமான எழுத்தா இருக்கணும்... அதுதான் இலக்கியம்... போகிற போக்குல சொல்லப்படுற விஷயங்கள்னால என்ன பலன்? நாலு பேர் ரூம்ல உட்கார்ந்து தண்ணியடிக்கிறதும், தப்புத் தப்பாப் பேசுறதும், உடலுறவு, பொம்பளன்னு கட்டுப்பாடில்லாம அளந்திட்டிருக்கிறதும்... இதெல்லாமா எழுத்து? படிக்கிற வாசகனோட மனசை எத்தனை தூரம் கெடுக்கிறாங்க...? இதுதான் புது ட்ரெண்டா? சமுதாயத்துக்குப் பயன்படுற மாதிரி இருக்க வேண்டாமா? மனசுல தோணின தெல்லாத்தையும் எழுதலாம்னா யாரும் எதுவும் எழுதலாமே...? எழுத்தாளன்னு எதுக்கு ஸ்பெஷலா? எழுத்த ஆள்றவன்..அவன்... அந்த ஆளுமை சாதாரண சராசரி மனுஷன, அவனோட மனசைத் தூக்கி நிறுத் தணும்... அவனோட வாழ்க்கை நிலையை ஒரு படி மேலே உயர்த்தணும்... அவன் சிந்தனைகளை மேம்படுத் தணும்... ஏற்கனவே அன்றாட வாழ்க்கைச் சிக்கல்கள்ல சிக்கிச் சீரழிஞ்சி கிடக்குற ஒருத்தனை மேலும் படுகுழில தள்றதாவா இருக்கிறது ஒரு எழுத்து?

சியாமளாவை அங்கு சந்திக்கும் முன்பு எதிர்ப்பட்ட நண்பரின் கருத்தாக இருந்தது இது. சொல்லப் போனால்

இவனது கருத்தும் அதுதான் என்று நினைத்துக் கொண்டான் சந்திரன். முப்பதுகளிலிருந்து அறுபதுகள் வரையிலான படைப்பாளிகளின் புத்தகங்களை மட்டுமே வாங்குவது என்பதே இவனின் பழக்கமாக இருந்தது. ஏறக்குறைய அவர்களின் படைப்புக்கள் எல்லாவற்றையும் படித்திருக்கிறான். அவ்வப்போது அவர்களின் வெவ்வேறு பெயர்கள் தாங்கிய புத்தகங்கள் வெளியிடப்படுவதைக் கண்ணுற்று வாங்க முற்பட்ட போது அவை ஏற்கனவே வெளிவந்த வேறு தலைப்பு களிலான புத்தகங்கள்தான் என்பது தெரிந்தது. முதல் பதிப்பாக வெளி வந்தவை அப்புத்தகத்தினுள் அடங்கிய வெவ்வேறு தலைப்புகளிலான படைப்புக்களை இப்போது புதிய தலைப்பாக ஏந்திக் கொண்டு புதிய புத்தகங்ளாக வலம் வருவதைப் புரிந்து கொண்டான்.

முதல் பதிப்பாக வெளிவந்தவை அதே தலைப்பில் அடுத்தடுத்த பதிப்பாக வருவதுதானே சரியானது என்று தோன்றியது. இது வேறு புத்தகமோ என்று சாதாரண வாசகன் ஏமாறும் வாய்ப்பு உண்டு இதில். ஆழமான வாசகன் ஒரு படைப்பாளியின் முக்கியமான படைப்புக் களை நினைவினில் வைத்திருப்பான். என்னென்ன தலைப்பிலெல்லாம் அந்தக் குறிப்பிட்ட எழுத்தாளர் எழுதியிருக்கிறார் என்பதையும் அவன் தன் நினைவில் கொள்ளும் சாத்தியமுண்டுதான். அவனை ஏமாற்ற முடியாது. ஆனால் புதிதாய் உள்ளே நுழையும் வாஞ்சை யுடனான வாசகனுக்கு இது தெரிய வாய்ப்பில்லை. அம்மாதிரி வாசகனைக் குறி வைத்தே இந்தப் பயணம் நடைபெறுகிறதோ என்று நினைத்தான். இம்மாதிரியான மாற்றங்களை சிறுகதைகள், கவிதைகள், கட்டுரைகள் என்று மேற்கொள்ளலாம். வெவ்வேறு தலைப்புகளாய் மாற்றி, புதிய புத்தகங்களாய்ப் போடும் வாய்ப்பு உண்டு. நல்லவேளை நாவல்களின் தலைப்பையே மாற்றி வெளியிடாமல் இருக்கிறார்களே என்று நினைத்துக் கொண்டான். இல்லை, அப்படியும் வந்திருக்கிறதோ? தனக்குத் தெரியாமல் இருக்கலாம்... உண்மையிலேயே

அந்த மூத்த தலைமுறைப் படைப்பாளி உயிரோடிருந்தால் இம்மாதிரிச் செய்வதை ஏற்றுக் கொள்வாரா என்ற கேள்வி பிறந்தது இவனுக்குள். அவர்கள் தங்களை மதிப்பான இடத்தில் நிறுத்திக் கொண்டவர்கள். அதுபோல் தங்கள் எழுத்தையும் மதிக்கும் இடத்தில் நிறுத்தியிருந்தவர்கள். இன்று அவர்கள் இருந்தார்கள் என்றால் வேண்டாம் என்றுதான் சொல்வார்கள். அல்லது வேறு வழியில்லாமல் அமைதி காப்பார்கள். எழுத்தாளனின் நிலைமை என்றும் அவலம்தானே...!

புத்தகங்களுக்கு நல்ல அறிமுகம் கிடைக்கிறது. படைப்பாளிகள் ஊக்கம் பெற ஏதுவாகிறது. இன்னும்... இன்னும் என்று மேலே செல்லும் வாய்ப்புக் கிட்டுகிறது. நினைத்துக் கொண்டே வாங்கியிருந்த புத்தகங்களை லேசாகப் புரட்டியவாறே நகர்ந்த போதுதான், அந்த காஃபி ஸ்டாலில் நின்று கொண்டிருந்தாள் சியாமளா. இவன் பார்க்க அவளும் சட்டென்று கவனித்து விட, அந்தக் கணம் கன்னத்தில் தவழ்ந்த முடியை மென்மை யாய் ஒதுக்கியவாறே அவள் சிரித்த அந்தச் சிரிப்பு... இன்றும் அவன் நினைவுகளில் அழியா ஓவியமாய்த் தவழ்ந்தது. குழி விழுந்து விழுந்து மறையும் அந்த இடது கன்னம் அவன் கருத்தை விட்டு அகலாதது.

உங்களை இங்கே பிடிச்சிற முடியும்னுட்டுத்தான் வந்தேன்... என்றாள்.

இன்றைக்குப் பிடிச்சிட முடியும்னு அகப்பட்டிருக்கனே... அதுதான் ஸ்பெஷல்... என்றபோது அவள் துள்ளிச் சிரித்த சிரிப்பு சுற்றியிருந்தவர்களை ஒரு பார்வை பார்க்க வைத்தது.

நடக்கலாமா... என்றான் சந்திரன். அங்கிருந்த கூட்டத்தை விட்டு விலகினால் தேவலை...

காஃபி... என்ற அவளைப் பார்த்து... நோ... தேங்க்ஸ்... என்று விட்டு நடக்க ஆரம்பித்தான். வந்து ஒட்டிக் கொண்டாள் சியாமளா.

இது பொது எடம்... கொஞ்சம் விலகி நடக்கக் கூடாதா...? என்றான் கிசுகிசுத்து.

அதனால் என்ன? பார்க்கிறவங்களுக்கு என்ன தெரியப் போகுது...? - கொஞ்சலாய் கைகளைப் பின்னிக் கொண்டாள். எப்போதுமே சற்று உரிமை அதிகம்தான்.

தெரியுதோ... தெரியலையோ... எவனாவது ஒருத்தன், தெரிஞ்சவன் கண்ல பட்றமாட்டானா? வேறே வினையே வேண்டாம்...

சரியான பயந்தாங்கொள்ளி... !

இந்த பார்... விளையாடாதே... இது என் ஊரு... என்னைத் தெரிஞ்சவங்க நிறையப் பேரு இருப்பாங்க... வருவாங்க... யாரோ ஒரு பொண்ணோட அலையறான்னு உடனே சுமதிக்கு நியூஸ் போயிடும்... நம்ப விளையாட்டெல்லாம் திருச்சியோட சரி... புரியுதா... உன்னை யாரு இங்க வரச்சொன்னா...?

இதென்னடா இது வம்பாப் போச்சு... இந்த ஊருக்கு வர்றதுக்கு உங்ககிட்டப் பர்மிஷன் வாங்கணுமா நானு... யாதும் ஊரே... யாவரும் கேளிர்... நா எங்க வேணா போவேன் வருவேன்... யாரும் என்னைக் கேட்க முடியாது... அதனாலதான் ரிப்போர்ட்டர் உத்தியோகத்தையே விரும்பி ஏத்துக்கிட்டேன் ... உங்களுக்குத் தெரியும்தானே...

நீ பெரிய தைரியசாலியாச்சே... அதத்தான் அங்க இருக்கைலயே பார்த்தனே... ஆம்பளைங்களே பயப்படுற கூட்டத்துல புகுந்து புறப்பட்டு வந்தவளாச்சே நீ... அம்மா தாயே... ஆள விடு... இங்க நான் நிம்மதியா இருந்திட்டிருக்கேன்... அதைக் கெடுத்திடாதே...

அதைக் கெடுக்கணும்னா காலைலயே உங்க வீட்டுக்கு வந்திருப்பேன்... ஜங்ஷன்ல இறங்கினவுடனே கோயிலுக்குப் பக்கத்துல ரூம் போட்டிருக்க மாட்டேன்... ஏன். உங்ககூட பேச முடியாதா? பேசினேனா... இல்லேல்ல? புரிஞ்சிக்குங்க...

தனியாவா வந்தே...?

இதென்ன அபத்தமா இருக்கு கேள்வி? வெளிநாட்டுக்கே தனியாப் போற காலம் இது... இங்கிருக்கிற மதுரைக்கு தனியா வர்றதுக்கு யாராவது பயப்படுவாங்களா?

எந்த ட்ரெய்ன்ல வந்தே...?

அனந்தபுரி... நாலு மணிக்கு வர வேண்டியது... நாலரைக்கு வந்தான்... வெளில வந்தேன்... சூடா ஒரு காஃபி சாப்பிட்டேன்... அப்டியே போய் காலேஜ் ஹவுஸ்ல ரூம் போட்டேன்... படுத்திட்டேன்...

ரொம்ப தைரியந்தான் ஆனாலும்... .. ஆம்பிளைகளவே ரெண்டு பக்கமும் அணைப்பா வந்து நின்னு, தள்ளிட்டுப் போயி, செயினையும் பணத்தையும் பறிச்சிட்டு விட்ட கதையெல்லாம் இருக்கு அந்த ஏரியாவுல...

இங்கேயிருக்கிற திருச்சிலர்ந்து மதுரை வர்றதுக்கு ஆயிரத்தெட்டு பஸ் இருக்கு... நீ ட்ரெய்ன்ல வந்திருக்கே...

திடீர்ப் பயணம்... டிக்கெட் வாங்கிக் கொடுக்கல்லாம் ஆள் இருக்கு... ரிப்போர்ட்டருக்கு இல்லாத சலுகையா...? ஜங்ஷன்லயே ஒருத்தரப் பிடிச்சேன்... கிடைச்சிடுத்து... கிளம்பிட்டேன்...

ரிப்போர்ட்டர்னா என்ன... பெரிய கொம்பா...? செய்திகளை முந்திக் கொடுக்கிறதும், தூண்டித் துருவி ஆராய்றதும்தானே உங்க வேலை... சமயத்துல தப்பாவும் போயிடும்தானே...! உடனே வருத்தம் தெரிவிச்சிடுவீங்க...

அப்படிச் சாதாரணமாச் சொல்லிடாதீங்க... துணிச்சலான வேலை... அதுவும் இன்றைய அரசியல் சூழ்நிலைல அது எத்தனை தைரியமான விஷயம்ங்கிறதை நினைச்சுப் பாருங்க...

ஒத்துக்கிர்றேன்... அப்பவே நாம தங்கியிருந்த ஓட்டல் கிச்சன் எவ்வளவு கேவலமாயிருக்கு பாருங்கன்னு படம்

பிடிச்சுப் போட்டவதானே நீ... எந்தக் கடைல சாப்பிடுறமோ, எங்க தங்கியிருக்கமோ... அந்த எடத்தோட அவலத்தைச் சொல்றதுக்கு ஒருத்தருக்கு... அதுவும் ஒருத்திக்கு... எத்தனை தைரியம் வேண்டியிருக்கும்... ஆம்பளைங்க தங்கியிருக்கிற போர்டிங் அன்ட் லாட்ஜிங்ல போராடி எடத்தைப் பிடிச்சிட்டு... பிறகு அதைப்பத்தியே கட்டுரை எழுதி... அந்த அய்யர என்ன பாடு படுத்திட்டே... நியாயத்துக்குப் பயந்த ஆளு... அதனால சொல்றது சரிதான்னுட்டு... எடத்தைச் செம்மைப்படுத்த ஆரம்பிச்சிட்டாரு... சரி பண்ணி... அதையே உங்க பத்திரிகைல திரும்பவும் போட வச்சாரா இல்லையா?

கண்டிப்பா... குறையைச் சொல்ற நமக்கு... நிறையையும் சொல்ற தைரியம் வேணும். எப்டியானாலும் அந்தப் புகார் ரிப்போர்ட்னாலதானே அந்த முயற்சி நடந்தது. ரெக்டிஃபிகேஷன் ஆஃப் டிஃபெக்ட்ஸ்... அதான் நம்மளோட நோக்கம்... அத செய்ய வச்சமா இல்லையா...!

ஓ.கே... ... ஆனா அந்த எடத்துல உன்னால தொடர்ந்து தங்கியிருக்க முடிஞ்சிதா? இல்லையே... உன்னை வெளியேறுன்னு சொன்ன போது ஏன் போராட முடியல்லே...? அந்த ரூமை ஆஃபீஸ் ரூமா மாத்தப் போறேன்னு சொல்லி உன்னைக் கட்டாயமா அனுப்பிட்டாரா இல்லையா?

நான் மட்டுமா வெளில வந்தேன்... என்னோட தங்கியிருந்த லிஸாவும்தானே வெளியேறினா...! அவ வேண்டாம்னா... வேறே நல்ல எடமாப் பார்ப்போம்னா... சரி... ஓ.கே.ன்னுட்டுப் பையைத் தூக்கிட்டேன்...

அந்த எடத்தைப் பிடிக்கிறதுக்கு இன்னொருத்தியோட துணை தேவையாயிருந்தது. வெளியேர்றதுக்கு மட்டும் அவ மேலே பழியைப் போடுறியாக்கும்... - விடாமல் கேட்டான் சந்திரன். எந்த வழியிலாவது அவளை மடக்கி அனுப்ப வேண்டுமென்பதே அவனின் அப்போதைய நோக்கமாய் இருந்தது. அது நடக்கவில்லை.

அப்போ பக்கத்து அறைலதானே நீங்க இருந்தீங்க... நான் நினைச்சிருந்தா உங்க ரூம் மேட்டா என்னால வந்திருக்க முடியும்... கூட அவள் இருந்தாளேன்னு விட்டிட்டேன்...

இந்தக் கதையெல்லாம் வேண்டாம்... அங்க இருக்கிற எந்த ரூம்லயும் லேடீஸ் அதுவரைக்கும் இருந்தது கிடையாது... அய்யர் அலவ் பண்ணினதும் இல்லை. கன்டோன்மென்ட் டி.எஸ்.பி. ரெக்கமன்டேஷன்... அதைத் தட்ட முடில அவருக்கு... சம்மதிச்சிட்டாரு... அவர். நகண்டவுடனே கத முடிஞ்சிதில்ல...

சரி... இருக்கட்டும்... இப்ப என்னதான் சொல்ல வர்றே... என்னை உடனே கிளம்புங்கிறியா? - திடீரென்று அவள் ஒருமையில் பேசியதை இவன் கவனிக்காமலில்லை. தன்னை நெருக்கமான இடத்தில் நிறுத்திக் கொள்வதில் எப்போதும் ஒரு முனைப்பு.

அதை நான் சொல்ல முடியுமா? உன் இஷ்டம்... வா போகலாம்... - சியாமளாவை நகர்த்திக் கொண்டு வெளியேறியபோது கேட் அருகே நுழைந்து கொண்டிருந்த இருவரின் பார்வை அவர்கள் பக்கம் அழுத்தமாய் விழுந்தது.

மறுநாள் நினைத்ததுபோலவே ஆனது. யார் அது? என்றுதான் பொழுது விடிந்ததும் பேச்சைத் துவக்கினாள் சுமதி. நல்லவேளை... ராத்திரித் தூக்கத்தைக் கெடுக்காமல் இருந்தாளே என்று நினைத்தான். அந்த அளவுக்கு செய்தி சீக்கிரமாக அவளை வந்தடையும் என்பதை அறிவான். அலுவலகத் தோழிகள் அத்தனை இஷ்டம்.

யாரைச் சொல்றே? - என்றான் நிதானமாக.

எதுவுமே தெரியாத மாதிரியும், புரியாதமாதிரியும் கேட்கிறதும், பேசுறதும்தானே உங்க வேலை... -சொல்லும்போதே குரல் தளர்ந்தது போலிருந்தது. அழுகிறாளோ? ஊறீம்... கண்கலங்கும் ஜோலி சமீபத்தில்

இல்லை. மனசு கெட்டிப்பட்டு விட்டதோ என்னவோ...! ஆனாலும் கேட்டாக வேண்டும் என்கிற தீர்மானம் உள்ளதே...! கேட்டால்தான் அரிப்புத் தீரும்.

பொழுது விடிஞ்சிது... ஆரம்பிச்சிட்டியா...?-என்றான்.

நேற்றே கேட்டிருக்கணும்... தொலையுதேன்னு விட்டேன்... யாரது, சொல்லுங்க... என்றாள் மீண்டும்.

யாரு... திருச்சில எங்கூட விடுதில தங்கியிருந்தாங்களே அவங்கதான்... சியாமளா மேடம்... ..

மேடமா? என்ன ஒரு பித்தலாட்டம்...! அவுங்க என்ன கல்யாணம் ஆனவங்களா... இல்ல உங்களை விடப் பெரியவங்களா... மேடமாம் மேடம்...

சந்திரன் மனசுக்குள் சிரித்துக் கொண்டான். இந்த பார்... அவுங்க பத்திரிகை ரிப்போர்ட்டர்... இங்கு ஏதோ வேலையா வந்திருக்காங்க... புக் ஃபேர் நடக்குதேன்னு வந்த எடத்துல நான் கண்ணுல பட்டு வச்சேன்... ஏற்கனவே தெரியும்ங்கிறதுனாலே பேசிட்டே சுத்திட்டிருந்தோம்... இது ஒரு தப்பா...? யாராவது பார்த்திட்டு என்னமாவது சொன்னா, உடனே சந்தேகப்பட்டுக் கேட்பியா? உனக்கு நீயே யோசிக்க மாட்டியா...? உன் ஆபீஸ் செக் ஷன் ஸ்டாஃப் வந்தப்பவே நான் நினைச்சேன்... இந்தப் பொம்பளைங்களுக்கு வேறே வேலையே இல்ல போலிருக்கு... ஒருத்தருக்கொருத்தர் போட்டுக் கொடுக்கிறதுதான் பொழப்பா...?

கையைக் கோர்த்துக்கிட்டு அலைஞ்சீங்களாமே... அதனாலதானே கேட்க வேண்டிர்க்கு...

ஒரு கணம் அதிர்ந்தான் சந்திரன். எத்தனை துல்லியமான புகார்... அளவுக்கு அதிகமான நெருக்கத்தைக் காட்டிப் பழகும் சியாமளாவின் இயல்பு, இன்று இங்கே வினையாய் வந்து இறங்கியிருக்கிறது.

வாட் நான்சென்ஸ் யு ஆர் டாக்கிங்...? யாரோ என்னமோ சொன்னாங்கன்னு உன் புருஷனைக் கொஞ்சம் கூடத் தயக்கமில்லாமே நீ இப்டிக் கேட்குறதுக்கு உனக்கு வெட்கமாயில்லே... அவுங்க அப்டிச் சொன் னாங்கன்னா... அதுக்கு என்ன அர்த்தம்? ஏற்கனவே உன்னுடைய புலம்பல்களை அவுங்க தெரிஞ்சிருக்காங் கன்னு அர்த்தம்... அதுக்கு இடம் கொடுத்திருக்கேன்னு அர்த்தம்... அப்புறம் எப்டி மதிப்பாங்க...? எப்பப் பார்த்தாலும் என்னைக் கண்காணிக்கிறதும், எங்கிட்டே சண்டை போடுறதுமே உனக்கு வேலையாப் போச்சு... மனுஷனைக் கொஞ்சம் கூட நிம்மதியா இருக்க விட மாட்டியா?

அரண்டே போனாள் சுமதி. கப்சிப் காரவடை என்று ஆகிப் போனது. அந்தப் பேச்சை அத்தோடு துண்டிப் பதற்கு இது ஒன்றுதான் வழி என்று தனக்கு எப்படித் தெரிந்தது? இதுவரை இம்மாதிரி அதிரடியாய்ப் பிரயோகித்ததில்லையே... அப்படியானால்? ஓங்கிச் சொன்னால் உட்கார்ந்து போவாளோ? அந்த மட்டு மாவது அடங்கும் புத்தியிருக்கிறதே...! நினைத்துக் கொண்டான் சந்திரன்.

அடுப்படியில் பால் குக்கர் சத்தமிட்டது. நீராவியோடு கலந்து வெளிவரும் அந்தச் சத்தம் அவள் மனதைச் சொல்வது போலிருந்தது.

கையில் தினசரியோடு அமர்ந்திருந்தவனுக்குப் படிக்க ஓடவில்லை. வேலை கிடைத்த புதிதில் மதுரையிலிருந்து திருச்சி வருவதற்கே தான் அழுததும், இன்னைக்கு லீவு போட்டிரட்டுமா... என்று அம்மாவிடம் கெஞ்சியதும்... அம்மா மூஞ்சியைப் பார்த்துக் கொண்டே தயங்கித் தயங்கிக் கிளம்பி வந்ததும்... எத்தனை சந்தோஷமான, சுதந்திரமான நாட்கள் அவை? மதுரை வந்து திருச்சி போகும் சனி, ஞாயிறு கடந்த ஒவ்வொரு வாரத்தின் முதல் நாளையும் இவனால் மறக்கவே முடியாது. அம்மா

வின் அரவணைப்பில் வாழ்ந்த அற்புதமான காலங்கள் அவை. இழந்து போன அம்மாவின் பிள்ளையாய் இருந்த அந்த இனிய நாட்களை எண்ணி இவனுக்குள் நீண்ட பெருமூச்சு எழுந்தது. ஏன் கல்யாணம் பண்ணினோம் என்கிற கேள்வியும் கூடவே பிறந்து அவன் நிம்மதியை மேலும் கெடுத்தது. இந்த நிலைக்கு என்னதான் முடிவு, என்றுதான் முடிவு என்று அவன் மனம் மேலும் ஓலமிட்டது. ●

சங்கமம்

"ஆர்த்தி...! என்ன இந்நேரத்துல...? - ஆச்சரியத்துடன் கேட்டுக் கொண்டே கதவைத் திறந்தாள் பிரேமா.

பதில் சொல்லாமல் வீட்டுக்குள் போனவளைப் பின் தொடர்ந்தாள்.

ஆபீசுக்குப் போகாமே இங்கே வந்திருக்கே...? லீவு போட்டுட்டியா? - கேள்வி மேலும் தொடர்ந்தது.

ஹாலில் இருந்த காற்றாடியை உயிர் பெறச் செய்து விட்டு ஸ்ஸ்ஸ்... என்று ஆசுவாசப்பட்டவாறே அங்கிருந்த சோபாவில் சாய்ந்தாள் ஆர்த்தி.

அருகில் வந்து அமர்ந்து தலையைத் தடவிக் கொடுத்தாள் பிரேமா. எதும் பிரச்னையா? என்றாள்.

அக்கா... கொஞ்ச நேரத்துக்கு எதுவும் கேட்காதே... முடியுமானா எனக்கு ஒரு ஸ்டாராங்க் காஃபி கொடு... கேட்டுக் கொண்டே சட்டென்று அவள் மடியில் படுத்துவிட்டாள் ஆர்த்தி. நண்பனின் மனைவி. எவ்வளவு நெருக்கம்...!

பிரேமாவின் மனம் இளகியது. ஏண்டீ இப்டீ...? சரி, படுத்திரு... எடுத்திட்டு வர்றேன்... என்றவாறே அவள்

தலையைத் தூக்கி ஒரு தலையணையை அண்டக் கொடுத்து எழுந்தாள் பிரேமா.

நல்ல சூடா இருக்கணும்... இல்லன்னா வேண்டாம்...

சரீடீ... சரி... என்றவாறே உள்ளே போனாள் பிரேமா. அதற்குள் ஆர்த்தி அசந்து விட்டதுபோல் இருந்தது.

உடம்பு எதுவும் சரியில்லையோ? லீவு போட்டு, வீட்டில் ரெஸ்ட் எடுக்க வேண்டியதுதானே? அந்த மூன்று நாளின் முதல் நாளில் வயிற்று வலி, வயிற்று வலி என்று பிதற்றுவாளே? அதுவாய் இருக்குமோ?

தொலைபேசி அலறியது. யாராய் இருக்கும்? அடுப்பில் கொதித்துக் கொண்டிருந்த பாலை சிம்மில் வைத்து விட்டு, போய் எடுத்தாள்.

பிரேமா... நான்தான்... அங்க டேபிள் டிராயர்ல என் பர்ஸ் இருக்கா பாரு...? - ரவீந்திரன் பதற்றத்தோடு கேட்டான்.

போச்சு, மறந்திட்டீங்களா? சமீபமா உங்களுக்கு இதே வேலையாப் போச்சு... எங்கிருக்கீங்க...?

பர்ஸ் இருக்கா பாருன்னா? ரோட்டுலதான் நிக்கி றேன்... திடீர்னு டிக்கெட் பாக்கெட்டைப் பார்க்கிறேன்... பர்ஸைக் காணோம்... பயந்திட்டேன்...

சரி, பதறாதீங்க... ஒரு நிமிஷம்... - போனை வைத்து விட்டுப் போய்ப் பார்த்தாள். டேபிள் டிராயரில் காணவில்லை. பக்கத்துக் கணினி அறைக்குச் சென்றாள். அங்கே கணினிக்கும் ஸ்பீக்கருக்கும் இடையில் நிழலில் பத்திரமாக இருந்தது பர்ஸ். போகிற போக்கில் பார்த் தால் இருப்பது தெரியாதுதான். காலையில் யாருக்கோ ரயில் இ. டிக்கெட் போட்டுக் கொண்டிருந்தான். எதற்கு மற்றவர்களுக்காக இவன் மன்றாடுகிறான். அவரவர் களுக்கு என்று செய்வதற்கு ஆள் இருக்காதா என்ன? இவன் என்ன தாங்கிப் பிடிப்பது? உதவி செய்ய வேண்டி

யதுதான். அதற்கும் ஒரு விவஸ்தை கிடையாதா? மற்றவன் சோம்பேறித் தனத்தையெல்லாம் இவனிடம் சாட்டினால்? இரக்கப் படுவதற்குதம் விவஸ்தை யில்லையா? மனதுக்குள் சலித்துக் கொண்டு என்ன பயன்?

ஏ.டி.எம். டெபிட் கார்டு பர்ஸில்தான் இருக்கும். எடுத்து உபயோகித்துவிட்டு அப்படியே மறந்து வைத்து விட்டுப் போயிருக்கிறான். கொண்டு வந்து டிராயரில் வைத்தாள். கிளம்புவதற்கு முன் தேவையானவற்றை டேபிளில் கண்பார்வையில் எடுத்து வைத்துக் கொள்ளுங்கள் என்று எத்தனையோ முறை சொல்லிப் பார்த்திருக்கிறாள். அவன் செய்வதாயில்லை. இப்படித்தான் வழியில் பதறிக்கொண்டு நிற்பதா?

ஃபோனை எடுத்தாள். லைன் துண்டிக்கப்பட்டிருந்தது. அவன் செல்லுக்கு அடித்தாள். ரிங் போய்க்கொண்டே யிருந்தது. டிராபிக்கில் இருப்பான். ஆபீஸ் போய்ச் சேரட்டும், பிறகு சொல்லலாம் என்று நினைத்து வைத் தாள். அதற்குள் அவனிடமிருந்தே மீண்டும் போன்.

இருக்கு... என்றாள். கண்டேன் சீதையை என்பதுபோல் சொன்னால்தான் அவனுக்குப் பிடிக்கும். முதலில், அனுமனின் கண்டேன் என்ற வார்த்தைதானே ராமனை உயிர்ப்பித்தது. அதுபோல், உங்க டேபிள் டிராயர்ல பார்த்தேன். இல்லை. கம்ப்யூட்டர் பக்கத்துல இருந்தது. எடுத்து டிராயர்ல வச்சிட்டேன்... என்றெல்லாம் விபர மாய்ச் சொன்னால் அவனுக்குப் பிடிக்காது. எதானாலும் ஷார்ப்பா, சுருக்கமாச் சொல்லப் பழகிக்கோ... என்பான். அடுத்தவர்கள் பேச்சைத் திருத்துவதில் அப்படி ஒரு ஆர்வம். அதிலும் பெண்டாட்டியிடம் அத்தனை உரிமை. ஆனால் இம்முறை அவனே கேட்டுவிட்டான். எங்கிருந்திச்சு? இவள் சொன்னாள்.

நல்லவேளை... அதுல ரெண்டாயிரம் பணம் இருக்கும். அதை எடுத்து பீரோவுல வை. பணத்தோட

டிராயர்ல வைக்காதே... பயந்தே போயிட்டேன்... - சொல்லிவிட்டு போனை கட் பண்ணிவிட்டான். ஆர்த்தி வந்திருப்பதைச் சொல்ல வாயெடுத்தாள். ஏனோ சொல்லவில்லை. ஆபீஸ் போகாம இங்கே வந்து என்ன பண்றா? அவுங்க வீட்ல சத்தம் போடப் போறாங்க... என்பான்.

யக்கா... என்னாச்சு காபி...? - கத்தினாள் ஆர்த்தி.

இதோ வந்துட்டேண்டி... - சொன்னவாறே அடுப் படியை நோக்கி ஓடினாள் பிரேமா. நல்லவேளை சிம்மில் வைத்திருந்ததால் பால் மெல்லப் பொங்கி சாவகாசமாய் மேலே வந்து கொண்டிருந்தது. அணைத்து, ஆர்த்தி கேட்டதுபோல் ஸ்டாராங்க் காபி கலந்து எடுத்து வந்தாள். எல்லாத்திலயும் ஒரு கலா ரசனை வேணும். காபி கலக்கறதுனாக் கூட .அவன்தான் சொல்லுவான். ரவீந்திரன் கலந்து கொடுத்த காபியைச் சாப்பிட்டுவிட்டுத்தான் இவளுக்கே அந்தச் சுரணை வந்தது. இப்டியும் காபி கலக்க முடியுமா? நான் போட்ட டிகாக் ஷனை இவ்வளவு ருசியாக் கலந்து நானே இதுநாள் வரை சாப்பிட்டதில்லையே? என்று அதிசயித் தாள். அன்றிலிருந்து அவன் சொன்ன அவளில் டிகாக் ஷன் விடுவதும், பால் சேர்ப்பதும், கடைசியாக நுரை யோடு ஒரு கரண்டி விட்டு, மினு மினுக்கக் கொண்டு வந்து காபியை நீட்டுவதும்... ஏதேது... ரொம்பத்தான் தேறிட்டே...! என்று அவனே பாராட்டினான். இன்று அதே காம்பினேஷனோடுதான் கலந்து எடுத்து வந்தாள். ஒருவேளை இந்த டேஸ்ட்தான் இவளுக்கும் இழுக் கிறதோ? நாக்கைத் தீட்டிக் கொண்டு வந்து நிற்கிறாளே?

ஆர்த்திக்குப் பிடித்தது அவள் வீட்டின் காபிதான். எப்போது வந்தாலும் முதலில் அதை நீட்டிவிட வேண்டும் அவள் முன்.

ஆனாலும் தொழில் சுத்தம்கா உங்கிட்டே... எப்டி இப்டி ஒரு காபி போடறே...? பாலுக்குச் சொட்டுத்

தண்ணி கலக்க மாட்டே போலிருக்கு... கள்ளிச்சொட்டா டிகாக் ஷன் இறக்கிடுறே... அப்புறம் உன் காபியை எப்படித் தவிர்க்க முடியும்? இந்தக் காபியைக் கொடுத்தே ரவியை உங்க முந்தானைல முடிஞ்சி வச்சிருக்கீங்க... சீ... போடி... அதெல்லாமில்லை... அவர் ஒரு சுதந்திரப் பறவை... அவரை யாரும் கட்டுப்படுத்த முடியாது... அப்டியா? வேறே எங்கேயாச்சும் கூடு கட்டிடப் போறார்க்கா... - சொல்லி விட்டுச் சிரித்தாள் ஆர்த்தி.

விளையாட்டுக்குத்தான் சொன்னாள் என்றாலும் அந்த வார்த்தைகள் பிரேமாவுக்கு சற்றுக் கலக்கத்தைத் தான் தந்தன. அப்படியும் ஒன்று நடக்குமா என்ன? ரவீந்திரனை அப்படியெல்லாம் அவளால் நினைத்துப் பார்க்க முடியவில்லை. இன்றுவரை அவனிடம் ஒரு குற்றம் குறை காணவில்லை அவள். ஏக பத்தினி விரதன். ஒரு தப்புத் தண்டா இல்லாதவன். களங்கமில்லாத மனம் கொண்டவன். அவனிடம் அம்மாதிரி துஷ்ட தேவதைகள் அண்டவே அண்டாது என்பது திண்ணம்.

என்னக்கா...நானும் வந்ததுலேர்ந்து பார்க்கிறேன்... உன்கிட்டே ஒரு கலகலப்பே இல்ல இன்னிக்கு...? அங்க என்னடான்னா எங்கம்மா பால் உறைல தண்ணிய விட்டு விட்டு அலசுவாங்க... அதுவே நூறு மிலி கலந்திடும். அப்புறம் எப்டி காபி நல்லாயிருக்கும்? சொன்னாக் கேட்க மாட்டாங்க...? பிரேமாக்கா மாதிரிப் போடு அப்பத்தான் எனக்குப் பிடிக்கும்னு ஆயிரந்தடவை சொல்லிட்டேன்... அப்போ அங்கயே போய் குடிச்சிக் கோன்னுவாங்க... அம்புட்டுக் கோபம் வருமாக்கும்...

அந்தக்காலத்துப் பெரியவங்க அப்டித்தாண்டீ இருப்பாங்க... அவுங்களுக்கு எதையும் பொட்டுக்கூட வீண் பண்ணப் பிடிக்காதாக்கும்... அவுங்ககிட்டேயிருந்து நாம நிறையக் கத்துக்கணும்...

அதுக்காக, அந்த கவருலயும் பால் ஒட்டிக்கிட் டிருக்கும்னு அப்டியா போட்டு அலசுறது?

நீ இத்தனை ஸ்டாராங்கா குடிக்கிறது சரியில்லை. அவ்வளவும் பித்தமாக்கும். ஒரு நாளைக்குத் தலையைச் சுத்திக் கிறு கிறுன்னு வரப்போவுது... வாமிட் பண்ணப்போறே... ஜாக்கிரதை...

என்னக்கா, காபியையும் கொடுத்திட்டு, இப்டியும் சொல்றே... என்னை அனுபவிச்சுக் குடிக்க விடு... அடா... அடா... அடா... கா.பின்னா நரசுஸ்தான்... அதோட சுவையும் மணமுமே தனி... ... - விளம்பரத்தில் வருவதைச் சொல்லிக்கொண்டே அவள் அனுபவித்துக் குடிப்பதை ரசித்துப் பார்த்துக் கொண்டிருந்தாள் பிரேமா. அதெல்லாம் இருக்கட்டும்... இப்போ திடீர்னு இங்கே ஏன் வந்தே...? ஏன் ஆபீஸ் போகலை...? ஆபீசுக்கு இன்னைக்கு லீவு போட்டுட்டேன்... ...

அப்போ வீட்டுலதானே இருக்கணும்... கரெக்டா ஆபீஸ் டயத்துக்குக் கிளம்பினாப்ல இருக்கு நீ இங்கே வந்திருக்கிறது...?

வர்ற வழில திடீர்னு வயித்து வலி... அதான் அப்டியே இங்க ஒதுங்கிட்டேன் - எவ்வளவு உரிமையோடு சொல்கிறாள்?

ஏய்ய்ய்...! பொய் சொல்ற பார்த்தியா? அப்போ ஆபீசுக்குன்னு கிளம்பிட்டே.... அப்டித்தானே?

அதாங்க்கா... கிளம்பி போறச்சே... வயித்து வலி வந்துட்டதுனால இங்க வந்திட்டேன்ங்கிறேன்ல... - அவள் முழிக்கும் முழி சந்தேகத்தைக் கிளப்பியது இவளுக்கு.

சரி, அப்பக் கிளம்பு வீட்டுக்கு... போய் நல்லா ரெஸ்ட் எடு... எல்லாம் சரியாப் போயிடும்...

ஏன், இங்கே ஓய்வெடுத்தா ஒத்துக்க மாட்டியா? எதுக்கு விரட்டறே...? படுத்திருந்திட்டு சாயங்காலமாப் போறேன்...

அப்போ மதியச் சாப்பாடு...?இங்கதான்... நீதான் போடணும். ஏன் போட மாட்டியா?

இதிலேர்ந்தே நீ சொல்றது பொய்ன்னு தெரியிதுல்ல... ஆபீசுக்குக் கிளம்பியிருந்தேன்னா சாப்பாடு எங்கே? உன் டிபன் பாக்ஸைக் காட்டு... இல்லன்னா கேரியரைக் கொண்டா பார்ப்போம்...

யக்கா, போட்டு அறுக்காதே... வீட்டுல சமையல் ஆகலை... அதான் கிளம்பி வந்துட்டேன்...!

எப்பவும் எட்டரைக்கெல்லாம் ரெடியாகிடும் உங்க வீட்டுல... எனக்கு நல்லாத் தெரியும்... அப்டியிருக்கைல, இன்னைக்குத் தயாராகலைன்னு சொன்னா என்னா அர்த்தம்? அம்மாவுக்கு உடம்பு சரியில்லையா? அப்டீன்னா உங்கப்பா சமைக்க ஆரம்பிச்சிடுவாரே...! உங்கம்மாவுக்கு முன்னே சமையலைச் செய்து முடிச்சிடுவாரே...? உள்ளதைச் சொல்லு... நீ எதையோ மறைக்கிறே...?

விட மாட்டே போலிருக்கே... ஒரு காபியைக் கொடுத்துப்பிட்டு, என்னல்லாம் கேள்வி கேட்கிறே? உன்னோட பெஸ்ட் காபிக்காகவே உன்கிட்டே பொய் சொல்லக் கூடாதுதான்... சொல்லிப்புடறேன்... ...

சொல்லு... என்ன விஷயம்... ஏனிப்படி இங்கே ஓடி வந்தே?

இதை நான் சொல்லித்தான் உனக்குத் தெரியணு மாக்கும்... எல்லாம் வழக்கம் போலத்தான்...

என்னாச்சு...! உன்னைப் பெண் பார்க்க வர்றாங்களா? எந்தூர்லேர்ந்து?

சென்னையிலேர்ந்து... ... ...

சென்னையா...? அப்டீன்னா காலைலயே வந்திருக் கணுமே ...?

காலைலயே வந்திட்டாங்கதான்... காலேஜ் ஹவுஸ்ல ரூம் எடுத்துத் தங்கியிருக்காங்களாம்... கோயிலுக்குப் போயிட்டு வருவாங்க போலிருக்கு...

ஆர்த்தி சொல்லிக் கொண்டிருந்த அதே நேரத்தில் அங்கே பாலாமணி அலறிக் கொண்டிருந்தாள்.

பார்த்தீங்களா உங்க பொண்ணு செய்திருக்கிறதை...? எப்போ வெளியேறினான்னு கூடத் தெரியலை... யாருகிட்டயும் சொல்லிக்கவும் இல்லே... அவபாட்டுக்குக் கிளம்பிப் போயிருக்காளே... இப்போ பன்னெண்டு மணிக்குள்ளே அவங்க வந்திடுவாங்களே... நான் என்ன செய்வேன்...

மனைவிக்கு என்ன பதில் சொல்வதென்று தெரியாமல் கையைப் பிசைந்து கொண்டு நின்றார் சந்திரசேகர். ஹாலிலிருந்து அவரைக் கடந்துதான் ஆர்த்தி வெளியேறி யாக வேண்டும். அவர் குளிக்கப் போன நேரத்தைப் பயன்படுத்திக் கொண்டு கிளம்பியிருக்கிறாள்.

முதல் நாள் விபரம் சொன்னபோது சரிப்பா என்று ஒப்புதலாகப் பதில் சொன்னாளே...? நான் நம்பியதுதான் தவறோ? என்னவோ மனதில் தோன்ற செல்லில் எண்களை இணுக்கினார்.

எதிர்முனையில் எடுத்தது பிரேமா...!

2

ஹலோ... என்றவுடனேயே பேசுவது யாரென்று தெரிந்து போனது பிரேமாவுக்கு.

ஏம்மா... ஆர்த்தி அங்கே வந்திருக்காளா? - சந்திர சேகரிடமிருந்து வந்த முதல் கேள்வியிலேயே சுதாரித்துக் கொண்டாள் பிரேமா.

இல்லையே அங்கிள்... இங்க எதுக்கு வர்றா? இன்னிக்கு ஆபீஸ் உண்டுதானே...? – தன் குரல் எத்தனை இயல்பாய் இருக்கிறது? அவளுக்கே ஆச்சரியமாயிருந்தது.

ஆபீஸ் உண்டும்மா... யாரு இல்லேன்னு சொன்னா... அங்க வந்திருக்காளான்னு கேட்டேன்...

என்ன அங்கிள் இப்டி கேட்கிறீங்க...? ஆபீசுக்குக் கிளம்பினா அங்கதானே போயிருப்பா... இங்கே ஏன் வரணும்?

டிமிக்கி கொடுத்திட்டு அங்க வந்திட்டாளோன்னு தான்... அவளை நம்ப முடியாது... அதான் கேட்டேன்...

வரல்லை அங்கிள்... அப்டியெல்லாம் வரமாட்டா... வந்தான்னா எதாச்சும் சொல்லணுமா... வேணும்னா சொல்லுங்க...

இன்னைக்கு அவளைப் பெண் பார்க்க வர்றாங்கம்மா... சரின்னு சொல்லிப்புட்டு, திடீர்னு கிளம்பிப் போயிட்டா... இப்டியெல்லாம் பண்ணினா எப்படி சொல்லு? வயசான காலத்துல ஒரு பொண்ணை வச்சிக்கிட்டு படாத பாடு பட வேண்டிர்க்கு... இன்னும் கொஞ்ச நேரத்துல அவுங்க வந்துடுவாங்க... சரி, நான் ஆபீசுக்கே பேசறேன்...

அங்கிள்... அங்கிள்... – போனை வைத்து விடுவாரோ என்று பதறினாள் பிரேமா. என்ன, சொல்லும்மா...? நான் பதட்டத்துல இருக்கேன்... சீக்கிரம் சொல்லு...

நான் வேணும்னா ஆபீசுக்குப் பேசிப் பார்க்கட்டுமா...? எதுக்கும்மா உனக்கு சிரமம்... நானே பேசிக்கிறேன்... என்ன ஒரு சங்கடம்னா செல்லுல பேசினா எடுக்க மாட்டா... ஆபீஸ் லேன்ட் லைனுக்குப் பேசினா அது எங்கேஜ்ட்டாகவே இருக்கும்... லைன் கிடைச்சாலும் யாரும் வாங்கிக் கொடுக்க மாட்டாங்க...

அதான் அங்கிள், என் நம்பர்னு தெரிஞ்சிதுன்னா எடுப்பால்ல... நான் பேசி வரச்சொல்றேன் அங்கிள்... நீங்கள் கவலைப்படாதீங்க...

ஓ.கே.ம்மா... சரியான ஐடியா...ரொம்ப தேங்க்ஸ்... வச்சிடட்டுமா? - லைன் துண்டிக்கப்பட்டது.

...உன் பொண்ணு ஒரு வேளை அவ க்ளாஸ்மேட் ஃப்ரெண்டு அந்த ரவீந்திரன் வீட்டுக்குப் போயிருப் பாளோன்னு கேட்டேன். அங்கே வரல்லியாம்...

பொண்ணு பார்க்கிற நாளும் அதுவுமா அங்க போய் உட்கார்ந்தா நல்லாத்தான் இருக்கும்? எல்லாம் என் தலையெழுத்து... யாராவது கேள்விப் பட்டாங்கன்னா மானம் போகும்...

அங்க போகலையாம்டீ... அதுக்கு எதுக்கு டென்ஷ னாகிறே? அப்போ ஆபீசுக்குப் போடுங்க... ஆபீசுக்குப் போட்டாத்தான் கிடைக்காதே... செல்லுக்குப் பேசினா எடுக்கமாட்டா உன் பொண்ணு... ஆபீஸ் லைன் கிடைக்கவே கிடைக்காது...

அவ ஆபீசுக்குப் போயிருக்க மாட்டா... அந்த பிரேமா வீட்டுக்குத்தான் போயிருப்பா... எனக்கு நல்லாத் தெரியும்...

அவதான் அங்க வரலேங்கிறாளே...

அப்டித்தான் சொல்லுவா... எல்லாம் கூட்டுக் களவாணிங்க... வேறே போக்கிடம் ஏது அவளுக்கு. அந்த பிரேமாதான் இவளை ஆட்டி வைக்கிறா... போனை திரும்ப அவள் லைனுக்குப் போட்டு எங்கிட்டக் கொடுங்க சொல்றேன்... - படபடத்தாள் பாலாமணி.

எண்களைச் சொடுக்கினார் சந்திரசேகர். பாலாமணி யிருக்கும் பதட்டத்தில் எண்களை மாற்றி அமுத்தி விட்டார். அது எதுவோ ஆஸ்பத்திரிக்குப் போனது. சாரி... சாரி... என்றுகொண்டே மீண்டும் அழுத்தினார்.

லைன் கிடைக்கும் முன் சந்திரசேகரிடமிருந்து கோபமாய்ப் பிடுங்கி, ஹலோ... என்று கர்ஜித்தாள் பாலாமணி.

எதிர்முனையில் பிரேமா.

இந்த பார், என் பொண்ணு அங்கே வந்திருந்தான்னா உடனே அவளை நல்ல வார்த்தை சொல்லி இங்கே அனுப்பிச்சு வை... அநாவசியமா அவளுக்கு எதையாவது அட்வைஸ் பண்ணிட்டிருக்காதே... இன்னைக்கு அவளைப் பெண் பார்க்க வர்றாங்க... அவ அங்கேயிருந் தான்னா இன்னும் அரை மணி நேரத்துல இங்கே இருந்தாகணும்... ஞாபகம் வச்சிக்கோ... இல்லைன்னா நான் போலீசுக்குப் போக வேண்டிர்க்கும்... ... என்னடா இப்டி பேசறேனேன்னு நினைக்காதே... சொன்னா செய்வேன்... -பாலாமணி போனை வைத்துவிட்டாள்.

சந்திரசேகரன் அசந்து விட்டார். ரொம்பவும் பழகிய வர்களிடம் எப்படி இந்த மாதிரித் திடீரெனக் கோப மாய்ப் பேசுகிறாள். ஆர்த்தி அங்குதான் சென்றிருப்பாள் என்று உறுதியாய் நினைத்து இப்படிப் பேசுகிறாளோ? எப்படி இத்தனை உறுதியாய் ஊகிக்கிறாள்? என்ன பாலா இப்டி, போலீஸ் அது இதுன்னு? நல்லாவாயிருக்கு? சாதாரணமாக் கேட்க வேண்டிதானே... பழகினவங்க கிட்டே போய் திடீர்னு இப்டியா பேசறது...? பரவால்ல, ஒண்ணும் கெட்டுப் போகாது. வீட்டுல உங்களுக்கு அடங்கிப் போறது போதும்... வெளிலயும் என்னை அடக்காதீங்க...

தன்னால் இப்படியெல்லாம் முடியாது என்றுதான் தோன்றியது சந்திரசேகருக்கு. நாளைப் பின்ன முகம் பார்க்க வேண்டாமா? இப்படியா முறித்துப் பேசுவது இங்கிதமில்லாமல்? அந்த ரவீந்திரன் எவ்வளவு நல்ல பையன்? அவனுக்காகவாவது இவள் சாந்தமாய்ப் பேசலாமே? - நினைத்துக் கொள்ளத்தான் முடியும். சொன்னால் சண்டை வரும்... பெரிதாகும்... பிறகு

தலையில் அடித்துக் கொண்டு டென்ஷனாகி படுக்கையில் விழுந்து விடுவாள். பெண்களே ஏனிப்படி எல்லா வற்றிற்கும் நிதானமில்லாமல் திரிகிறார்கள்? எந்த விஷயத்தையும் ஆர அமரக் கடந்து செல்ல வேண்டும் என்ற பக்குவம் ஏன் இல்லை இவர்களுக்கு?

என்னடீ, உங்கம்மா என்னென்னமோ பேசறாங்க...? – ஆர்த்தியைப் பார்த்துக் கேட்டாள் பிரேமா.

நாந்தான் உன்னைப் பிடிச்சு வச்சிட்டிருக்கிறதா நினைச்சிட்டுப் பேசறாங்க... ஏற்கனவே உங்கம்மாவுக்கு என்னை அவ்வளவாப் பிடிக்காது. இதுல நீவேறே இப்டி வந்து உட்கார்ந்திருக்கே... இதுக்கு மேலே என்னால சமாளிக்க முடியாது. நீ கிளம்பு உன் வீட்டுக்கு... இங்கே வந்ததாச் சொல்லாதே...

போயீ? என்னக்கா இப்டி வெரட்டுறே?

போயி, அலங்காரம் பண்ணிட்டு நில்லு. வர்றவனுக்கு உன்னைப் பிடிச்சிருந்தா சம்மதம் சொல்லு...

நாந்தான் சொல்லியிருக்கேன்லக்கா... எனக்கு வெளி நாட்டுல வேலை பார்க்கிற மாப்பிள்ளைதான் வேணும்னு... அதில்லாம ஏன் பார்க்கிறாங்க...?

நல்லாயிருக்குடி... நீ இங்க வேலை பார்க்கிறே...? வர்றவன் வெளிநாட்டுலன்னா, நீ என்ன செய்வே?

என் வேலையை ரிசைன் பண்ணிட்டுப் போவேன்...

அப்படி என்னடி வெளிநாட்டு மோகம்? நம்ம நாட்டுல இல்லாத பெருமையா?

அதெல்லாம் எனக்குத் தெரியாது. ரொம்ப நாளா, ஏன் ரொம்ப வருஷமான்னு கூடச் சொல்லலாம்... என் மனசுல இருக்கிற ஆசை இதுதான். கல்யாணம் பண்ணினா வெளிநாட்டுல வேலை பார்க்குற பையன்தான். என் வேலையைப் பார்க்காமே, என்

அழகைப் பார்த்திட்டு விரும்பி என்னைக் கல்யாணம் பண்ணிக் கூட்டிக்கிட்டுப் போகணும்... ராணி மாதிரி நான் சந்தோஷமா இருக்கணும்... எனக்குப் பிடிச்சிருந்தா அங்க ஒரு வேலையைத் தேடிக்குவேன்...சம்பாதிப்பேன்....

நீ சொல்றது அதீதக் கற்பனையாயிருக்கே... விரலுக் கேத்த வீக்கமாத் தெரிலயே? அப்டித்தான்... வருதா இல்லையா பாரு... எனக்குன்னு ஒருத்தன் நான் நினைக்கிறமாதிரியே வருவான் ... நீ என்னமோ விளையாட்டாப் பேசற மாதிரி இருக்கு... சீரியஸா மனசில சிந்திச்சு முடிவு பண்ணிப் பேசற மாதிரித் தெரிலயே...?எல்லாம் அதிரடிதான். எங்கப்பா அம்மாவ இப்டித்தான் ஒரு ஆட்டு ஆட்டப் போறேன்...

நீ அயல்நாட்டுக்குப் போனேன்னா, உங்கப்பா, அம்மா?

அவங்க எங்க ரெண்டு அண்ணன்ல யாரோடயாச்சும் போய் இருக்கட்டும்... பெத்த பிள்ளைகதானே வச்சிக் காப்பாத்தணும்... அவங்களுக்குத்தானே கடமையிருக்கு. நான் வேறொரு குடும்பத்துல போய் வாழப் போறவ தானே?

மீண்டும் போன் மணி அடித்தது. எடுத்தாள் பிரேமா. எதிர் வரிசையில் பாலாமணி.. அவளை முந்திக் கொண்டு இவள் பேச ஆரம்பித்தாள்.

இந்த பாருங்கம்மா... நான் ஒண்ணும் உங்க பெண்ணை இங்கே பிடிச்சு வைக்கலை... அவ இங்கே யிருந்தான்னா நீங்க வந்து தாராளமாக் கூட்டிட்டுப் போகலாம். திடீர்னு போன் பண்ணி இப்படி அநா வசியமா மிரட்டிட்டிருந்தீங்கன்னா அது நல்லாயில்லே. ஏதோ பெரியவங்களாச்சேன்னு பார்க்கிறேன்... அப்புறம் நானும் போலீசுக்குப் போக வேண்டிர்க்கும்... உங்க பொண்ணு இங்கே வரல்லை... அவ்வளவுதான்... என்னக்கா இப்டிப் பேசிட்டே போலீசு அது இதுன்னு?

சாரீடீ... கோபத்துல..சரியா யோசிக்கலை... ... உங்கம்மாவும் அப்டிப் பேசினாங்களா... எனக்கும் பதிலுக்கு அப்டியே வந்திடுச்சு... உளறல்னு வச்சிக்கயேன்... இந்த டி.வி. சீரியல்கள்ல பொம்பளைக்குப் பொம்பளை சவால் விட்டுக்கிறாங்களா... அதப் பார்த்துப் பார்த்து நமக்கும் அந்த வேகந்தான் வருது... இதுக்குத்தான் அந்த அசட்டுப் பிசட்டு சீரியல்களையெல்லாம் பார்க்கக் கூடாதுன்னு நினைக்கிறது... பொழுது போகணுமேன்னு போட்டு விட்டா... அது பைசாசம் மாதிரி நம்மளப் பிடிச்சிக்கிது. ஐயையோ, அடுத்தாப்ல உங்கம்மா முகத்துல நான் எப்டி முழிப்பேன்? இப்டி உளறிட்டேனே...? பேசாம மன்னிப்புக் கேட்ற வேண்டிதான்... -கையைப் பிசைந்தாள் பிரேமா. அதெல்லாம் ஒண்ணும் ஒர்ரிப் பண்ணாதே... எல்லாத்தையும் ரவி சரி பண்ணிப்பார்... எனக்காக அவளை மன்னிச்சிடுங்கன்னு ஒரே வார்த்தைல ப்ளேட்டையே திருப்பிடுவார் கவலைப்படாதே... -ஆர்த்தி சமாதானப்படுத்தினாள்.

ஆர்த்திக்கு ரவீந்திரனுடனான நட்பு பால்ய காலத்திலிருந்தானது. இருவரும் ஒரே ஊர். ஒரே பள்ளி. சிறு பிராயத்திலிருந்து பழகிய பழக்கம் அவன் கல்யாணம் ஆகி மனைவியோடு தனிக் குடித்தனம் வந்தபோது மேலும் நெருக்கமாகியது. பிரேமா இவளைத் தன் தங்கைபோல்தான் நினைத்தாள். பாலாமணி கூட அடிக்கடி அங்கெல்லாம் போகக் கூடாது என்று தடுத்திருக்கிறாள். ஆர்த்திதான் கேட்பதில்லை. ஆரம்பத்தில் பிரேமாவுக்கே சற்று சங்கடமாய்த்தான் இருந்தது. ஆனால் அதை முற்றிலும் தகர்த்தவன் ரவீந்திரன்தான். அவனது பக்குவமான பேச்சில் அவளுக்கு நம்பிக்கை வந்தது. உனக்கு எதுக்கெடுத்தாலும் சந்தேகம்... யாரையும் நீ நம்ப மாட்டே... ரவீந்திரனைப்பத்தி எனக்கு நல்லாத் தெரியும்... அவருக்கு நான் ஒரு நல்ல தோழி மாதிரி. ஒண்ணும் தப்புத் தண்டா நடந்துடாது... என்பாள் இவள். அவளது விகல்பமில்லாத பேச்சை பிரேமாவும் ரசிக்க ஆரம்பித்தாள். நாளடைவில்

அவளைத் தன் தங்கையாகவே வரிக்க ஆரம்பித்து விட்டாள். அவ்வளவு சுதந்திரம் அவள் வீட்டில் ஆர்த்திக்கு.

அப்பாவும் அம்மாவும் சென்னைக்கு ஒரு முறை சுதாகரன் அண்ணாவைப் பார்க்கப் போயிருந்த போது, நான் வரலை என்று விட்டு ரவீந்திரன் வீட்டில்தான் இருந்தாள் ஆர்த்தி. அம்மா எவ்வளவோ சொல்லிப் பார்த்தாள். வயசுக்கு வந்த பொண்ணை இப்படி இன்னொரு வீட்டுல விட்டிட்டு நான் வரலை என்று மறுத்தாள். அப்பாதான் தடுத்தார். ரவீந்திரனைப் பத்தி எனக்கு நல்லாத் தெரியும் என்று சொன்னவர் அவர்தான். அந்த நம்பிக்கை இன்றுவரை காப்பாற்றப் பட்டுத்தான் வருகிறது. அப்படியான ஒரு கண்ணியமான குடும்பத்தில் உள்ளவர்களோடு பாலாமணி சர்வ சாதாரணமாய் வார்த்தையை விட்டுப் பேசி விடுகிறாளே...? பெண் கல்யாணம் இப்படித் தள்ளிப் போகிறதே என்கிற ஆதங்கம் அவளுக்கு. ஆர்த்தியின் விருப்பப்படி வெளிநாட்டில் வேலை பார்க்கும் பையன் வரன் ஒன்றிரண்டு வரத்தான் செய்தது. போய் ரெண்டு நாள்ல விபரம் சொல்றோம் என்று போனவர்கள் தகவல் எதுவுமே தெரிவிக்கவில்லை. இவ வாயை வச்சிட்டு சும்மா இருந்தாத்தானே...? அந்தப் பையன்ட்ட என்ன பேசினாளோ? அவன் என்ன நினைச்சானோ? யம்மாடீ...இவளைச் சமாளிக்க முடியாதுப்பான்னு கம்முனு போயிட்டான். பதில் வரலை....ஊருல அவனவன் விருப்பத்துக்குப் பொண்ணா இல்லை... அதெல்லாம் கிடைக்கும். இந்த மாதிரி வாயாடிகளுக்குத் தான் கிடைக்காது....எல்லாம் நம்ம தலையெழுத்து.....
- பாலாமணி கோபமும், கொந்தளிப்பமாய்ப் புலம்பினாள். எங்க அம்மா எப்பவுமே அப்டித்தான்... உங்களுக்குத்தான் தெரியுமே அக்கா... அதைப் பொருட் படுத்தாதீங்க... இவள்தான் சமாதானம் செய்தாள். அங்கிருந்து கிளம்பும்போது, சாயந்தரம் நான் திரும்பவும் வருவேன்... ஒரு முக்கியமான விஷயத்தை ரவி கூடப்

பேசணும்... என்னோட இந்தப் பெண் பார்க்கப் போகிற நாடகத்தில் நீங்க ரெண்டு பேரும்தான் பிரதானப் பாத்திரம்... ஞாபகம் வச்சிக்குங்க... ரவிகிட்டே சொல் லிடுங்க... நான் என்ன சொன்னாலும் கேட்பான் அவன்... உங்களைத்தான் நான் கெஞ்ச வேண்டிர்க்கும்... கால்ல கூட விழறேன்... உங்க வீட்டுக்காரரர் கூடச் சேர்ந்து நீங்கதான் இதை முடிச்சு வைக்கணும்... ... என்ன, என்னென்னவோ புதிர் போடுகிறாள்? என்ன திட்டம் வைத்திருக்கிறாள்? பிரேமா விழித்தாள். அர்த்தம் பொருத்தம் இல்லாமல், தான் கோபப்பட்டு விட்டோமோ என்று அங்கே பாலாமணி நினைத்துக் கொண்டிருந்த அதே வேளையில், வாசலில் நுழைந்தாள் ஆர்த்தி.

எங்கடீ கிளம்பிப் போயிட்டே... இன்னைக்கு அவுங்க வர்றாங்கன்னு உனக்குத் தெரியுமில்லே... ஏன் அநாவசியமா இப்படி எங்களைப் படுத்தறே?

உனக்கு அது மட்டும்தான் தெரியும்... வேறென்ன தெரியும்... காலைலேர்ந்து எனக்கா ஒரே வயித்துவலி... ஏதாச்சும் கேட்டியா நீ? உன் காரியந்தான் உனக்குக் குறி...

வயித்து வலியா? இன்னைக்குன்னு அந்தச் சனியன் வந்து தொலைச்சிடுச்சா? இல்ல பொய் சொல்றியா?

ஆமா பொய் சொல்றேன்... இதோ பார்... டாக்டர் சீட்டு... கொஞ்சமாச்சும் எனக்கு நாள் எப்படி? ஒத்துவருமா? வரச்சொல்லலாமான்னு ஏதாச்சும் என் கிட்டக் கேட்டியா? நீபாட்டுக்கு உன் இஷ்டத்துக்கு எல்லாம் செய்வே... அதுக்கு நான் ஒத்துப் போகணும்... அதானே...? கல்யாணம் எனக்கா உனக்கா? எதை எடுத்தாலும் தாம் தூம்னு கிளம்பிடுவியா? எப்படியாவது என்னை ஒருத்தன்ட்டப் பிடிச்சுக் கொடுத்திட்டு சனியன் ஒழிஞ்சிதுன்னு நிம்மதியா இருக்கணும் உனக்கு...அதானே...?

உன்கிட்டக் கேட்டுட்டுத்தானேடீ சொன்னோம்... நாங்களா எங்கே செய்தோம்...?ஆமா, இதுக்காக நான் நாளை எண்ணிட்டே இருக்கணுமாக்கும்... என்ன கண்றாவி...? வர்ற ஒதுக்கம் சொல்லிட்டா வருது...இல்ல நம்ம உடம்பு ஒரே மாதிரியா வருஷம் பூராவும் இயங்கிட்டிருக்கு? அப்பப்போ மாறுதல் ஏற்படுதுதானே? நீயும் பொம்பளைதானே? தாயாருக்குத் தெரியாதா, பொண்ணோட பாடு? என்னடி தப்பு? என்னென்னவோ பேசறே? உன்கிட்டே கேட்டுட்டுத்தானே இறங்கினோம்... இப்ப வந்து என்னென்னவோ சொல்றே?

என்ன கேட்டீங்கங்கிறேன்... வர்றவன் ஒரு காலேஜ் லெக்சரர்... எத்தனை பெரிய சம்பளம் இருக்கப் போகுது...? அப்டியே இருந்தாலும் போஸ்ட் நிரந்தரமா? பார்த்தீங்களா? எனக்கு வேணாம்னு சொன்னேன்ல... யாராச்சும் கேட்டீங்களா? நீ எப்பவுமே நான் சொல் றதைக் கேட்கமாட்டே.... அப்பாவாச்சும் கேட்டாரா? அவர் நீ சொல்றதைத்தான் கேட்பாரு... வேறே எதுவும் அவர் காதுலயே ஏறாது... எதாச்சும் ஒண்ணை முடிச்சு என்னை வெளில தள்ளி விடணும்... இதுதானே உங்க ரெண்டு பேரோட குறிக்கோள்... இந்த வரன் எனக்குப் பிடிக்கலை... அதான் வெளில போனேன்...

அப்போ இப்போ எதுக்கு திரும்பி வந்தே?

மனசு கேட்கலை... வந்தேன்... டாக்டர்ட்டப் போயி, காட்டிட்டு, ஆபீசுக்கு லீவு சொல்லிட்டு, கடனேன்னு வர்றேன்...

தொலைபேசி மணி அடித்தது. ஓடிப்போய் எடுத்தார் சந்திரசேகர். எதிர் முனையில் அவர்கள்.

சார், நான் பரமநாயகம் பேசறேன்... நாங்க இப்போ கோயில் முடிச்சிட்டு வந்திட்டிருக்கோம்... இன்னும் அரை மணி நேரத்துல கிளம்பிடுவோம்... ரூமுக்குப் போயிட்டுக் கொஞ்ச நேரத்துல புறப்படுறோம்...

சார், நான் வேணும்னா டாக்ஸி அனுப்பட்டுமா... புது ஊராச்சே...

புது ஊருன்னா என்ன? கேட்கிற காசைக் கொடுத்தா வர்றான்... இங்க லாட்ஜ் வாசல்லயே டாக்ஸி ஸ்டான்ட் இருக்கு... ஒண்ணும் சிரமமில்லே...

ஓ.கே.சார்... கிளம்பினவுடனே போன் பண்ணுங்க...

கண்டிப்பா... சொல்லாம வருவனா? டாக்ஸிக்காரனுக்கு சரியா வழி தெரியலைன்னா உங்ககிட்டேதானே கேட்கணும்... வச்சிடறேன்...

லைன் துண்டிக்கப்பட்டது.

அவுங்க சரியா இன்னும் ஒரு மணி நேரத்துக்குள்ள வந்திடுவாங்கம்மா... நம்ம கச்சேரியை அப்புறமா வச்சிக்கலாம்... அது என்னைக்குந்தான் இருக்கு... நீ கொஞ்சம் உன்னை ரெடி பண்ணிக்கோ...

இப்போ நீங்க ரெண்டு பேரும் சேர்ந்துதான் என்னைப் படுத்தறீங்க... எனக்கு உடம்பு முடியாத நாள்ல இதென்ன கூத்து? - சொல்லிக் கொண்டே பாத்ரூமுக்குள் போய் கதவைப் படாரென்று அடைத்துக் கொண்டாள் ஆர்த்தி.

அவள் உடல் நலத்தை மேலும் அல்லது மறுபடியும் உறுதி செய்யாமல் முடிவு செய்தது தவறுதானோ என்று நினைத்து ஒருவர் முகத்தை ஒருவர் பார்த்துக் கொண்டார்கள் சந்திரசேகரும், பாலாமணியும்.

நாந்தான் ஆரம்பத்துலயே இதப்பத்திக் கேட்டேன்ல...! பொம்பள நீ... உன் பொண்ணுகிட்ட நீ விசாரிக்காம, இதெல்லாம் நானா கேட்டுக்கிட்டிருக்க முடியும்? அவ மூஞ்சி சோர்வா இருக்கே... அதக் கூடக் கவனிக்க மாட்டியா? என்ன அம்மா நீ? எப்படியாவது தள்ளி விட்டாச் சரின்னு கேட்கிறாளே அவ, அதுல என்ன தப்புங்கிறேன்... நீ நினைச்சா நினைச்ச தேதிக்கு எல்லாரும் வந்து நிக்கணும்... அவ்வளவுதானா?

மத்தவங்க வசதி, வாய்ப்பு எதையும் பார்க்கமாட்டியா? அதிலயும் அலங்காரம் பண்ணிட்டு வந்து நிக்க வேண்டிய பொண்ணு அவ... அவளோட உடல் நலத்தைக் கண்டிப்பாப் பார்க்க வேண்டாமா? இன்னும் கொஞ்ச நேரத்துல அவுங்க வந்து குதிக்கப் போறாங்க... அந்த நேரம் பார்த்து உன் பொண்ணுக்கு அந்த வயித்து வலி வராம இருக்கணும்... கடவுளை வேண்டிக்கோ... இன்னிக்கு நம்ம மானத்தைக் காப்பாத்தறது உன் பொண்ணு கைலதான் இருக்கு... தப்பு...தப்பு...கடவுள் கைலதான் இருக்கு....

பாலாமணிக்கு அடி வயிற்றைப் பிசைய ஆரம்பித்தது. ஆரம்பத்திலேயே அஸ்து பாடுகிறாளே இவள். வேண டாம் என்பதற்கு அடையாளமாய்ப் பேசி விட்டாளே... இனி அவர்கள் வந்து பார்த்தால் என்ன பார்க்கா விட்டால்தான் என்ன? ஒரு நிலையில்லாமல் தவித்தாள்.

3

அலுவலகத்தில் சுதாகரனுக்கு வேலை ஓடவில்லை. காலையில் அவனுக்கும், மனைவி சுசீலாவுக்கும் ஏற்பட்ட சண்டையின் உஷ்ணம் இன்னும் அவன் மனதில் அடங்காமலிருந்தது. இருக்கையில் பேசாமல் அமர்ந்திருந்தான். கையில் வைத்திருந்த பென்சிலை உருட்டிக் கொண்டே வெளியே தெரியும் வேப்ப மரத்தில் பாய்ந்து பாய்ந்து செல்லும் அணிலையே வேடிக்கை பார்த்துக் கொண்டிருந்தான். அதற்கிருக்கும் சர்வ சுதந்திர பாத்யதை தனக்கில்லையே என்று தோன்றியது. அந்த சுதந்திரம் வேண்டித்தான் கல்யாணம் ஆன கையோடு மாறுதல் வந்து விட்டது என்று சென்னைக்கு ஓடி வந்திருந்தான்.

சேப்பாக்கத்தில் அந்தப் பெரிய வளாகத்திலேயே மாறுதல் கிடைக்கும் என்று அவன் சற்றும்

எதிர்பார்க்கவில்லை. மனதிற்குப் பிடித்த இதமான சுற்றுப்புறச் சூழல். எதிர்த்தாற்போல் கடல். அதன் குளிர்ச்சியான காற்று. மரங்களடர்ந்த, நிழல் பரவிய இதம். ஆனால் வேலைதான் தலையைப் பிய்த்துக் கொள்ள வேண்டியதாய் இருந்தது. எந்நேரமும் பரபரப்புத் தான். ஓய்வில்லை. ஒழிச்சலில்லை. செய்யும் முறைமையும் நிறைய மாறுதலாயிருந்தது. நிறையக் கற்றுக்கொள்ள வேண்டியிருந்தது. அனுபவங்கள்தானே மனிதனைச் செழுமைப்படுத்துகின்றன. குண்டுச்சட்டிக்குள்ளேயே குதிரை ஓட்டினால் போதுமா? உலகம் பரந்து விரிந்தது. பார்ப்பதற்கும், பழகுவதற்கும் எத்தனையோ மனிதர்கள். எண்ணிலடங்கா இடங்கள்.

தலைமை அலுவலகம் என்றால் சும்மாவா? வெளியூர் களில் இருப்பதுபோல் பெஞ்சைத் தேய்த்துக் கொண்டு காலம் கழித்துவிட முடியுமா? ஒன்று வசதி என்றால் இன்னொன்று இப்படித்தான். ஏதேனும் ஒன்றுக்கு சகித்துக் கொண்டுதான் போயாக வேண்டும். இந்த வாழ்க்கையே ஒவ்வொரு மனிதனுக்கும் சகிப்புத் தன்மை கொண்டதாகத்தானே இருக்கிறது. அடுத்தவனை அட்ஜஸ்ட் செய்து கொண்டு போவதே அதுதானே...! வீட்டில் அதைப் பின்பற்றுவதால்தானே குடும்ப அமைப்பு காப்பாற்றப்படுகிறது. ஐந்து விரல்களும் ஒன்றாகவா இருக்கிறது என்று ஒரு சாதாரண, எல்லோ ருக்கும் தெரிந்த உதாரணத்தைச் சொல்லிவிடலாம்தான். நடந்து காண்பிக்க வேண்டுமே...! மனிதன் தன்னை அனுபவமிக்கவனாக ஆக்கிக் கொள்ள, முதிர்ச்சியுள்ள வனாக உருமாற்றிக் கொள்ள, இந்த உலகம்தான் எவ்வளவு கற்றுக் கொடுக்கிறது?

சுசீலாவைக் கொஞ்ச நாள் லீவு போடச் சொல்லி யிருந்தான். தான் சென்னைக்கு மாறுதல் கேட்டால், உடனே கிடைத்து விடும் என்று பெண் பார்க்க வந்திருந்தபோதே அவனிடம் சொல்லியிருந்தாள். தஞ்சாவூர் அவர்களுக்குப் பூர்விகம்.. அவர்கள் வீடு

இருந்தது கல்யாணபுரம். சிற்றூர்தான். ஆனால் அந்த ஏகாந்தமான அமைதி எங்கு கிடைக்கும்?

கல்யாணபுரத்திலிருந்து கல்யாணம் நிச்சயம் பண்ண வந்து, முடியாமப் போயிடுமா என்ன? அந்தப் பெருமாள் சந்நிதியை எத்தனை வருஷமாச் சுத்திவந்திண்டிருக்கேன் நான்... எனக்கு அருள் செய்யாமப் போயிடுவாரா? என்று அவள் தந்தை பெருமையாய்ச் சொல்லிக் கொண்டதும், எங்க மனசுல என்ன குறைன்னாலும் நாங்க அவர்ட்டத்தான் போய் முறையிடுவோம், வேறே போக்கிடம் ஏது எங்களுக்கு? என்று அவள் அம்மா சொன்னதும், அவர்களின் காலம் காலமான கடவுள் நம்பிக்கையை எண்ணி பூரிக்க வைத்தது சந்திரசேகர் தம்பதிகளை.

சுதாகரனுக்கு இதைவிட வேறு நல்ல இடம் அமையப் போவதில்லை என்று உடனே நிச்சயம் பண்ணி முடித்து விட்டார்கள். திருமணத்தை வெகு சீக்கிரமே வைத்து விட வேண்டும் என்று பரபரத்தார்கள் அவர்கள். அந்தக் கோயில் சந்நிதியில் வைத்துத்தான் நடந்தேறியது.

கோயிலை எதிர்த்த அந்த நீண்ட தெருவும், நூல் பிடித்தமாதிரி வரிசையாய்க் கட்டப்பட்ட வீடுகளும், ஒவ்வொரு வீட்டுப் பரந்த திண்ணையும், அங்கே படுத்தால் லவ லவ என்று வீசும் இதமான காற்றும், கடைக் கோடியில் இருந்த காவிரி ஆறும், சுதாகரனை இருந்து அனுபவிக்க வைத்தது. மறு வீடு சென்ற சமயம், தினமும் காலார நடந்து போய் காலைக் கடன்களை முடித்துவிட்டு, அகண்ட காவிரியில் முங்கி முங்கிக் குளித்து வந்தது புது அனுபவமாய் இருந்தது.

நிச்சயதார்த்தம் முடிந்த கையோடு விண்ணப்பம் கொடுத்திருக்க,.ஒரு மாத விடுப்பு முடிய, மாறுதல் வர, சரியாக இருந்தது. சுசீலாவுக்குப் பூக்கடை எக்ஸ்சேஞ்சில் வேலை. தினமும் பழவந்தாங்கலில் இருந்து மின்சார ரயிலைப் பிடித்து கோட்டை ஸ்டேஷனில் இறங்கி,

நடக்க வேண்டும். போவது, வருவதுதான் சற்று சிரமம். மற்றபடி ஆபீஸ் வேலை உறரிபரியின்றித்தான் இருந்தது. தொழில் நுட்பப் பிரிவிலிருந்து நிறையப் பேர் அலுவலக நிர்வாகப் பிரிவுக்கு மாறியிருந்தார்கள். அத்தனை பேரும் வேலை கற்றுக் கொள்ளும் நிலையில்தான் இருந்தார்கள். ஏற்கனவே வேலை கற்று, திறமையாயிருந்த சுசீலாவுக்கு இந்தச் சூழ்நிலை ரொம்பவும் பொருந்தி வந்தது. அவளிடம்தான் நிறையப் பேர் சந்தேகம் கேட்க வந்தார்கள். இந்த வேலையை எப்படிச் செய்வது என்று வந்து நின்றார்கள். இதை எழுதிக் கொடுங்கக்கா... என்று உரிமையாய்க் கேட்டார்கள். கணினி பற்றி நன்றாய் அறியாதது வேறு இவளுக்கு சாதகம். அதனால் எல்லோருக்கும் அதிகாரமாய், அதை வெளிப்படையாய் காண்பிக்கவில்லையென்றாலும், அந்த தோரணையில் மாலை அலுவலக நேரம் முடிந்ததும் சட்டென்று சுதந்திரமாய்க் கிளம்பி வர முடிந்தது..இருக்கட்டும், நாளைக்குப் பார்க்கலாம்... எத்தனைதான் பார்க்கிறது? என் வேலைன்னு உள்ளதை நான் முடிக்க வேண்டாமா? வச்சுட்டுப் போங்க... என்பது போன்ற பதங்களைப் பயன்படுத்தி, அவள் தன்னைக் காத்து, பத்திரமான இடத்தில் நிலைப்படுத்திக் கொண்டிருந்தாள்.

ஓராண்டு முடியப்போகும் தருவாயில், இன்னும் குழந்தை பாக்கியம் என்பதைத்தான் காணவில்லை. ஓராண்டுதான், நாலைந்து வருடம் கடந்தவர்களெல்லாம் பெற்றுக் கொள்ளவில்லையா? அதனால் பயமென்று ஒன்றும் இல்லை என்கிற எண்ணம் இருவர் மனதிலும் இருந்தது. ஆனாலும் மாதா மாதம் அந்தக் குறிப்பிட்ட நாளின்போது சுதாகரனின் எதிர்பார்ப்பு அதிகமா யிருந்தது.

நான் இன்னிக்கு வீட்ல இல்ல... என்று, எப்பொழுது சொல்கிறாளோ அன்று வீட்டில் ரணகளம்தான். அந்த வார்த்தைகளைக் கேட்டாலே எரிச்சல் அடைந்தான் சுதாகரன்.

இதத்தவிர வேறே ஒண்ணும் தெரியாதா உனக்கு? டயத்துக்குக் குந்திடணுமே... வரம் வாங்கிட்டு வந்த மாதிரி உட்கார்றியே?... இன்னும் நாலு நாளைக்கு எனக்குத்தான் பாடு...

அதுக்கு நான் என்னங்க பண்ணுவேன்... இயற்கையா இருக்கிறதுக்கு என்னைக் குறை சொன்னீங்கன்னா...?

உனக்கென்ன வந்தது? எனக்கில்ல வேலை... நீபாட்டுக்குத் தீண்டலோட சமைக்கக் கிளம்பிடுவே... கேட்டா, இன்னைக்குத்தான் எல்லா வசதியும் வந்திருக் குல்ல... தனியா இருக்கிற பெண்கள் எல்லா வீட்டு வேலைகளையும் செய்திட்டு, ஆபீசுக்குப் போறதில்லையா? சுத்தமா இருக்க, என்ன செய்துக்கணுமோ அதைச் செய் திட்டுக் கிளம்பிடுறாங்கதானே...? அதுபோல நானும் இருந்துக்கிறேன்... இதுக்கு நீங்க ஏன் இத்தனை கோபப் படுறீங்க...? அப்படீன்னுவே... ... எனக்கு மனசுக்கு ஒத்துக்கணுமே... ஏற்கனவே நமக்கு இன்னும் குழந்தை பிறக்கலே... இதுல வீட்டுல தீட்டோட புழங்கினோம்னா விளங்குமா? வீடு சுத்தமா இருக்கணும்... அப்பத்தான் எந்த லட்சுமியும் சந்தோஷமா நுழைவா... நல்லது நடக்கணும்னா முதல்ல நம்ம வீட்டுல லட்சுமி புழங்கணும்...

சுதாகரனின் பேச்சு சுசீலாவுக்குத் தலைவலியாய் இருக்கும். இந்தக் காலத்தில் போய் இப்படியெல்லாம் பேசுகிறானே? என்று நினைப்பாள். பெண்கள் எத்தனையோ விதமான நாப்கின்களை அணிந்துகொண்டு எவ்வளவு சுத்தமாய் இருக்கிறார்கள். எப்பொழுதும்போல் குளித்துவிட்டு, சுத்தமாய் டிரஸ் பண்ணிக்கொண்டு ஆபீசுக்குக் கிளம்பி விடுகிறார்களே... யார்தான் இன்று இதைக் கேர் பண்ணுகிறார்கள்? சுதாகரன் நினைக்கும் ஆச்சாரமும், அனுஷ்டானமும் அந்தக் காலம். படிப் படியாக எல்லாமும் மாறிவிட்டன இன்று. இப்பொழுது போய் இத்தனை பாஷாண்டித்தனமாய்ப் பேசிக்

கொண்டிருந்தால் கேட்பவர் சிரிக்க மாட்டார்களா? கிராமத்து சின்ன ஊரிலிருந்து வந்த தான் அப்படி இல்லை. இவன் என்னடாவென்றால் சுத்த மடிசஞ்சி யாய்க் கிடக்கிறானே?

நீங்க பேசாமப் போய் உட்காருங்க... எல்லாம் நான் பார்த்துக்கிறேன்...

அந்தக் கதையே வேண்டாம். எனக்குப் பிடிக்காதுன்னா பிடிக்காதுதான். இன்னும் நாலு நாளைக்கு நீ பக்கத்துல வரக்கூடாது. உன்னைக் கொல்லைப் புறம் போய் உட்காருன்னு நான் சொல்லலை... உன் ரூம்ல போய் இருந்துக்கோ... கடைசியா குளிச்ச நாலாவது நாளைக்கும் நான்தான் சமைப்பேன். அதுக்காகத்தான் நாலு நாள்னு சொன்னேன். சமையல்ல ஏதாச்சும் சந்தேகம்னா நான் வந்து கேட்டுக்கிறேன்... தப்பித் தவறிப் பூஜை அறைப்பக்கம் போயிடாதே... சொல்லிட்டேன்...

யாராவது இந்த நாள்ல பூஜை அறைப்பக்கம் போவாங்களா...? எனக்கே மனசுக்குக் கஷ்டமா இருக்காதா? நானென்ன முட்டாளா? நீங்கபாட்டுக்குப் பேசுறீங்களே...? உங்களுக்குக் கோபம் வந்தா என்ன பேசுறதுன்னே தெரியாது. வாய்ல வந்ததை உளருவீங்க...

ஆமாண்டி... உளருவேன்... என்ன பண்றது... என் வயிற்றெரிச்சல்... ஆபீஸ்ல ஒவ்வொருத்தனும் அடிக்கடி கேட்க ஆரம்பிச்சிட்டான்... மறைமுகமா கிண்டல் பண்றானுங்க... ஆம்பிளைதானான்னு... வருஷம் ஒண்ணாச்சே... இன்னும் ஒண்ணும் சொல்ல மாட்டேங் கிறீங்களே... என்னதான் பண்ணிட்டிருக்கீங்க... சும்மா தடவிட்டு விட்ருவீங்களா...ன்னு கேலி பண்றான்... மானம் போகுது...

நல்லாச் சாப்பிடுங்க பிள்ளை... இப்டி வெறும் தயிர்சாதத்தைக் கொண்டு வந்தீங்கன்னா என்ன சத்து இருக்கும் உடம்புல...? முட்டை, ஆம்லெட்டுன்னு உள்ள

தள்ளுங்க... பச்சை முட்டைய அடிச்சு ஊத்துங்க வாய்ல... சும்மா கிண்ணுன்னு இருக்கும்ங்கிறான்... அவுங்க மூஞ்சிய நிமிர்ந்து பார்க்க முடில என்னால... இப்டிப் போச்சுன்னு வச்சிக்கோ... அவுங்க கூடப் போய் ஒருநாளைக்கு ஆடு, கோழின்னு உள்ளே தள்ளிட்டு வந்து நிக்கப் போறேன்...

எதையாவது அபத்தமாப் பேசாதீங்க... எல்லாச் சத்தும் நாம சாப்பிடுற காய்கறிகள்லயே இருக்கு... வேணுங்கிற அளவுக்கு காய் செய்து போடறேன்... நீங்களும் சாப்பிட்டுப் பழகிட்டீங்க... முன்னெல்லாம் காயின்னாவே தொட மாட்டீங்க... இப்போ? காய் இல்லாம சாப்பிடவே தெரில உங்களுக்கு... அரிசிச் சோறு ரொம்பக் குறைஞ்சு போச்சு... நல்ல பழக்கம் தானே...

அப்போ எங்கிட்டக் குறை இல்லன்னு ஒத்துக்கிறியா?

இப்போ யாரு உங்ககிட்டே குறைன்னு சொன்னாங்க... ஆபீசுல கண்டபடி பேசுறாங்கன்னு நீங்க சொன்னீங்களேன்னு நானும் பதில் சொன்னேன். அது ஒரு குத்தமா?

அப்போ எதுக்குடி நாள் தவறாம இப்படிக் கொல்லைல உட்கார்றே? 28 நாள்னா அது எந்த மாசமாவது தவறியிருக்கா? ஒரு நாளாவது முன்னப் பின்னப் போயிருக்கா? ரெண்டு மாசத்துக்கு முன்னாடி அபூர்வமா நாற்பது நாளைத் தொட்டுச்சே... அன்னைக்கு நான் எவ்வளவு சந்தோஷப்பட்டிருப்பேன்? டாக்டர்ட்டப் போவோம்னு கிளம்பறச்சே உட்கார்ந்திட்டியே? அன்னைக்கு என் மனசு என்ன பாடுபட்டிருக்கும்? கொஞ்சமாவது நினைச்சுப் பார்த்தியா? அந்த மாதிரி நேரத்துல கவனமா இருக்க மாட்டியா? சொன்னா உடனே பெட் ரெஸ்ட் எடுன்னு தாங்குவேனேடி... வீட்டுக்கே டாக்டரைக் கூட்டிட்டு வந்திட மாட்டேன்? என் ஆசையைப் புரிஞ்சிக்கவே மாட்டேங்கிறியே?

என்னங்க நீங்க பேசறது? இது என்ன நானா விரும்பியா உட்கார்றேன்? அது வந்து என்னை உட்கார்த்தினா நான் என்னங்க பண்ண முடியும்? என் உடம்பு வாகு அப்படி? இப்படிப் பொறுமையில்லாமப் பேசினீங்கன்னா என்ன பண்றது? யாராவது வேணும்னு செய்வாங்களா? வர்றதுக்கும், நிறுத்தறதுக்கும் நானா பொறுப்பு? என் கன்ட்ரோல்லயா இருக்கு?

நீ என்னைக்குக் கன்சீவாகி, என்னைக்கு உன் வயிறு பெரிசாகி, என்னைக்கு டெலிவரி நடந்து, என்னைக்கு என் கைல ஒரு குழந்தையைப் பெத்துக் கொடுக்கப் போறியோ, அது அந்த ஆண்டவனுக்குத்தான் வெளிச்சம்... இல்லன்னா என்னைக்கி, நொன்னைக்கின்னு புலம்பிட்டுத் திரிய வேண்டிதான்... வர வர எனக்கு நம்பிக்கை போய்க்கிட்டேயிருக்கு...

என்னையே குறை சொல்லிட்டிருக்கீங்களே... நீங்க ஏன் டெஸ்ட் பண்ணிக்கக் கூடாது? உங்ககிட்டே குறை இருக்கக் கூடாதா? ஸ்பேர்ம்ஸ் பர்சன்டேஜ் கம்மியா இருந்தா, அதை அதிகப்படுத்திக்கத்தான் இப்போ நிறைய ட்ரீட்மென்ட் இருக்கே... என்னென்னவோ மாத்திரைகளெல்லாம்தான் வந்திருக்கே...? டாக்டர்ட செக் அப் பண்ணிட்டு, அதை ஃபாலோ பண்ணலாமில்ல...? மூச்சு விடாம என்னையே திட்டுறீங்க? இது மட்டும்தான் நியாயமா? உங்களுக்கும் ஒரு நியாயம் இருக்குல்ல?

அவளைக் கோபக் கனல் தெரிக்கப் பார்த்தான் சுதாகரன். என்னதான் ஆனாலும் அதை இவள் எப்படிக் கேட்கப் போச்சு? என்று கோபம் கொப்பளித்தது. அந்தக் கொந்தளிப்போடேயே வெளியேறியவன்தான். இதோ ஆபீசில் இன்னும் அவனுக்கு வேலை ஓடவில்லை. சுசீலாவின் தாய் தந்தையர் இதை நினைவு படுத்தியிருப் பார்களோ? என்ற சந்தேகம் வந்தது இவனுக்கு. அவளாகக் கேட்கத் துணிய மாட்டாள். இரண்டு முறை அவர்கள் வந்து போன போதே பேச்சு ஒரு தினுசாகத்தான் இருந்தது. அவரையும் டெஸ்ட் பண்ணிக்கச்

சொல்லும்மா....அதில ஒண்ணும் தப்பில்லே...செமன் ஒரு சிலருக்கு வீக்கா இருக்கும். இ...விட்டமின் டாப்லெட் எழுதிக் கொடுப்பாங்க...அதைக் கொஞ்ச நாளைக்குச் சாப்பிட்டா சரியாப் போயிடும்....இந்தக் காலத்துல எத்தனையோ வழிமுறை இருக்கு....ரெண்டு பேரும் டெஸ்ட் பண்ணிக்கிறது உங்களுக்குத்தானே நன்மை. உங்க சந்தோஷத்தை முன் வச்சுத்தான் நாங்க இதைச் சொல்றோம்...எங்களுக்கும் பேரப்பிள்ளையைப் பார்க்கணும்ங்கிற ஆசை இருக்குத்தான். அதுக்காக உங்கள மாதிரியே நாங்களும் கோபப்படவும், எரிச்சல் படவும், சண்டை போடவும் செய்ய முடியுமா? கடவுள வேண்ட வேண்டிதான்...நேர்ந்துக்க வேண்டிதான்.... நடக்கும்ங்கிற நம்பிக்கையோட இருக்க வேண்டிதான்....- அவள் அறையில் வைத்து சுசீலாவின் பெற்றோர்கள் சொன்னது இவன் காதிலும் ஓரளவு விழத்தான் செய்தது. நியாயம் என்று பார்த்தால் தானும் டெஸ்ட் செய்து கொள்வதுதானே முறை? இந்த சிந்தனைக்கு அவன் வந்திருந்தான். சார், உங்களை மானேஜர் கூப்பிடறார்... - பியூன் கந்தன் வந்து சொன்னார்.

போய் நல்ல சூடா ஒரு காபி வாங்கிட்டு வாங்க கந்தன்... என்றவாறே காசை எடுத்து வைத்தான் சுதாகரன். அவன் டேபிளுக்குப் பின்புறம் இருந்த ஃப்ளாஸ்கை எடுத்துக் கொண்டு நகர்ந்தார் கந்தன். எழுந்து மானேஜரின் அறையை நோக்கி நடக்க ஆரம்பித்த சுதாகரனுக்கு ஒரு வேலை சம்பந்தமாக முதல்நாள் அவருக்கும் அவனுக்கும் நடந்த விவாதமும், அதன் தொடர்ச்சியான மன முறிவும் நினைவுக்கு வந்தது. வேலை வாங்கித் தருவது என்பது தன் கையிலா இருக்கிறது? எந்த செல்வாக்கும் இல்லாத எளிய மனிதனான என்னை எப்படி நம்புகிறார்? என் மீது கோபப்பட்டு என்ன பயன்? மஸ்டர் ரோலில் வேணுமானால் சொல்கிறேன்...அலுவலரிடம் என்று சொன்னதை அவர் ஏன் ஏற்கவில்லை? அது அத்தக் கூலிதான். ஏதோ கொஞ்ச நாளைக்கு அதுவாவது

எதிர்காற்று | 143

கிடைக்கிறதே என்று பார்க்கலாமில்லையா? வேறு வழியில் கந்தனுக்கு உதவ முடியாததற்கு அவன் மனம் வருந்தியது.

4

முப்பதஞ்சும் முப்பத்தஞ்சும் எழுபது ரூபா பஸ்கார னுக்குக் கொடுத்து சாமி கும்பிட வந்திருக்கு...கோயிலுக் குள்ளே, அதுவும் சந்நிதியிலே, இது என்ன கஞ்சத் தனம்? சற்றே குரலைத் தாழ்த்தி, மெதுவாகத்தான் கேட்டான் சுதாகரன். ஆனாலும் இவன் பேசியது அங்கு நிற்பவர்களின் காதில் விழுந்திருக்கும் போலும்? வரிசையில் நகர்ந்து கொண்டிருந்தவர்களின் கவனம் மூலஸ்தானத்தில் இருந்த சாமியிடமிருந்து இங்கே இடம் பெயர்ந்தது. பின்னால் நிற்பவர்கள் ம்ம்....நகருங்க... நகருங்க... என்று நெருக்கியடிக்க, வரிசையிலிருந்து விலகினான் இவன். முன்னால் நின்று கொண்டிருந்த சுசீலா, இவனோடு சேர்ந்து நகர்ந்தாள். ஸ்பெஷல் என்ட்ரன்ஸ் பத்து ரூபா... பத்து ரூபா... என்று ஆங்கிலத்தில் கூவி, சந்நிதிக்கு வெளியே ஒரு மேஜை நாற்காலி போட்டு அமர்ந்து, வரும் பக்தர்களை இழுத்துக் கொண்டிருந்தார்கள் சிலர். ஒரு போர்டைத் தொங்கவிட்டுக்கொண்டு அமர வேண்டியதுதானே? ஏனிப்படிக் கூவி விற்க வேண்டும் என்று தோன்றியது. இலவச தரிசனத்திற்கும், சிறப்பு வழிபாடு இடத்திற்கும் இடைப்பட்ட தூரம் மிகக் குறைவாக இருந்தது. நாலைந்து அடி முன்னால் சென்று கும்பிட வேண்டு மானால் அதற்குப் பத்து ரூபாயா? இதுவே போதுமே என்று பலரும் நினைக்கக் கூடும் என்று தோன்றியது. அர்ச்சகர் ஒவ்வொருவராக அருகில் வந்து பக்தர்களால் கொடுக்கப்படும் சூடம், பூப்பந்து, பூமாலை, அர்ச்சனைத்தட்டு என்று சேகரித்துக் கொண்டிருந்தார். அவரிடம் பயபக்தியோடு பெயர், நட்சத்திரம், என்று

கேட்பதை உடனடியாகவும், யோசித்து யோசித்தும் சொல்லிக் கொண்டிருந்தார்கள். அவற்றை அங்கேயே சேர்த்து, மந்திரங்களோடு கோர்த்து, முணுமுணுத்தவாறே நகர்ந்தார் அர்ச்சகர். சுவாமி சந்நிதியில் அர்ச்சனையை முடித்துவிட்டு, அம்பாள் சந்நிதியில் நுழைந்திருந்தார்கள். அங்கே அம்பாளின் திருக்கோலத்தைப் பார்த்தவுடன் மனதுக்குள் கிளர்ந்த பக்தியிலும், அந்தக் காட்சி சொரூபத்தில் தன்னை இழந்த நிலையிலும் சுசீலா படபடப்பாய்ச் சொன்னாள். ஓடிப்போயி ஒரு அர்ச்சனைச் சீட்டு வாங்கிட்டு வாங்க.. - வெளியே கையைக் காண்பித்தாள்.வெறும் அர்ச்சனைச் சீட்டா? - புரியாமல் கேட்டான் இவன். போதும்....மந்திரம் சொல்லிப் பண்ணுவார்...ரெண்டு ரூபாதான்... வாங்கிட்டு வாங்க.. - பரபரத்தாள்.

என்ன சுசீலா நீ? வெறும் அர்ச்சனைச் சீட்டை வாங்கிட்டு வரச்சொல்றே? அப்படியே ஒரு அர்ச்சனைத் தட்டும் வாங்கிட்டு வர்றேனே?வேண்டாம்...அதுக்கு வேறே முப்பது ரூபா தனியாக் கொடுக்கணும். ஏற்கனவே சுவாமி சந்நிதியிலேதான் அர்ச்சனை பண்ணியாச்சே... அது போதும்... அதுக்குத்தான் நான் முதல்லயே சொன்னேன்... இங்கேதான் எல்லாரும் அர்ச்சனை பண்ணுவாங்கன்னு... நீதான் அங்கே பண்ணுவோம்னே. எங்கே பண்ணினா என்ன? எல்லாம் சாமிக்குத்தானே? பரவால்லே, போய் அர்ச்சனை டிக்கெட் வாங்கிட்டு வாங்க...அவள் விரைசல் படுத்தியதில் மேலும் அங்கே நிற்க மனமின்றி, வாசலை நோக்கி விரைந்தான் .சுசீலா ஏனிப்படிச் செய்கிறாள்? என்னவோ போலிருந்தது அவள் செய்கை. யாருமே வெறும் அர்ச்சனை டிக்கெட் மட்டும் கொடுத்து அர்ச்சனை செய்யச் சொன்னதாகத் தெரியவில்லை. இல்லாத வழக்கத்தை அவள் உண்டு பண்ணுவது போலிருந்தது. ஏற்றுக் கொள்வார்களா? முடியாது என்றால் இன்னும் கேவலமாயிற்றே?போக,வர பஸ்ஸுக்கே நூற்றைம்பது நெருக்கி ஆகிறது. அவ்வளவு செலவழித்து ஒரு கோயிலுக்குச் சாமி கும்பிட வரலாம்.,

அங்கே ஐம்பதோ, நூறோ செலவழித்து நிறைவாகக் கும்பிட்டுச் செல்லக்கூடாதா? அதற்கு ஏன் மனசு சுணங்குகிறது? இதிலென்ன சிக்கனம்? இது சிக்கனமா அல்லது கஞ்சத்தனமா? சுவாமி சந்நிதியில் அர்ச்சனை பண்ணிவிட்டால், அம்பாள் சந்நிதியிலும் அர்ச்சனை பண்ணக் கூடாது என்று உள்ளதா என்ன? ஏதேனும் ஐதீகம் உண்டோ? அதற்கு ஒரு ஐம்பது செலவழித்தால் என்ன? குடியா முழுகிவிடும்? மனது நினைக்கிறது. அது நல்ல காரியம் என்று தோன்றுகிறது. பிறகென்ன தயக்கம்? எதைச் செய்தால் மனது நிம்மதிப்படுமோ அதைச் செய்துவிட வேண்டியதுதானே? பக்தியையும் சிக்கனமாகத்தான் கடைப்பிடிக்க வேண்டும் என்ற நியதி போல் அல்லவா இருக்கிறது இவள் செய்வது? பிறகு ஊருக்குத் திரும்பி, சே! தப்புப் பண்ணிட்டோம்... அம்பாளுக்கும் ஒரு அர்ச்சனை நிறைவாப் பண்ணியிருக் கலாம்? என்று எண்ணி துக்கப்படவா? இந்த நேரத்தில் சுசீலா இப்படிச் சுங்கம் பிடிப்பது சரியில்லை என்றே தோன்றியது இவனுக்கு.நுழைவாயிலில் இருந்த கடைக்குப்போய் ஒரு அர்ச்சனைத் தட்டு வாங்கினான். அதில் எல்லாம் இருக்கிறதா என்று கவனமாகப் பார்த்துக் கொண்டான்.

தேங்காயைச் சுண்டிப் பார்த்து 'டிக்...டிக். என்று சத்தம் வருகிறதா என்று சோதனை செய்தான். சரியாக நடுவில் உடைய வேண்டும். இல்லையென்றால் அதுவேறு மனதுக்கு சந்துஷ்டி. காதுக்கு அருகே வைத்து குலுக்கிப் பார்த்தான். உள்ளே தண்ணீர் கலகலத்தது. இந்த மனது சங்கடப் படாமல் இருப்பதற்கு என்ன வெல்லாம் பழக்கி வைத்திருக்கிறார்கள்? ஆனால் அடிப்படையாக எல்லாவற்றிலும் ஒரு ஒழுங்குமுறை இருப்பது புலப்பட்டது. ஒரு மாலையையும் வாங்கித் தட்டில் வைத்துக் கொண்டு, கௌன்ட்டருக்கு வந்து அர்ச்சனை டிக்கெட்டை வாங்கி, தட்டில் தேங்காய் அடியில் பாதுகாப்பாய் செருகிக் கொண்டு வேகமாய் உள்ளே நுழைந்தான். வாங்க...வாங்க..சீக்கிரம்...ஏன்

இவ்வளவு நேரம்? இவனைப் பார்த்ததும் பரபரத்தாள். அர்ச்சனைத் தட்டை அவளிடம் நீட்டியதும், அவள் முகம் சுருங்கியது போலிருந்தது. வரிசையாய் வாங்கி வந்து கொண்டிருந்த அர்ச்சகரிடம் பயபக்தியோடு நீட்டினாள். அவள் பெயர், என் பெயர், ரெண்டு குழந்தைகளின் பெயர் என்று சொல்ல ஆரம்பித்தாள். அடுத்து... அடுத்து...என்று எல்லாவற்றையும் கேட்டு, அங்கேயே முணுமுணுத்தவாறேமேலும் சிலரின் தட்டை வாங்கி கழுத்துவரை அடுக்கிக்கொண்டு கர்ப்பக் கிரஉறம் நோக்கி விரைந்தார் அர்ச்சகர். கூட்டம் அதிகமாய்த்தான் இருந்தது. இன்னும் பலர் அர்ச்சனை பண்ணக் காத்துக் கொண்டிருந்தார்கள். சுசீலாவின் முழுக் கவனமும் நேர் உள்ளே சந்நிதானத்தில் இருந்தது.

இந்நேரம் பார்த்து கழுத்துச் சங்கிலியில் எவனும் கட்டிங் போட்டால்கூட அவள் உணரப் போவதில்லை.. கன்னத்தில் மாறி, மாறி டப்பு, டப்பு என்று போட்டுக் கொண்டு, பயபக்தியோடு கும்பிட்டுக் கொண்டிருந்தாள் . அவளையும் அவளின் தீவிரமான முரட்டு பக்தியையும் பார்த்து, ரசித்துக்கொண்டே சந்நிதியை நோக்கிக் கை கூப்பினான் இவன். தீபாராதனை.....தீபாராதனை... கும்பிடுங்க... என்றாள் திடீரென்று இவனைப் பார்த்து. கவனிச்சிட்டுத்தானே இருக்கேன்.. என்றான். கூட்டத்தில் பலரும் கவனிக்க அவள் அப்படிக் கூறியதில் சிரிப்புத்தான் வந்தது. கண்மூடிக் கும்பிடலுக்கு இடையே பக்கவாட்டில் நின்றவளின் நெற்றியில் கவனம் போனது. அங்கும் இங்குமாக ஒரு சீரின்றி இமைக்கு நடுவிலிருந்து தலை வகிடு ஆரம்பிக்கும் இடம்வரை பல இடங்களில் குங்குமம், சந்தனம், விபூதி என்று அப்பியிருந்தாள் அவள். போதாக்குறைக்கு கையில் வேறு குவித்து மூடிக் கொண்டிருந்தாள். செல்லாத்தா... செல்ல மாரியாத்தா.. என்ற பாட்டு ஞாபகத்துக்கு வந்தது இவனுக்கு. அங்கே தூண்லே மாட்டியிருக்கே...கிண்ணம்...அதுலே போடு... இப்படிக் குவிச்சு வச்சிட்டு எப்படிக் கும்பிடுவே... - இருக்கட்டும்...இருக்கட்டும்... இவ்வளவு பக்தியிருக்கு...

நிறையக் கோயில்களுக்குப் போகணும்...கும்பிடணும்ங்கிற ஆசையிருக்கு...ஒரு வேளை அதனாலதான் இந்தச் சிக்கனப் புத்தி வருதோ? - மீண்டும் நினைத்துக் கொண்டான். ஆனாலும் வெறும் அர்ச்சனைச் சீட்டை வாங்குங்கள் என்று அவள் சொன்னது ஏனோ பொருத்தமாகத் தெரியவில்லை சூடத் தட்டை ஏந்தியவாறே அர்ச்சகர் வர பல கைகள் தீபத்தை நோக்கி முன்னேறின. நீளும் கரங்களின் வேகத்தைப் பார்த்தால் எங்கே சூடம் அணைந்து போகுமோ என்றிருந்தது. சில்லரைக் காசுகள் தட்டில் விழுந்தன. பின்னாலேயே ஒருவர் தீர்த்தம் கொடுத்துக் கொண்டு வந்தார். அவர் பின்னால் இன்னொருவர் குங்குமமும் பூவும். சட்டென்று இவன் கழுத்தில் ஒரு பூமாலை விழுந்தது. லேசாகப் புன்னகைத்துக் கொண்டே கைகூப்பி ஏற்றுக்கொண்டு மாலை போட்டவரின் கையில் பத்து ரூபாய் நோட்டு ஒன்றைத் திணித்தான் அவர் முகம் மலர்ந்தது. குங்குமம் கொடுத்தவருக்குப் பின்னால் வந்த ஒருவர் அர்ச்சனைக்குக் கொடுத்தவா தட்டை வாங்கிக்குங்கோ.. என்றவாறே டக்கு டக்கென்று உயர்த்தி நீட்டினார். இங்கே... இங்கே.. என்றவாறே தட்டை வாங்கிக் கொண்டனர் பலரும்.

கூட்டத்தில் உண்மையிலேயே அர்ச்சனைக்குக் கொடுத்தவர்கள் மட்டும்தான் தட்டு வாங்குகிறார்களா என்று தேவையில்லாமல் சந்தேகம் வந்தது இவனுக்கு. சுசீலாவும் கைகளை நீட்டினாள். யார் தட்டு யாருக்கு வந்தது என்று ஒரு சந்தேகமும் எழுந்தது. எல்லாமும் ஒன்றுபோல் இருந்தன. எது வந்தால் என்ன?. தனக்கு சரி, அவளுக்கு? அவளைப்போன்றேதானே மற்ற பெண்களும் என்று தோன்றியது. வாங்க போவோம்.. என்றவாறே கண்களில் ஒற்றிக்கொண்டு இவனிடமும் நீட்டினாள். தொட்டுக் கும்பிட்டுக்கொண்டே வெளியே வந்தான். அடுத்த கூட்டம் முன்னேறியது இப்போது. கோயிலில் சில இடங்களில் கட்டிட மராமத்துப் பணிகள் நடந்து கொண்டிருந்தன. விதானக் கற்கள்

ஆட்டம் கண்டிருக்கின்றன என்பதாகச் செய்தி படித் திருந்தான். . புஷ்கரணியில் (தெப்பக்குளம்) உள்ள மண்ணை நீக்கிவிட்டு சிமிண்ட் கான்கிரீட் போட்டதால் கோயில் கட்டடத்தின் அஸ்திவாரம்; ஈரப்பதம் அற்று பாதிக்கப்பட்டது என்பதாகவும் ஒரு செய்தி ஞாபகத்துக்கு வந்தது. அருகேயிருந்த சின்னச் சின்ன சந்நிதிகளைக் கும்பிட்டுவிட்டு வந்து கொண்டிருந்தாள் . சாவகாசமாய் வரட்டும் என்று அவள் திருப்தி கருதி ஆசவாசமாய் ஓரிடத்தில் காத்திருந்தான்.

கொஞ்ச நேரத்தில் சுசீலா அங்கங்கே தன்னைச் சுற்றியவாறே வந்து சேரப் புறப்பட்டான். அங்கங்கே கோயிலின் பல பகுதிகளில் தூண்களுக்குக் கீழே அமர்ந்துகொண்டு, தேங்காய்களை உடைத்து, சில்லுப்போட்டும், பழத்தை உரித்தும், தொன்னையில் வாங்கிய பிரசாதங்களை ருசித்துக்கொண்டும் பலர் தின்று கொண்டிருந்தார்கள். வாசலுக்கு முன் பாட்டையில் யானை ஒன்று உரித்துப் போட்ட தென்னை மட்டைகளுக்கு நடுவே நின்று ஆடிக் கொண்டிருந்தது. அதன் உடம்பில் தொங்க விட்டிருந்த வஸ்திரமும், மணியும், அது ஆடுவதனால் எழுந்த மணிச் சப்தமும், கேட்க இனிமையாயிருந்தது. ஒரு குழந்தையைக் கட்டாயமாகத் தூக்கி, அது பயத்தில் கதறக் கதற, அதன் தந்தை, மேலே அமர்ந்திருந்த பாகனிடம் அதைக் கொடுத்துக் கொண்டிருந்தார். குழந்தை மேலும் குரலெடுத்து அழ, அதைப் பார்த்துப் பலரும் சிரித்துக் கொண்டிருந்தனர். குழந்தைகளுக்கு சீர் தட்டவே தட்டாதாக்கும்.. - என்று யானை மேல் ஏற்றுவதைக் காட்டிச் சொல்லிக் கொண்டிருந்தது ஒரு பெண். ஒவ்வொன்றாகப் பார்த்தவாறே வந்து கொண்டிருந்தார்கள் இவர்கள். கோயிலுக்கு வந்தா உட்காராமப் போகக் கூடாது... ஒரு நல்ல இடமாப் பாருங்க...சுசீலா சொன்னதுபோல் நல்ல இடம் எது என்று தேடத் துவங்கினான் இவன். அதோ, அங்கே போய் உட்காரு வோம். என்றவாறே ஒரு குறிப்பிட்ட இடத்தை நோக்கி

நடந்தான; அப்பாடா.. என்றவாறே ஆசுவாசப்பட்டுக் கொண்டு அமர்ந்தாள் . இவன் அந்த இடத்தைத் தேர்ந்தெடுத்தது எதற்கு என்பது போல், மேலே விதானத்தில் இருந்த ஓவியங்களையும், சிற்பங்களையும் ஒவ்வொன்றாக ரசித்துக் கொண்டிருந்தான். திடீரென்று கத்தினாள் சுசீலா.

என்னவோ, ஏதோவென்று பதறிப் போனான் இவன். என்ன? என்ன? என்னாச்சு? என்றான் பதிலுக்குப் பதட்டத்துடன்.உடம்புக்குஏதேனும் உபாதையோ? என்று தோன்றியது. ஐயையோ...என்னங்க இது? என்றாள் அர்ச்சனைத் தட்டைக் காண்பித்து. இவன் ஒன்றும் புரியாமல் பொறுமையின்றி, விஷயத்தைச் சொல்லு என்றான் எரிச்சலுடன். இந்தக் குடுமித் தேங்காயையும், ஒரு பழத்தையும் அர்ச்சகருக்குக் கொடுக்க விட்டுப் போச்சேங்க...? என்றாள் . அவள் முகம் துக்கத்தில் சுருங்கியது.

அட....! இதுக்குத்தான் இப்படிக் கத்தினியா? நான் என்னவோ ஏதோன்னு நினைச்சேன்...என்றவாறே தூணில் சாய்ந்தான். சாயாதீங்க...எண்ணைப் பிசுக்கு.... ஒட்டிக்கிடும்.. பதறினாள் . இவனுக்கு ரொம்பவும் ஆசுவாசமாய் இருந்தது. ஏங்க, ஒண்ணு செய்றீங்களா? சிரமம் பார்க்காம இதைக் கொண்டுபோய் அர்ச்சகர்ட்டக் கொடுத்துட்டு வந்திடறீங்களா? புண்ணியமுண்டுங்க... ஒரு பழமும், ஒரு மூடித் தேங்காயும் அவருக்குக் கொடுக்கணும். சாஸ்திரமுண்டாக்குமஇவனுக்கானால் கோபம் பற்றிக்கொண்டு வந்தது. என்ன நினைச்சிட் டிருக்கே நீ? வெளையாடுறியா? நானென்ன சின்னப் பிள்ளைன்னு நினைச்சியா? சும்மா ஓடிட்டிருக்கிறதுக்கு? அவருக்கு தட்சணை பத்து ரூபாய் கொடுத்தாச்சுல்ல, அத்தோட விடு...இதுக்குன்னு ஒரு தரம் என்னால போக முடியாது. அங்கென்ன எடம் காத்தாடவா கிடக்கு? ஒரே இடிபிடி. கூட்டப் புழுக்கத்துல அரை மணி நேரம் நின்னதுல, வேர்த்து விறுவிறுத்து எனக்கு மயக்கமே

வந்திடுச்சு. கால் கடுத்துப்போய் அப்பாடான்னு இப்பதான் உட்கார்ந்திருக்கேன். திரும்பவும் போங்கிறியே? இங்கே யாராவது கேட்பாங்க..அவுங்களுக்குக் கொடு... அதுவும் புண்ணியந்தான்... - நிறுத்தாமல் சொல்லிக் கொண்டே போனான் சுதாகரன். அப்போது சுசீலாவின் குரல் மீண்டும் இவனைத் துணுக்குறச் செய்தது.

அய்யய்ய... இங்க பாருங்களேன்...! என்றவாறே அர்ச் சனைத்தட்டை முன்னே நீட்டினாள் என்ன? என்றவாறே கூர்ந்து பார்த்தான். ஒன்றும் புரிந்தபாடில்லை. இவளுக் கென்று ஏதாவது தோன்றிக்கொண்டே இருக்குமோ?இவள் சென்டிமென்டுக்கு ஒரு அளவேயில்லையா? நல்லாப் பாருங்க.. என்றாள் மீண்டும். ..எல்லாந்தானே இருக்கு?; பதிலிறுத்தபோது சட்டென்று என்னவோ தோன்றியது. அட, ஆம்மா...!! - என்றான் உடனே. இப்போது எல்லாமும் தெளிவாகத் தெரிந்தன. நூலில் கட்டிய பத்தியும் சுருட்டிக்கட்டிய வெற்றிலையும், பொதிந்த சூடமும், பொட்டணமிட்ட கற்கண்டும், பழமும், மாலையும், கசங்கிய அர்ச்சனைச் சீட்டோடு வைத்தது வைத்தமேனிக்கு அப்படியே அமிழ்ந்திருந்தன கூடையில். என்னங்க இது? சுசீலாவின் குரலில் மெல்லிய சோகம். அப்டியே வந்திருக்கு!...இல்ல? - அவளைப் பார்க்கவே பாவமாய் இருந்தது இவனுக்கு. ஒருவேளை தட்டு மாறிடுச்சோ... கூடைத்தட்டு எல்லாமும் ஒரே மாதிரி தானே இருக்கு.... சரி, விடு...கூட்டம் அதிகமானாலே எல்லாமும் நெகிழ்ந்து போறதும், நீர்த்துப் போறதும் சகஜந்தான். சந்நிதிக்குள்ள போயிட்டுத்தானே திரும்பி யிருக்கு... கண்ல ஒத்திக்கோ... அவ்வளவுதான். அவ்வளவு தேங்காய்களையும் உடைச்சு அர்ச்சனை பண்றதுன்னா சாயங்காலம் ஆயிடும். அதான் இப்டி போல்ருக்கு... சாஸ்திரத்துக்கு ஒண்ணு ரெண்டை உடைச்சிட்டு... மீதியை அப்டியே... நழுவலாய்ச் சொன்னான் இவன். அந்த பதிலில் அவளுக்குத் திருப்தி வந்ததா தெரிய வில்லை. பக்தியும், அனுஷ்டானங்களும், நியமங்களும்

அதைக் கடைப்பிடிப்பவர்களின் மனம் சார்ந்த, அறிவு சார்ந்த படிமங்களாயிற்றே? நினைத்துக் கொண்ட சுதாகரன் வா...போகலாம்...காலாகாலத்துல வீடு போய்ச் சேரணும்....என்று அவளை அவசரப்படுத்தினான். அன்றைய கோயில் பயணம் அவனைப் பொறுத்தவரை அவளைத் திருப்திப்படுத்துவது. சுசீலாவுக்கு அது நேர்ச்சை போல.... அவளை திருப்திப்படுத்தினால் சாமியையே திருப்தி செய்தது போல என்று நினைத்துக் கொண்டான். ஆர்த்தியின் திருமணம் நிச்சயம் ஆக வேண்டும் என்று அவன் மனம் அவனையறியாமல் வேண்டிக் கொண்டிருந்தது.

அப்பாவே வர வேண்டாம் என்று தகவல் மட்டும் சொல்லி விட்டார். ஆர்த்தியின் சம்மதம்தான் அதில் பிரதானம் என்கிற கருத்தில் எதற்கு எல்லாரும் அலைந்து கொண்டு என்று அவர் எடுத்த முடிவு இது. தனக்கும் விடுப்பு எடுக்க முடியாத நிலை அலுவலகத்தில் என்பதில் அவனுக்கு ஒரு நிம்மதி. ஒவ்வொரு முறையும் இப்படிப் போய்ப் போய், ஆர்த்தி மறுத்துவிட, எதுவும் திகையவில்லையே என்கிற ஏமாற்றம்....! போனால் இந்தக் காரணத்தினால் அநாவசியமாய்க் கோபப்பட்டு சண்டையாகிவிடுமோ என்கிற பயம். அப்பாவே வேண்டாம்...நான் பார்த்துக் கொள்கிறேன் என்று சொன்னது எவ்வளவு வசதியாய்ப் போயிற்று...

5

வாசலில் டாக்ஸி வந்து நின்றது. முதலில் இறங்கியது பரமநாயகம். அவரைத் தொடர்ந்து மனைவி பத்மாவதி. கூடவே முன்சீட்டிலிருந்து அபிஷேக். இறங்கிய ஸ்டைலே அசர வைத்தது சந்திரசேகரை. வாயெல்லாம் பல்லாக பாலாமணி இவரைப் பார்த்து சிரித்தது இளித்தது போலிருந்தது.

வாங்க... வாங்க... எடம் கண்டுபிடிக்கிறதுக்கு ரொம்பச் சிரமப்பட்டுட்டீங்களோ? - சம்பிரதாயமாக ஏதோ கேட்க வேண்டும் என்று ஆரம்பித்தார்.

ஆமா... உண்மைதான்... இதென்ன சார்... சின்னச் சின்னத் தெருவா வளைஞ்சு வளைஞ்சு... எந்தப் பக்கம் புகுந்தோம், எப்படி வெளியேறுவோம்னு தெரிலயே... மனசுல நிக்காது போலிருக்கு உங்க வீடு இருக்கிற பகுதி?

அப்டித்தான்... நீங்க சொல்றது சரிதான்... இந்த ஏரியாவுக்குப் புதுசா வர்றவங்க எல்லாரும் சொல்றது இதுதான்... இந்த ஊரு டாக்ஸிக்காரங்களுக்கே முன்னப் பின்னே இந்தப் பகுதிக்கு வந்திருக்கலேன்னா தெரியவே தெரியாது... அதனாலதான் நான் கேட்டேன் வண்டி அனுப்பட்டுமான்னு...

வந்த பின்னாடிதானே தெரியுது... இவ்வளவு கஷ்டமிருக்கும்னு... ...

என் பொண்ணைப் பாருங்க... எல்லாக் கஷ்டமும் பறந்தோடிப் போயிடும்... - சொல்லிக்கொண்டே சிரித்த வாறே உள்ளே அவர்களை வரவேற்றார் சந்திரசேகர்.

வா... என்ன தயக்கம்... என்று மனைவியைப் பார்த்துக் கூறியவாறே நுழைந்தார் பரமநாயகம். அவர்களைத் தொடர்ந்து வாசலில் ஷூவைக் கழற்றிவிட்டு உள்ளே அடியெடுத்து வைத்தான் அபிஷேக். தற்செயலாய் கிச்சனுக்கு எதிர் அறைக்குள் நுழைந்த ஆர்த்தியின் பார்வை ஒரு கணம் அபிஷேக்கின் மேல் படிந்தது. இத்தனை ஸ்மார்ட்டாய் இருக்கும் இவன், ஒரு சாஃப்ட்வேர் இன்ஜினியராய் இருக்கக் கூடாதா? என்று மனம் ஏங்கியது. சரி, இவன் இல்லாவிட்டால் இன்னொருவன்... பசங்களா இல்லை ஊர் உலகத்தில்.? தேடிப் பிடித்துவிட வேண்டியதுதான். கொள்கை மாற்றம் எதுவுமில்லை. அவளாகவே தனக்குள் இப்படி நினைத்துக் கொண்டாள். ஆனாலும் அபிஷேக்கின்

உருவம் பச்சென்று மனதில் பதிந்து போனது அவளுக்குள் என்னவோ செய்தது. கண்டதும் காதலா? மனதுக்குள் சிரித்துக் கொண்டாள்.

பார்த்து, கொஞ்சம் குனிஞ்சு வாங்க மாப்ளே... உங்க உயரத்துக்கு நிலை கொஞ்சம் உயரம் கம்மிதான்... - அபிஷேக்கை அப்படி மாப்ளை என்று அழைத்துக் கொண்டதும், பத்மா பரமநாயகத்தைப் பார்த்தாள். பொறு... பொறு... என்பதாய் அவளுக்கு மட்டும் தெரிவது போல் கையைத் தரையை நோக்கி ஆட்டினார் அவர்.

நாங்க இதுவரைக்கும் நாலஞ்சு பார்த்திட்டோம்... எங்க அபிஷேக் எதுவும் பிடிக்கலைன்னுட்டான்... ரொம்பப் பிரமாதமாத் தேடுறாங்களோன்னு நீங்க நினைச்சிக்க வேண்டாம். அவன் ஒரு கணிப்பு வச்சிருக்கான்... அதன்படி இல்லேன்னா வேண்டாம்னுடுவான்... வேலை பார்க்கணும்ங்கிறதுகூட இல்லை. பொண்ணு அவனுக்குப் பிடிச்சிருக்கணும் அவ்வளவு தான். இப்போ அறுபதாயிரம் வாங்கறான். இன்னும் ஆறு மாசத்துல எண்பதாகும். எந்தக் காலேஜ்ல படிச்சானோ அங்கயே வேலை. அவனோட திறமையை உணர்ந்து வருந்தி, வருந்தி அழைச்சு வேலை கொடுத் தாங்க. அவ்வளவு பெருமை எங்களுக்கு. அவன் விருப்பம்தான் எங்க விருப்பம். வாழப் போறவன் அவன். ஆகையினாலே பூரணமா அவன் மனசு சந்தோஷப் படணும்... திருப்திப்படணும்... அதுதான் எங்களோட ஆசை. நாங்க அவனை எதுவும் சொல்றதில்லை... அவன் சரின்னு சொல்லிட்டான்னா, அதுக்கப்புறம்தான் மற்றதைப் பத்தி நாங்க டீடெய்லா விசாரிக்கவே செய்றது... அதுவரைக்கும் ரொம்ப ஆழமாப் போற தில்லைன்னு வச்சிக்குங்களேன்... இப்போ நாங்க இவ்வளவு தூரம் வந்திருக்கிறதும், அவன் சொன்னதை வச்சித்தான்... தமிழ் மேட்ரிமோனியல்ல பார்த்திட்டு, போவோம்னான். வந்திட்டோம்... - சொல்லிவிட்டுப் புன்னகைத்தார் பரமநாயகம்.

பையனின் சுதந்திரத்தை, பெருமையை அப்படிப் பகிரங்கமாகப் பிரகடனப்படுத்திக் கொள்வதில் பெரு மிதம் இருந்தது. சரி, அதற்காக எங்கள் பெண்ணுக்கும் அப்படியான ஒரு அநாயாசமான சுதந்திரத்தை நாங்கள் வாரி வழங்கிவிட முடியுமா? அதைக் கன்ட்ரோலில்தான் வைத்திருக்க முடியும். பெண்ணாயிற்றே? அதுவும் என்னடாவென்றால் இப்பொழுது கை நழுவிப் போய்விடும் போலிருக்கிறதே? மனதுக்குள் நினைத்துக் கொண்டார் சந்திரசேகர்.

பாலாமணி பத்மாவதியின் அருகில் சென்று நெருக்க மாக அமர்ந்து கொண்டது சந்திரசேகருக்கு என்னவோ போல இருந்தது. அடுத்தாற்போல் அமர்ந்திருந்த பையனை உற்று உற்றுப் பார்த்துக் கொண்டிருந்தாள். அதற்காகவே அப்படிப் போய் உட்கார்ந்திருக்கிறாள் என்று தெரிந்தது. மேலும் அப்படி நெருக்கமாய் போய் உட்கார்ந்து கொள்வதன் மூலம் சகஜபாவத்தை உணர்த்து கிறாளோ...? எல்லாம் முடிஞ்சமாதிரிதான்... இனிமே நாம ஒண்ணுக்குள்ள ஒண்ணுதான் என்று அவர்களுக்குச் சொல்லாமல் சொல்கிறாளோ? அசடு... இங்கே அவள் பெண்ணின் மனநிலை தெரியாமல் இவளாய் எதையோ நினைத்துக் கொண்டு கடையை விரிக்கிறாள். ஒரு வார்த்தை சொல்ல முடியுமா ஆர்த்தியை. நான் நினைச்சா நினைச்சதுதான் என்பதுபோல் இப்படிப் போய் உட்கார்ந்து கொண்டால் எப்படி?

சந்திரசேகர் தனக்குள் இப்படி வரித்துக்கொள்ள, பாலாமணியின் பார்வை பையனையே சுற்றியிருந்தது. என்னவோ இவள் கட்டிக்கொள்ளப் போகிறவள் போலல்லவா முழுங்கி விடுவதுபோல் பார்க்கிறாள். அசடு... அசடு... கிளம்பிப் போகட்டும், பிறகு வைத்துக் கொள்கிறேன்... - நினைத்துக் கொண்டார்.

களையான முகம். மாசு மறுவில்லை. உதட்டுக்கு மேல் மூக்குக்கு சற்று ஒதுங்கி ஒரு சிறு மச்சம். திருஷ்டிப்

பொட்டு வைத்தாற்போல். பெண்களுக்குத்தான் அங்கேயிருந்தால் திருஷ்டி. பையனான இவனுக்குக் கூட அது அழகாய்த்தான் இருக்கிறது. எடுப்பான நாசி. ரெட்டை நாடி. தூக்கிப் படிய வாரிவிட்ட தலை. அதில் அவனை மீறி வளைந்து நெற்றியில் பாதிவட்டமாய்த் தொங்கும் கர்லிங். மென்மையாய் பளபளப்போடு காட்சியளிக்கும் கருகரு மீசை. அளவாக நறுக்கி விடப் பட்டு சீராக்கப்பட்டிருப்பதாய்த் தோன்றியது. ரொம்பவும் அழகுணர்ச்சி உள்ளவன்போலும். தன்னைத் தெளிவாக நிறுத்திக் கொள்வதில் அக்கறை உள்ளவன். பார்ப்பவர் களின் உள்ளங்களில் தன் உருவம் அப்படியே பச்சென்று ஒட்டிக் கொள்ள வேண்டும் என்பதிலான கருத்தோட்டம். லேசான இளந்தொப்பையுடன் சட்டையை இன் பண்ணியிருக்கும் அழகு.பெல்ட்டின் நுனி வெளியே ஆடும் தற்போதைய நாகரீக அழகு. அமர்ந்திருப்பதில் ஒரு தன்னம்பிக்கை மிகுந்த நோக்கு. சுற்றிலும் இருப் பவைகளை ஒவ்வொன்றாக அறியும் கூர்ந்த பார்வை. பாலாமணியின் முகத்தில் தோன்றிய திருப்தியைப் பார்த்தால் சந்திரசேகருக்கு உதறலாக இருந்தது.

ஒரு கல்லூரியில் ப்ரொபஸராய் நல்ல சம்பளத்தில் சகல லட்சணங்களும் பொருந்தியவனாய் அமர்ந்திருக்கும் அபிஷேக்கை ஆர்த்தி ஏற்றுக் கொள்ள வேண்டுமே...? அவள் பார்க்கும் அரசாங்க வேலைக்கு இதை தாராள மாய் ஓ.கே. சொல்லலாம்தான் என்றாலும், அவள் என்னவோ வெளிநாட்டுக் கனவிலல்லவா மிதக்கிறாள். என்ன சொல்லியும் கேட்க மாட்டேனென்கிறாளே? படுத்துகிறாளே...! பெண் பிள்ளை என்பதால் எதையும் அசட்டுப் பிசட்டு என்று செய்து கொண்டுவிடக் கூடாதே என்று வேறு பயமாயிருக்கிறதே...! ஒரே பெண். கண்ணுக்குக் கண்ணாய் வளர்த்தாயிற்று. கண்டிக்க மனம் வருவதில்லையே...!

யார்தாம்ப்பா இந்தக் காலத்துல ஃபாரின் போகலை? நான் ஏன் போகக் கூடாதுங்கிறீங்க...? எனக்கந்தத் தகுதி

இல்லைன்னு ஏன் நினைக்கிறீங்க? என் சமையல்கலையை வச்சே அவரை வளைச்சுப் போட்டிருவேனாக்கும். வீட்டுக்காரரை படியவைக்க சாப்பாடு மாதிரி அமைப் பான விஷயம் எதுவுமில்லை. கைபாகம் கண்டுட்டா வெளில தலைகாட்ட மாட்டாங்க... என் சாப்பாட்டுக் காகவே நீ என் கூட இருந்துதான் ஆகணும்னு ஒருத்தன் வந்து நிக்கிறானா இல்லையா பாருங்க... நீ வேலையெல்லாம் பார்க்க வேண்டாம்... முத வேலையா ரிசைன் பண்ணிட்டு என்னோட வெளிநாடு வரப்பாரு... என் கூட நீ இருந்தாப் போதும்... குடும்ப பிஸ்னஸை நீ பார்த்துக்கோ... அதுல நான் தலையிடவே மாட்டேன்... எல்லாம் உன் பொறுப்புத்தான்... நீ இல்லாம என்னால அங்கே தனியே குப்பை கொட்ட முடியாது... புறப்படுன்னு சொல்லிட்டு ஒருத்தன் கண்டிப்பா வருவான்... எனக்கு அந்த அதிர்ஷ்டம் உண்டுப்பா...

மகளின் பேச்சில் பல சமயங்களில் வாயடைத்து நின்றிருக்கிறார் சந்திரசேகர். பாலாமணிதான் க்க்கும்... என்று முகத்தைத் தோளில் இடித்துக் கொள்வாள். கற்பனைலயே மாளிகை கட்டி குடிபோய், குடும்பம் நடத்தி, பிள்ளை பெத்து, பேரன் பேத்தி எடுத்திருவா.. இவ இப்படித்தான் உளறிக்கிட்டுக் கிடப்பா... நீங்க பேசாமப் பாருங்க... இங்கேயே தமிழ்நாட்டுலயே ஒருத்தன் அமைஞ்சா வேண்டாம்னா இருக்கு... எல்லாம் பையனைப் பார்த்தா, தானா முடிவு மாறிடும்... இந்தப் பொம்பளைங்களே இப்படித்தான். ஆளப் பார்த்தாச் சுன்னா பிறகு, சரிம்மா, உங்க இஷ்டம்னு பூனை போலப் பதுங்குவாங்க... எத்தனை பேரைப் பார்த் திருக்கேன்... எவ்வளவு கதை, சீரியல்லாம் பார்க்கிறோம்... அவ கிடக்கா... அழகாக் கொண்டு நிறுத்தினா எல்லாம் அமுங்கிப் போயிடும்...

சொல்லிவிட்டு மகளின் விருப்பத்தைப் புறக்கணித்து, தன்னிஷ்டத்துக்குச் செயல்படுகிறாள் பாலாமணி. அவள் பேச்சைத் தட்ட முடியாமல் தானும் ஆட

வேண்டியிருக்கிறது. தஞ்சாவூர் தலையாட்டி பொம்மை தோற்றது. இவளுக்கு எப்படிச் சொல்லிப் புரிய வைப்பது? எதைச் சொன்னாள் கேட்பாள்? சண்டை போடவோ உடம்பில் தெம்பில்லை. நரம்புகள் முறுக் கற்றுப் போய்விட்டன. உடல் தளர்ந்து போயாயிற்று. என்னத்தைச் சண்டை போட்டு, என்னத்தை ஜெயித்து, எதைச் சாதிக்கப் போகிறோம். எல்லாம் சரி, சரி, சரிதான். சந்திரசேகர் பலத்த யோசனையிலிருந்து விடுபட்டார். சமீப காலமாய் அவர் மனம் ரொம்பவும் பலவீனப்பட்டிருந்தது. அதற்கும் சில காரணங்கள் இருக்கிறதுதானே...? வாழ்க்கையில் மன பாரம் இல்லாத மனிதன்தான் யார்? என் வாழ்க்கையின் எந்தப் பகுதியிலும் நான் துன்பத்தையே சந்தித்ததில்லை என்று எவனாவது சொல்ல முடியுமா? சோகம் என்பதே என்னை அண்டியதில்லை என்று எவனாலும் புளுக முடியுமா? சுழலும் சக்கரம்தானே? மாறி மாறி எல்லா மும் வந்து போகத்தானே செய்யும். இல்லையென்றால் இந்த வாழ்க்கையில்தான் ஸ்வாரஸ்யம் ஏது?

பெண்ணின் இந்த அயல் தேச விருப்பத்தை அவர் களிடம் எப்படிச் சொல்வது? சொல்லத்தான் முடியுமா? அப்படியென்றால் நீங்கள் ஒரு கடிதம் மூலம் இதனைத் தெரிவித்திருக்கலாம் என்பார்களே...! தொலைபேசியில் கூடத் தகவல் சொல்லியிருந்தால் இப்படி வந்து போகும் செலவாவது மிச்சமாகுமே...! இதென்னய்யா பெரிய கூத்தா இருக்கு என்றுவிட்டால்?

உங்க பொண்ணோட இந்த விருப்பம் கூடவா நீங்க கேட்டு வைக்க மாட்டீங்க...? இப்டி எல்லார் முன்னாடி யும், பட்டுப் பட்டுன்னு அதுபாட்டுக்குப் பேசிட்டுப் போயிடுச்சி... அட, எங்களைத்தான் மதிக்க வேண்டாம்... பெற்றோரையுமா இப்படி? இப்டிப் பெரியவங்களுக்கு அடங்காத பொண்ணை எங்க வீட்டுக்கு மருமகளாக் கூட்டிட்டுப் போனா வெளங்கினாப்லதான்... -என்னங்க சிதர் தேங்காய் அடிச்ச மாதிரி... - எதிர்த்தாற்போல்

அமர்ந்திருந்த பத்மாவதி வெடுக்கென்று முறிப்பதுபோலக் கற்பனை ஓடியது இவருக்கு. மனசு வேண்டாததை நினைப்பதே வழக்கமாகிவிட்டது. எல்லாவற்றிற்கும் பயந்து பயந்து, பாசிட்டிவான விஷயங்களே மனதில் தோன்ற மறுக்கிறது. நேர் நேர் தேமாவா அல்லது புளிமாவா? இலக்கணம் தெரிந்தால்தானே வாழ்க்கை?

என்ன சார்... ஒண்ணுமே பேச மாட்டேங்கிறீங்க...? என்று உசுப்பிய பரமநாயகத்தைஒண்ணுமில்லே... ஒண்ணுமில்லே... ஏதோயோசனை... என்றவாறே ஃபர்ஸ்ட் கொஞ்சம் கூல் டிரிங்க்ஸ் சாப்பிடுங்க... இந்த வெய்யிலுக்கு இதமா இருக்கும்... மனசு குளிரட்டும் முதல்ல... என்றார். சொல்லிக்கொண்டிருக்கும்போதே எழுந்துவிட்டாள் பாலாமணி. அவள் முடிவு செய்து விட்டது போலிருந்தது இவருக்கு.

கையில் ஏந்திய ப்ளாஸ்டிக் தட்டில் நாலைந்து டம்ளரில் நிரம்பிய குளிர்பானத்தோடு மெல்ல அடியெடுத்து வைத்தாள் ஆர்த்தி.

என்னம்மா, இன்னும் ரெடியாகலையா? நீ... ஏன் தூக்கிட்டு வந்தே...?

அம்மாவால எப்படிப்பா முடியும்... அதான் நான் வந்தேன்... என்றவாறே ஒவ்வொருவருக்காய் நீட்டினாள். அபிஷேக்கின் அருகே வந்தபோது அவள் பார்வை முழுவதுமாய் அவன் மீது தீர்க்கமாய்ப் படிந்திருந்ததை சந்திரசேகர் பார்த்தார். அப்பொழுதே அங்கேயே ஏதே னும் பேசி விடுவாளோ என்று தோன்றியது இவருக்கு. ஏனிப்படி எடுத்ததற்கெல்லாம் மனம் பயப்படுகிறது என்று தன்னைத்தானே கேட்டுக் கொண்டார்.

அவன் குனிந்த தலையை மெலிதாக நிமிர்த்தி டம்ளரை மட்டும் பார்த்து எடுத்துக் கொண்டான். ரொம்பவும் கூச்சப்பட்ட சுபாவமோ என்று தோன்றியது. சற்று முன் அவன் ஹாலை அளந்தது அப்படித்

தெரியவில்லையே... - அவனையே பார்த்தார். குளிர் பானத்தைக் கொடுத்துவிட்டு சட்டென்று உள்ளே போய்விட்டாள் ஆர்த்தி. அதற்குள் வெளிப்பட்ட பாலா மணி, நீ ஏன் கொண்டு போனே...? போய் புதுப் புடவை உடுத்திக்கோ சீக்கிரம்... இப்டியேவா வந்து நிற்பே... என்றவாறே அவர்களைப் பார்த்துச் சிரித்தாள்.

இருக்கட்டுங்க... அதனாலென்ன... உங்களுக்கு சிரமம் கூடாதுன்னு கொண்டுவந்திருக்கு... என்றார் பரமநாயகம். அவருக்கு அந்த அலங்காரமற்ற கோலத்திலேயே பெண்ணைப் பிடித்துவிட்டது போலிருந்தது.

பொண்ணை கேஷ்வலாப் பார்க்கணுங்க... அலங்கார மில்லாம இருக்கிறபோது எப்படியிருக்குன்னு பார்த்து முடிவு செய்யணும்... அப்பத்தான் உண்மையான அழகு தெரியும்... - என்னவோ இவருக்குப் பெண் பார்க்க வந்ததுபோல் பேசுகிறாரே என்றிருந்தது சந்திரசேகருக்கு. பரமநாயகத்தின் பேச்சுக்கு ஒப்புக்கு சிரித்து வைத்தார். அப்பப்போ நிறைய லூஸ்டாக் இருக்கும்போலிருக்கு என்று நினைத்துக் கொண்டார்.

அடுத்த ஐந்தாவது நிமிஷம் ஆர்த்தி அந்த மயில் கலர் பட்டுப்புடவையில் கச்சிதமாக வெளிப்பட்டபோது சுவற்றில் தொங்கிய தேசியத்தலைவர்களின் படங்களி லிருந்து முற்றிலுமாக விலகி, அபிஷேக்கின் பார்வை ஆர்த்தியின் மேல் முழுவதுமாய்ப் படிந்தது. கண்களால் அவளை அளந்தது அவனின் கூரிய பார்வை.

வாம்மா... வந்து நமஸ்காரம் பண்ணு எல்லாரையும்... சொன்னார் சந்திரசேகர். டிராமா சரியாக அரங்கேறியாக வேண்டுமே... மனசுக்குள் உதறல்.

தனித்தனியாவெல்லாம் பண்ண வேண்டாம். சும்மா ஒரே நமஸ்காரமாப் போடு... போதும்... - சொன்னாள் பத்மாவதி. ஆர்த்தி குனிந்து, வளைந்து வணங்கியபோது அவள் தலையில் கை வைத்து ஆசீர்வதிப்பதுபோல்

ஆசையாய் வருடினாள். சற்று நேரம் அருகே அமர்ந்திருந்தாள் ஆர்த்தி. பத்மாவதி அவள் கைகளை, காதுகளை, பின் முதுகை எல்லாம் தடவிக் கொடுத்தாள். காது முடியை ஒதுக்கி விட்டாள். மூக்கின் அழகை ரசித்தாள். கன்னம் உப்பிக்கொண்டு பரந்து, தாடை ஒடுங்கும் அழகை உள்வாங்கினாள். இறங்கும் கழுத்துப் பகுதியை ரசித்தாள். ஒரு கையை முழுக்க வைத்துத் தடவலாம் போலிருந்தது அவளுக்குத் திருப்தி தந்தது. பார்த்துப் பார்த்துச் செய்திருக்கிறதோ என்று தோன்றியது அவளுக்கு. பிடித்து வைத்த சித்திரமாய் ஜொலிக்கிறாளே...?

நான் உள்ளே போகட்டுமா... என்றாள் மெலிதாக ஆர்த்தி. மெல்லிய சலங்கை போல அவள் பேசியது பத்மாவுக்குள் சிரிப்பை வரவழைத்தது. சரி, போய்க்கோ... என்றாள் சிரித்துக் கொண்டே. பாலாமணி பத்மாவதியைப் பார்த்துப் புன்னகைத்தாள். பத்மாவதி பாலாவின் தொடையில் கை வைத்து அழுத்தினாள். அதற்கு என்ன அர்த்தம்? கவனித்து விட்டார் சந்திரசேகர்.

கொஞ்சம் பயந்த சுபாவம் போலிருக்கு... என்றார் பரமநாயகம்.

இருக்க வேண்டிதானே... பெண்ணுக்கு... அதுதான் அழகு... என்றார் சந்திரசேகர்.

அப்பா, நான் அவர்கூடக் கொஞ்சம் தனியாப் பேசணும்... சற்றுத் தள்ளி நின்று போவதற்குத் தயாராய் நின்ற ஆர்த்தியிடமிருந்து இப்படி அழைப்பு வந்ததும், எல்லோர் முகங்களும் அவளை நோக்கித் திரும்பின.

பயந்த சுபாவமோ என்று கேட்டு ஒரு நிமிடம் கூட ஆகவில்லை. அதற்குள் இந்தப் பெண் இப்படிக் கேட்கிறதே...? என்ற நினைப்பில் பார்த்துக் கொண்டிருந்த பத்மாவதி, அதை வெளிக்காட்டிக் கொள்ளாமல், போயேண்டா... போய்ப் பேசிட்டுவா ... என்றாள் அபிஷேக்கைப் பார்த்து.

இந்தக்காலத்துல இதெல்லாம் சகஜம்... என்றாள் பாலாமணி.

ஆமாமா... வெளிலயே சந்திக்கிறதும், சுத்தறதும் ரொம்ப சர்வ சாதாரணமாயிடுச்சி... நாமதான் எல்லாத் துக்கும் பயந்து கிடந்தோம்... - பரமநாயகம் தன் கருத்தை முன் வைக்காமல் இருக்கமாட்டார் போலிருக் கிறதே என்றிருந்தது சந்திரசேகருக்கு.

பேசிக்கட்டும்... அப்பத்தானே கொஞ்சமாவது புரிஞ் சிக்க முடியும்... போயிட்டு வாப்பா...

என்னம்மா இதெல்லாம்?... அதுக்குள்ளேயுமா? ... என்று மென்மையாய் சைகையோடு எழுந்தான் அபிஷேக். சந்திரசேகரும், பாலாமணியும் பார்த்துக் கொண்டேயிருந்தார்கள்.

மாடிக்குப் போகலாமா? குளிர்ச்சியா நிழல் இருக்கும்... என்று சொல்லிக்கொண்டே மாடிப்படியை நோக்கி நடந்த ஆர்த்தியைப் பின் தொடர்ந்தான் அபிஷேக்.

இருவரும் நெருங்கிய அந்தப் போதில், உயரம், நிறம் முதற்கொண்டு பொருத்தமான ஜோடிதான் என்று எல்லோர் மனதிலும் அந்தக் காட்சி படமாய் விரிந்தது.

6

என்னோட இந்த டிரஸ் உங்களுக்குப் பிடிச்சிருக்கா...? - கேட்டாள் ஆர்த்தி. எடுத்த எடுப்பில் இப்படி ஒரு கேள்வி போடுவாள் என்று அபிஷேக் எதிர்பார்க்கவில்லை. பட்டென்று இப்படிக் கேட்டால் எப்படி? இருந்தாலும் சமாளித்தான். ஒரு தடவை நல்லாப் பார்த்துக்கட்டா? களுக்கென்று சிரித்து விட்டாள் ஆர்த்தி. என்ன தைரியம்?

ம்ம்...! ம்... ஓ.கே...! என்றான் அபிஷேக். கூடவே, ப்ளவுஸ் அத்தனை மாட்சிங்கா கிடைக்கலியோ...?

என்றான். அடப்பாவி... ! - மனதுக்குள் முனகிக் கொண் டாள் ஆர்த்தி. ஏன் அப்படிக் கேட்குறீங்க...? என்றாள். இல்ல... டிசைன்ல இருக்கே ஃப்ளவர்ஸ்... ... அந்தக் கலர்ல இருந்தா இன்னும் நல்லா இருக்கும்... அதான்... அவனின் டிரெஸ்ஸிங் சென்ஸ் இவளுக்குப் பிடித்திருந்தது.

.உங்க டிரஸ்ஸுக்கு இது மாட்சிங்... அதைக் கவனிச் சீங்களா?

துணுக்குற்றான் இவன். அப்பொழுதுதான் தன் பேன்ட் சட்டையின் கலரையும், அதோடு ஒத்துப் போகும் அவள் பட்டுப்புடவையின் இணக்கமான நிறத்தையும் கண்ணுற்றான். டிரஸ் சென்ஸ்ங்கிறது இதுவும்தானோ?

நல்லாயிருக்குங்க... ஓ.கே..... விஷயத்துக்கு வாங்க... இப்போ எதுக்கு என்னை இங்கே கூப்பிட்டீங்க...?

உங்களோட பேசத்தான்... தனியா வந்தாத்தானே மனசு விட்டுப் பேச முடியும்... சரி... சொல்லுங்க...

எனக்கு வளவளன்னு பேசுறதெல்லாம் பிடிக்காது. அதனால பட்டுன்னு விஷயத்துக்கு வந்துடறேன்... நான் கல்யாணம் பண்ணிக்கப் போற பையன் ஃபாரின்ல ஒர்க் பண்ணனும்... எனக்கு ஃபாரின்ல போய் செட்டில் ஆகணும்... அதுதாங்க என்னோட ஆசை... சட்டென்று முகம் மாறியது அபிஷேக்கிற்கு. உடனே சமாளித்துக் கொண்டான். ஓ...! அப்டியா...? அப்டீன்னா இதை முன்னமையே சொல்லியிருக்கலாமே... எதுக்காக இந்த வீண் அலைச்சல்...?

நான் சொல்லிட்டேங்க... அவங்க காதுலயே வாங் கலை... இஷ்டத்துக்குச் செய்றாங்க... நான் என்ன பண்ண முடியும்?

அப்டின்னு சொல்லிட முடியாதுங்க... பெற்றோர் களுக்குத்தான் நமக்கு எது பொருந்தும்ங்கிறதை கணிக்க

முடியும்... அவங்க அனுபவம் அப்படி... அதை அத்தனை சுலபமா புறக்கணிச்சிட முடியாது...

அவங்க அனுபவத்தைப் பார்க்கட்டும், வேண்டாங் கலே... அதே சமயம் நம்மளோட ஆசை என்னங்கிறதையும் கன்சிடர் பண்ணணுமில்லையா...? விருப்பமே கேட்கப் படலேன்னா?

நீங்க வெளிப்படையாப் பேசறதால நானும் பேசலாம்னு நினைக்கிறேன். ஆசை இருக்கலாம்ங்க... தப்பில்லை... அதுக்கு ஒரு அர்த்தம் இருக்கணும்... லிமிட் இருக்கணும்... நம்ம நிலைமையை ஒத்து இருக்கணும்...

நிலைமை தாண்டி இப்ப என்ன வந்திடுச்சிங்கிறீங்க...? ஃபாரின் மாப்பிள்ளைன்னு சொன்னது தப்பா? அதுக்கு எனக்குத் தகுதியில்லைன்னு நினைக்கிறீங்களா?

ஐயையோ... நான் அப்படிச் சொல்லலீங்க... அது உங்க விருப்பமாச்சே... அப்புறம் ஏன் நிலைமை ஒத்து வராதுங்கிறீங்க...?

இல்லீங்க... நீங்க இங்கே வேலை பார்க்குறீங்க... அரசாங்க வேலை... அது உங்க வாழ்க்கைக்கு ஒரு ஆதாரமான பிடிப்பு... உங்களை கடைசிவரைக்கும் நிலைக்க வைக்கிற உத்தரவாதம்... இப்போ நீங்க ஃபாரின் போகணும்னா இந்த வேலையை ரிசைன் பண்ணணும்... அப்போ உங்களுக்கு வரப்போகிற கணவனைச் சார்ந்துதான் நீங்க போயாகணும், இருந்தாகணும்... அவர் நல்லவரா அமையணும்... நான் தப்பா சொல்லலை... நல்லவராவே அமையட்டும்... என் வாழ்த்துக்கள்... ஆனாலும் எல்லாமும் பிறகுதானே தெரிய வருது... நிறைய எடங்கள்ல தப்பு நடந்து போகுதுல்லையா...? துயர சம்பவங்கள் கூடக் கேள்விப் படுறோமில்லையா? கல்யாணத்துக்கு முன்னாடி ரொம்பக் கொஞ்சமாத்தானே ஒரு குடும்பத்தைப் பத்தியோ, ஒரு பையனைப்பத்தியோ, பெண்ணைப்

பத்தியோ தெரிஞ்சிக்க முடியுது... பல இடங்கள்ல என்னெல்லாம் தப்பாப் போயிடுது... அடிக்கடி பேப்பர்கள்ல பார்க்கத்தானே செய்றோம்? ஒருத்தரை ஒருத்தர் சரியாப் புரிஞ்சிக்கிறது கொஞ்ச காலம் பிடிக்கும்தானே?

அப்படீன்னா உங்களைப் பத்தியும் அப்படித்தான் சொல்றீங்களா? - சட்டென்று குறுக்கே பாய்ந்தாள் ஆர்த்தி. இதை எதிர்பார்த்ததுபோலவே பதில் சொன்னான் அபிஷேக்.

ஏன், உங்களைப்பத்தியும் சொல்லலாமில்லையா? யார் குணமும் எப்படிங்கிறது பழகப் பழகத்தானே தெரியும். அதுக்குப்பிறகுதானே ஒருத்தரை ஒருத்தர் புரிஞ்சிக்கிறதும், விட்டுக்கொடுக்கிறதும், வாழ்க்கையை சமன் செய்துக்கிறதும்... அப்புறம்தானே அன்றாட வாழ்க்கையே உறுதிப்படுது... எத்தனையோ நாம பார்க்கத்தானே செய்றோம்... இந்த சினிமாக்களும், டி.வி.சீரியல்களும் நமக்கு என்னவெல்லாம் கத்துக் கொடுக்குது?

நான் டி.வி., சினிமாக்களை வச்செல்லாம் முடிவு பண்ணலீங்க... என் பெற்றோர்களை முன்னிறுத்தித்தான் இந்த முடிவுக்கு வந்தேன்...

என்ன சொல்கிறாள் என்பதுபோல் பார்த்தான் அபிஷேக். அவள் சொல்வது அவனுக்குச் சற்றுப் புரியாதது போலத்தான் இருந்தது.

ஆமாங்க... ஃபாரின்ல வேலை பார்க்கிற பையனா, லட்சங்களைச் சம்பாதிக்கிறவனாப் பார்த்து, அவனுக்குச் சகலமுமா இருந்து, எங்கப்பா, அம்மாவையும் கூட வச்சிக்கிட்டுக் காப்பாத்தறவனா இருக்கணும்... எங்க அப்பா, அம்மாவை கடைசிவரைக்கும் என் கூடவே வச்சிக்கிட்டு, அவங்களை சந்தோஷமா இருக்க வச்சு, கரையேத்தணும்... அதுதான் என்னோட பரிபூர்ணமான விருப்பம்... அதுக்குத்தாங்க நான் இப்படி ஒரு முடிவுக்கு வந்தேன்...

என்ன சொல்றீங்க? அப்போ உங்க அண்ணன்மார் களெல்லாம் இல்லையா? அவங்கல்லாம் என்ன செய்றாங்க? அவங்களுக்குத்தானே கடமையிருக்கு?

அதெல்லாம் பேருக்குத்தாங்க... வெறுமே பணத்தைக் கொடுத்தாப்போதும்ங்கிற நினைப்பு அளவுலதாங்க இருக்கு. அதுலயும் மூத்தவர் பக்கம் தலைவச்சே படுக்கிறதில்லைங்க... அது தனிக் கதை... தங்களோட வச்சிக் காப்பாத்தணும்ங்கிறதெல்லாம் ரொம்பப் பழசாப் போச்சுங்க அவங்களுக்கு... அதுனாலதான் கல்யாணத்தைப் பண்ணிட்டு, இவங்க கண்லயே முழிக்காமக் கூட்டிட்டுப் போயிடணும்னு இருக்கேன்... திடீர்னு நினைப்பு வந்தாக்கூட, பாசம் பொங்கினாக் கூட தாய் தந்தையர்கள் கிடைக்கக் கூடாது இவங் களுக்கு... அய்யோ, தப்புப் பண்ணிட்டமேன்னு மனசுக் குள்ளே புழுங்கணும்... நினைச்சாக்கூடக் கிட்டாத தூரத்துல கொண்டு வச்சிடணும்னு வெறி எனக்கு...

அப்படி இருக்க முடியுமாங்க... நாம யாரு இதை யெல்லாம் முடிவு பண்றதுக்கு? திடீர்னு பெற்றோர்களுக்கு தன் பையனைப் பார்க்கணும்னு தோணிச்சுன்னா போகாம இருக்க முடியுமா? இல்ல அனுப்பாமத்தான் தடுக்க முடியுமா? முதல்ல உங்க கூட அவங்க வரணுமே... அதச் சொல்லுங்க... மனுஷ மனம் மாறக்கூடியதுங்க... எல்லாக் காலத்துலயும் ஒரே மாதிரி இருக்காது... இன்னைக்கு வேண்டாம்னு இருக்கிறவங்க, நாளைக்கு ஒண்ணு சேர்ந்துக்கிடுவாங்க... அப்போ உங்க அப்பா அம்மா நாங்க எங்க பிள்ளைகிட்டயே இருந்துக்கிடறோம்னு சொன்னா, உங்களால தடுக்க முடியுமா? இல்ல, இத் தனை காலம் உங்களை வச்சுக் காப்பாத்தின என்னை விட்டிட்டு, இப்படி நன்றி கெட்ட மாதிரிப் போறீங் களேன்னு சொல்ல முடியுமா? ஆயிரம்தான் ஆனாலும், பெத்த பையன்கிட்டப் போய் ஒண்டறதுதான் அவங் களுக்கு கௌரவம்.

இங்கயே ஒருத்தனை முடிவு செய்துக்க வேண்டிதானே... அதுதான் நல்ல முடிவா இருக்கும்... உங்க சம்பாத்தியமும் உங்க கைல... வேலை பார்க்கிற உங்களுக்கு அது ஒரு பெரிய ஆதாரமாய் இருக்கும். உங்க அம்மா அப்பாவை நீங்க வச்சு காப்பாத்தறதுக்கு ஒரு பிடிப்பு இருக்கும், நியாயம் இருக்கும்... அப்பப்போ உங்க ப்ரதர்ஸ் வீட்டுக்கும் போய்க்கிடுவாங்க... உங்களுக்கும் உங்க பிரைவஸி கெடாம இருக்கும்... இப்படி எல்லா வசதியும் இங்கே இருக்கைல, எதுக்காக ஃபாரின் மோகம்? தேவையில்லைன்னுதான் எனக்குத் தோணுது... யோசிங்க...

நீங்க நினைக்கிறமாதிரி எத்தனை காலம் போனாலும் என் ப்ரதர்ஸ் யாரும் பேரன்ட்சை வச்சிக்கிற மனநிலைல இல்லை... என்னோட ரெண்டு சகோதரர்களும் அப்படித்தான்... சரிங்க... அதுக்கு வெளி நாட்டு மாப்பிள்ளையைத்தான் கல்யாணம் பண்ணிக்கணும்னு என்ன இருக்கு? உள்ளூர் பையன் கிடைக்க மாட்டானா? இப்போ நான் எப்படி வந்தேன்? அதுபோல இன்னொருத்தன் வர்றான்...

சென்னைல இருக்கிற எங்க சுதாகர் அண்ணனுக்கு அண்ணா ஒருத்தர் இருக்காரு... பேரு தாமோதரன்... அவர் வேற்று ஜாதில திருமணம் பண்ணிக்கிட்டாரு... அதை எங்க வீட்ல ஏத்துக்கலை... எங்கப்பா ரொம்பப் பிடிவாதக்காரரா இருந்தாரு... நீ எனக்குப் பிள்ளையே இல்லை... இனி இந்த வீட்டுப் பக்கமே வரக்கூடாது... நாங்களும் உன்னைத் தேடி வர மாட்டோம்னு சொல்லி அவரை ஒரேயடியாக் கட் பண்ணி விட்டிட்டாரு... அதிலேர்ந்து தனக்கு ரெண்டு பிள்ளைங்கன்னு சொல்லிக்கிறதே இல்லை... அந்த அளவுக்கு ஒரு வைராக்கியம். அவர்தான் மூத்த பிள்ளை... தங்களைக் கடைசிக் காலத்துல அவர்ட்டதான் ஒப்படைக்கணும்னு இருந்தாங்க எங்க வீட்ல... அது இப்படிக் கை நழுவிப் போனதுல தாங்க முடியாத விரக்தி. அதுலேர்ந்து

எங்கப்பாவுக்கு வாழ்க்கைலயே நம்பிக்கை போயிடுச்சி... எந்த விசேடமானாலும், எதுக்குமே அவரைக் கூப்பிடறதோ, பேசறதோ கிடையாது. தனியாப் போனவரு, நிறைய வருஷமாச்சு... அப்படியே போயிட்டாரு... திருச்சில இருக்காங்க... அவங்க பேரு நளினி. ரொம்ப நல்லவங்க... குடும்பப் பாசம் உள்ளவங்க... இப்போ என்னைப் பெண் பார்க்க வர்ற இந்த விஷயம் கூட நான் சொல்லித்தான் அவங்களுக்குத் தெரியும்... வீட்ல யாரும் சொல்லலை. சென்னை அண்ணாவுக்கு மட்டும்தான் அம்மா சொன்னாங்க... ஆனா அவரும் வரலை... அதுக்குக் காரணம் என்னோட பிடிவாதம்தான். வானத்துல மிதக்கிறா உங்க பொண்ணு... முதல்ல அவளைக் கீழே இறங்கச் சொல்லுங்கன்னு ரெண்டே வார்த்தைல, தான் வரலைங்கிறதை எங்க சுதாகர் அண்ணன் சொல்லிட்டாரு... எப்படியாவது என் மனசு மாறாதான்னுதான் உங்களை வரவழைச்சாங்க... இப்போ நான் பேசறது உங்களுக்கு பெரிய புதிராக் கூட இருக்கும்... ஆனா தயவுசெய்து இதை உங்க வீட்லமட்டும் சொல்லிடாதீங்க... அப்புறம் ஏன் இந்த அலைச்சல்னு சண்டையாயிடும்... நான் வேண்டி விரும்பிக் கேட்டுக்கிறது இது ஒண்ணுதான்... அது ஓ.கே., ஆனா நீங்க இப்படி பல்லாயிரம் மைல்கள் தள்ளி யோசிக்க வேணாம்... இங்கயே ஐநூறு கி.மீ. க்குள்ள யோசிச்சு முடிவு பண்ணலாம். எங்க வாழ்ந்தா என்னங்க? அங்கே கிடைக்கப் போறதா நினைக்கிற சொர்க்கம் இங்கே கை நழுவிப் போயிடுமா என்ன? எல்லாம் நாமளா இருந்துக்கிறதைப் பொறுத்திருக்கு... சொர்க்கமும், நரகமும் நம்ம கைக்குள்ளதாங்க... அவனின் பேச்சுப் பிடித்திருந்தது ஆர்த்திக்கு. இவனே வெளிநாட்டில் வேலை பார்ப்பவனாய் இருக்கக் கூடாதா? அடித்தது லக்கி ப்ரைஸ் என்று தள்ளிக் கொண்டு போய்விட மாட்டேனா? அம்மா, அப்பாவை கையோடு அழைத்துக் கொண்டு போய்விடலாமே? இப்போதே இவனுக்கே சரி என்று சொன்னாலும், இவன் மறுக்க மாட்டான்

போலிருக்கிறதே? என் பெற்றோர்களையும், தன் பெற்றோர்களையம் எல்லாரையும் ஒன்றாய் இருக்க வைத்து, கூட்டுக் குடும்பமாய் கும்மியடிக்க வைத்துவிடுவான் போலிருக்கிறதே...! - பலபடி யோசித்த அவள் மனம் சலனப்பட ஆரம்பித்தது.

சற்று நேரம் அமைதியாயிருந்தான் அபிஷேக். பிறகு சொன்னான்.

இது ஒண்ணும் எனக்கு அதிர்ச்சியில்லீங்க... நானே என் பெற்றோர்களோட வற்புறுத்தலுக்காகத்தான் வந்தேன். இன்னும் ரெண்டு வருஷம் படிக்கணும்ங்கிறது தான் என்னோட முதல் எண்ணமே. எம்.பி.ஏ., முடிக்கணும். அதுக்குப்பிறகுதான் எதுவும்ங்கிற முடிவுல இருந்தேன். சும்மா அவங்க தொந்தரவு பொறுக்க மாட்டாமே கிளம்பி வந்தேன். நோ ப்ராப்ளம்... ஊருக்குப் போய் முடிவு சொல்றோம்னுட்டுக் கிளம்பிடலாம். அதை நான் பார்த்துக்கிறேன்... ஓ.கே. சீ.யு... ஆனா ஒண்ணு நான் சொன்னவைகளை கொஞ்சம் ஆற அமர யோசிச்சுப் பாருங்க... இங்கயே ஒருத்தரைக் கட்டிக்கிட்டு, இருக்கிறதுதான் புத்திசாலித் தனம். ஃபாரின் போறதுங்கிறதும், அங்கேயே காலத் துக்கும் இருக்க முடியுமாங்கிறதும், அது நல்ல வாழ்க்கையா அமையுமாங்கிறதும், அப்படியே அமைஞ் சாலும், அது உங்க பெற்றோர்களுக்கு உபயோகமா இருக்குமாங்கிறதையும், தீவிரமா யோசிங்க... நீங்க பெண்... ஒரு ஆணுக்கு இணையா, இணக்கமா காலத்துக் கும் செயல்படணும். அதுக்கு உங்க வுட்பீயும் ஒத்துழைக் கணும். அந்த இடம் நம்ம ஊரா இருந்தா உங்களுக்கு வசதி. அதுவே வெளிநாடா இருந்தா சங்கடம்... நல்லா யோசிங்க... உங்களுக்கு எடுத்துச் சொல்றதுக்கு யாரும் இல்லேன்னு எனக்குத் தோணுது... இருந்திருந்தா என்னைக்கோ உங்க முடிவு மாறியிருக்கும்... கவனமா இருங்க... ஆளைத் தேர்வு செய்றதுல ரொம்ப ரொம்பக் கவனமும், கருத்தும் வேணும்... விளையாட்டுத்தனமா

எந்த முடிவும் எடுத்துடக் கூடாது... அது பெரிய சோகத்துல மாட்டி விட்டிடும்... ஜாக்கிரதை...!!

சொல்லிவிட்டு கீழே இறங்கிப் போனான் அபிஷேக். என்ன இப்படிப் பயப்படுத்தி விட்டுப் போகிறான்? தன் உறுதியை ஆட்டிப் பார்த்துவிட்டானே என்றிருந்தது ஆர்த்திக்கு. தோழிகள் ஒருவர் கூட இந்தியாவில் இல்லாததும், அத்தனை பேரும் பேசி வைத்தாற்போல் ஆஸ்திரேலியா, அமெரிக்கா, லண்டன், சௌத் ஆப்ரிக்கா என்று போய் செட்டில் ஆகியிருப்பதும், அவர்களெல்லாம் கூடத் தன் அளவுக்குப் படித்தவர்கள் தான் என்பதும், பார்த்த வேலையை விட்டுவிட்டுப் போனவர்கள் என்பதும், அவர்களுக்கெல்லாம் அப்படி அதிர்ஷ்டமாய் அமைந்தது தனக்கும் ஏன் அமையக் கூடாது, தான் ஏன் இந்த முடிவை நடத்திக் காட்டக் கூடாது?

ஃபாரின் ஃபாரின் என்று சொல்லிக்கொண்டு இதுவரை ஒரு வரனைக் கூட அப்படி வெளிநாட்டில் வேலை பார்ப்பவனாய்த் தன் வீட்டில் பார்க்கவில்லையே? பிறகு எப்படி அது அமையும்? - தனக்குத்தானே அவள் கேட்டுக் கொண்டபோது தனது உறுதியில் லேசாய்த் தளர்ந்தது தவறு என்றே தோன்றியது ஆர்த்திக்கு. அடுத்தாற்போல் பெண்பார்க்கும் படலம் என்றால் ஃபாரின் மாப்பிள்ளை வந்தால்தான் சம்மதிப்பேன் என்று ஆணியடித்தாற்போல் கூறிவிட வேண்டும் என்று அவள் மனது பிரதிக்ஞை செய்து கொண்ட அதே வேளையில், அபிஷேக்கின் யோசனைகளையும் இன்னொரு பக்கம் அசை போட ஆரம்பித்தாள். அவன் சொன்ன இன்னொரு செய்தியும் அவளைச் சிந்திக்க வைத்திருந்தது.

ஆர்த்தீ, வாம்மா... இதோ பார் அவங்க கிளம்பறாங்க... ... என்ற அம்மாவின் குரல் ஓங்கி ஒலிக்க, இதோ வந்துட்டேம்மா... என்று வேகமாய்க் கீழே இறங்கினாள்.

அபிஷேக்கைப் பார்த்துக் கையசைத்தபோது அவன் பார்வையில் ஒரு பொருள் இருப்பதை அந்தக் கணத்தில் உணர்ந்தாள். தன் வாக்கை அவன் காப்பாற்றுவான் என்று தோன்றியது அவளுக்கு. அவர்கள் இருவருக்கும் இடையிலான அந்த ஆழமான பார்வையும், கையசைப்பும், பாலாமணிக்கும், சந்திரசேகருக்கும் வெவ்வேறுவிதமான அர்த்தங்களைக் கொடுத்தன.

7

நான் மேலே வரலீங்க... நீங்க போயிட்டு வாங்க... நான் இங்கே உள்ளே உட்கார்ந்திருக்கேன்... - தாமோதரனைப் பார்த்து அலுப்போடு கூறினாள் நளினி. அவளால் முடியாது என்று உணர்ந்த தாமு சரி, பத்திரமா இரு... என்றுவிட்டுப் படியேறத் தொடங்கினான்.

மலைக்கோட்டைக்கு வந்தால் மேலே தாயுமானவர் சந்நிதிக்குப் போகாமல் அவன் திரும்பியதில்லை. குடவரைக் கோயில்களைப் பார்ப்பதிலும், ரசிப்பதிலும் அவனுக்கு அத்தனை சந்தோஷம், திருப்தி. எத்தனை முறை பார்த்தாலும் அலுக்காதவை அவை. புதிய புதிய எண்ணங்களை ஏற்படுத்துபவை.

அவனுக்கு முதலில் வேலை கிடைத்த இடம் திருச்சிதான். அந்த ஊர் ஏனோ ரொம்பவும் பிடித்துப் போய்விட்டது. சனி, ஞாயிறு விடுமுறை நாட்களில் நண்பர்கள் வந்துவிட்டாலோ அல்லது ஊரிலிருந்து விருந்தினர்கள் யாரேனும் தேடி வந்தாலோ அவர்களை அழைத்துக் கொண்டுபோய் காண்பிப்பதற்கு சுற்றிலும் நிறையக் கோயில்கள் இருப்பதும், எல்லா இடங்களுக்கும் தடங்கலில்லாமல் சென்று வருவதற்குப் பஸ் வசதி இருப்பதும், எத்தனை முறை பார்த்தாலும், சென்று கும்பிட்டாலும் இன்னும் போக வேண்டும் என்கிற எண்ணத்தையும், பக்தியையும் ஏற்படுத்தும் கோயில்களை

நினைக்கையில் எதிர்காலத்தில் சந்தர்ப்பம் வசதியாய் வாய்த்தால், திருச்சியிலேயே செட்டில் ஆகி விட வேண்டும் என்றும் அவனை நினைக்க வைத்திருந்தது.

எண்ணம் போலவேதான் அமைந்து விட்டது அவன் வாழ்க்கையும். அந்த உறுதியே அவன் நளினியைக் காதலிப்பதற்குத் தூண்டியதோ என்று கூட நினைத்திருக்கிறான். நளினி அப்போது தற்காலிகப் பணியாளராக அவன் ஆபீசில் வந்து பணியேற்றாள். அவளின் பிரிவு வேலைகளைச் சொல்லிக் கொடுத்து, அவளைத் தயார் செய்தவனே அவன்தான். அவன் பிரிவு சம்பந்தப்பட்ட வேலைகள் அவள் பிரிவு வேலைகளோடு அதிகத் தொடர்பு உடையவை. ஆரம்பத்தில் எதுவுமே ஏறாமல் நளினி திணறுவதைப் பார்த்து தேற்றியது அவன்தான்.

முதல்ல வேலையைப் பார்த்துப் பயப்படுறதை விடுங்க... நமக்கு வராதோங்கிற தாழ்வு மனப்பான்மை இருக்கு உங்ககிட்டே... அதை உங்க மனசுலர்ந்து தூக்கி எறியுங்க... எல்லா வெற்றிகளுக்கும் காரணமே டெடிகேஷன்தான். அர்ப்பணிப்பு உணர்வு. நூத்துக்குத் தொண்ணூறு மனுஷங்க சராசரிகள்தான் இந்த உலகத்துல. மீதிப் பத்து பர்சன்ட்தான் புத்திசாலிங்க... அவுங்க அடையாத இடத்தைக் கூட தங்களோட உழைப்புனால அடைஞ்ச சாதாரண மனுஷங்கதான் இந்த உலகத்துல அதிகம். ஆகையினால முதல்ல உங்களை நீங்க நம்புங்க... நம்மால முடியும்னு நினைங்க... எடுத்த எடுப்புலயே பயப்பட ஆரம்பிக்காதீங்க... பயப்பட்டாத்தான் வேலை படியும்ங்கிறது தாழ்வு மனப்பான்மையோட அடையாளம். நல்லாத் தெளிஞ்ச பிறகு பயப்படணும்... எதுக்குன்னா தப்பு எதுவும் பண்ணிடக் கூடாதேங்கிறதுக்காக. அது நல்லதுக்குப் பயப்படுற நல்ல பழக்கம். அப்போதான் அடுத்தவங்க பண்ற தப்பு நம்ம கண்ணுக்குத் தெரியும். நாம அதைப் பண்ணாம இருக்க முடியும். நம்மளோட தெளிவு சமயங்கள்ல நம்மளயே தப்புப் பண்ணத் தூண்டும்.

மனுஷன்தானே...! அது அடுத்தவனை ஜெயிக்கிறமாதிரி ஒரு போதையை உண்டாக்கும். அதையெல்லாம் அந்தந்த சமயத்துல தவிர்த்துட்டு வெளில வர முடியும்...

நிறையச் சொல்லி நளினியைத் தேற்றினான் தாமு. பொறுமையோடும், சகிப்புத்தன்மையோடும் அவளுக்கு அவன் வேலை சொல்லிக் கொடுத்ததும், அவள் தன் வேலைகளில் வேகம் எடுக்கும்வரையிலான காலத்தில், பல சமயங்களில் அவனே அவள் வேலைகளைச் செய்து கொடுத்து உதவியதும், ஆனாலும் அவள் சற்று சாவகாசமாகவே பிக்அப் ஆனதும், இன்று நினைத்தால் கூட அவளுக்குக் கூச்சமாகத்தான் இருக்கிறது. அதற்கும் கூட அவன் சொல்லிய காரணங்களும், விவரணை களும்தான் அவளை அவன்பால் ஈர்த்து நிறுத்தியிருந்தன.

ஒரு சிலர் ரொம்ப லேட்டாத்தான் பிக்அப் ஆவாங்க... ஆனா அது படுஸ்ட்ராங்கா இருக்கும். அதுக்குப் பிறகு அசைக்கவே முடியாது. அவங்க புரிஞ்சிக்கிட்டதை வச்சு, சம்பந்தமில்லாத பிற வேலைகளை அவங்க தொடர்புபடுத்திப் புரிஞ்சிக்கிறதும், அதுல எதைத் தொடணும், எதைவிட்டு விலகணும்னு தெளிஞ்சு நிக்கிறதும் பார்த்தா நமக்கு ஆச்சரியமா இருக்கும். இப்போ நீங்க அந்த இடத்துலதான் நிக்கிறீங்கன்னு நினைக்கிறேன்... என்றான் ஒரு நாள்.

என்னோட இந்த எல்லா உயரத்துக்கும் காரணம் நீங்கதான்... என்று ஒரேவரியில் முடித்தாள் நளினி. இதை அவள் சொன்னபோது அவர்கள் அமர்ந்திருந்த இடம் மலைக்கோட்டைப் பிள்ளையார் கோயிலின் வெளி இறக்கத்தில் இருந்த ஒரு வசதியான நிழல்தரும் மரத்தின் அடியிலுள்ள பாறைத் தளம்.

அன்றுதான் அவள்பால் மனம் நோங்கியது தாமோ தரனுக்கு. எப்பொழுதும்போல் இவன் அந்த விடுமுறை நாளன்று கோட்டைக்கு வர, அவனைப் பார்க்க வேண்டுமென்றோ அல்லது அவன் நிச்சயம்

வந்திருப்பான் என்கிற எதிர்பார்ப்பிலோ அவள் வந்து காத்திருந்தாள். பிள்ளையாரைத் தரிசித்துவிட்டு, சுற்றுப் பிராகாரத்தின் ஜன்னல் வழி பிய்த்துக் கொண்டு அடிக்கும் காற்றை ஆனந்தமாக உள்வாங்கிக்கொண்டு, அடுத்த வாரம் பூராவும் இந்த ஆக்ஸிஜன் இந்த உடம்பை சுறுசுறுப்பா வச்சிருக்கணும் என்பதுபோல், கோயில் நுழைவாயிலுக்கு நேர் எதிரே உள்ள பெரியகடை வீதியை அதன் கடைசிவரையிலான நீட்சியை ரசித்துக் கொண்டே நின்றிருந்தான் தாமு. அப்படி அருகில் வந்து அமைதியாக ஜோடி போட்டு அவள் நெருங்கி நிற்பாள் என்று இவன் எதிர்பார்க்கவில்லை. தற்செயலாகத் திரும்பியபோது பார்வையில் பட, நெருக்கத்தைச் சட்டென்று உணர்ந்து விலகினான்.

இருங்க... எதுக்கு இப்டிப் பயப்படுறீங்க... இங்க யார் இருக்காங்க... என்றுவிட்டு அவன் விரல்களை ஆசையுடன் பிடித்தாள் நளினி. அந்தத் தொடுதலில் இருந்த, ஆதரவையும், சுதந்திரத்தையும் அதன் மென்மையில் தெளிவாக உணர்ந்தான் தாமோதரன்.

என்னங்க, நீங்க எப்ப வந்தீங்க...? இப்பத்தானா இல்ல முன்னமே வந்தாச்சா? என்றான்.

நான் வந்து அரை மணியாச்சு. வழக்கம்போல அந்த மரத்தடிலதான் உட்கார்ந்திருந்தேன். பழக்கமான எடமாச்சே, நீங்க பார்ப்பீங்கன்னு பார்த்தா, நேரா மேலே கோயிலை நோக்கிக் கும்பிட்டுட்டே படியேறிட் டீங்க... அதான் நானும் தொடர்ந்து வந்தேன்...

கூப்பிட்டிருக்கலாமே... !

கூப்பிடத்தான் செய்தேன்... நீங்க எங்கே திரும்புறீங்க... உங்களுக்குக் காதுல விழல போலிருக்கு... ஒரே சிந் தனை... வாய் வேறே எதோ மந்திரத்தை சொல்லிட் டிருந்தது...

அது மந்திரமில்லே... ஸ்லோகம்...

சாமி ஸ்லோகமா...? எனக்கும் ஒண்ணு ரெண்டு தெரியும்... -சொல்லிவிட்டுச் சிரித்துக் கொண்டாள்.

சின்ன வயசுலேர்ந்து எங்கம்மா எங்களுக்குச் சொல்லிக் கொடுத்தது. மனப்பாடம்.. தினமும் சாயங் காலம் ஆச்சுன்னா கை கால்களை அலம்பி, முகம் கழுவி, நெத்திக்கு விபூதி வச்சிட்டு, சாமி அறைல விளக்கு முன்னாடி நின்னு கை கூப்பி அந்த ஸ்லோகங் களைச் சொல்லி விழுந்து கும்பிடணும்... அப்பத்தான் நல்லாப் படிப்பு வரும்னு அம்மா சொல்வாங்க...

ஏழு வயசுல மனசுல படிஞ்ச அந்த ஒழுக்கமும் கட்டுப்பாடும்தான் காலம் பூராவும் நம்ம கூட வந்து காப்பாத்தும்ங்கிறது எத்தனை பெரிய தீர்க்க தரிசனம்னு பல சமயங்கள்ல நான் நினைச்சுக்குவேன். வாழ்க்கைல எத்தனையோ தடவை கெட்டுப் போகறதுக்கு வலுவான சந்தர்ப்பங்கள் இருந்திருந்தும், திடமா நான் விலகி நின்னிருக்கேன்னா அதுக்கு எங்கம்மா சொல்லிக் கொடுத்துப் பதிய வச்சிருந்த இந்தக் கட்டுப்பாடும், ஒழுக்கமும்தான் காரணம்னு சொல்லுவேன்... இந்த மாதிரி இடங்கள்ல வந்து நிக்கிறபோது எங்கம்மா ஞாபகம் வந்திடும் எனக்கு... - சற்று நிறுத்திய அவன் கண்கள் கலங்கியிருப்பதைக் கண்ணுற்றாள் நளினி.

உங்கம்மாவைப் பத்திப் பேசுறபோதெல்லாம் கண் கலங்கிடறீங்களே... அவ்வளவு பிரியமா உங்கம்மா கிட்டே....? என்றாள்.

பிரியமில்லே... உசிரு... என்றான் தாமோதரன்.

பேசிக்கொண்டே படியிறங்கினார்கள். வழக்கமான மரத்தடிக்கு வந்து அமர்ந்தார்கள்.

ஒண்ணு கவனிச்சியா... இந்த இடம் நமக்குன்னு ஒதுக்கினமாதிரியே ஆகிப் போச்சு ... யாருமே ஏனோ இங்கே உட்கார்றதில்லே... ஒரு வேளை சரிவுல இறங்கப் பயப்படுறாங்ளோ என்னவோ..? தன் பேச்சில் ஏதோ

மாற்றம் இருப்பதைச் சட்டென்று உணர்ந்து கொண்டு நாக்கைக் கடித்துக் கொண்டான் தாமு. அதைப் புரிந்துகொண்ட நளினியும் மெலிதாய்ச் சிரித்துக் கொண்டாள்.

இதுக்கு எதுக்குச் சங்கடப்படுறீங்க... உங்களைவிட நான் அஞ்சாறு வயசு சின்னவ... அதோட ரொம்ப நாளாப் பழகிட்டிருக்கோம்... இன்னும் எதுக்கு வாங்க போங்கன்னுட்டு... ஒருமைலயே பேசுங்க... தப்பு ஒண்ணுமில்லே...

உனக்கு ஒண்ணும் நேரமாகலியே... பேச ஆரம்பிச் சேன்னா நான்பாட்டுக்குப் பேசிட்டேயிருப்பேன்... அதுவும் அம்மாவப்பத்திப் பேசுறதுன்னா முடிவே யிருக்காது... உன் ஹாஸ்டல் டைம் என்ன?

ஒன்பதுக்குள்ள உள்ளே போயிடணும்... டைம் இருக்கு...

ஓ.கே. அப்ப நிதானமாப் பேசலாம்... சரியாச் சொல்றதுன்னா நீ சின்னவங்கிற உணர்வுதான் என்னை அப்படிப் பேசத் தூண்டியிருக்கு... இல்லன்னா சகஜ பாவமா அப்படி என் பேச்சு வருமா? இந்த மாதிரியான ஒரு நெருக்கம், அரவணைப்புதான் எங்கம்மாட்ட இருக்கும்... மனசு சரியில்லாத நேரங்கள்ல நான் எங்கம்மாவை நினைச்சுக்குவேன்... கண்களை மூடி அவங்க மடில படுத்திருக்கிறதா பாவனை பண்ணிக்கு வேன்... அவுங்க கை என் தலைலர்ந்து என் உடம்பு பூராவும் ஆதுரமாப் பரவி, தடவிக்கொடுக்கும்போது என் மனசில இருக்கிற பாரமெல்லாம் இறங்கி எங்கயோ ஓடிப் போயிடும்... அன்றாடம் என்னை இயக்குறதே எங்கம்மாதானோன்னு எனக்கு அடிக்கடி தோணும்... உலகத்துலயே மிகவும் உயர்வான விஷயம் தாய்மைதாங்கிறது என்னோட அசைக்க முடியாத நம்பிக்கை. அதுலேர்ந்துதான் மற்ற கிளைகள் பிரியுது... அந்த உணர்வுக்கு அடிமையா இருக்கிறவன் வாழ்க்கைல தப்புப் பண்ண மாட்டான். ஒழுக்கம் கெட்டுப் போக

மாட்டான்... கடமைல ஒழுங்கா இருப்பான்... மனித நேய உணர்வோட இருப்பான். ஏற்றம் இறக்கம் பார்க்க மாட்டான். எல்லா மனிதர்களும் சமம்ங்கிற உணர்வு இருக்கும்... இன்னும் இப்படிச் சொல்லிக்கிட்டே போகலாம்...

அவன் சொல்வதைக் கண்கொட்டாமல் பார்த்து, அசையாது கேட்டுக் கொண்டிருந்தாள் நளினி. தூரத்தே மலையடிவாரத்தின் நகர்ப்பகுதிக்குச் சற்றுத் தள்ளி மிக நீண்ட மலைப் பாம்பு ஒன்று வேகமாக வளைந்து நெளிந்து செல்வதுபோல் வைகை ரயில் படு வேகமாகத் தன்னை இழுத்துக் கொண்டு திருச்சி ஜங்ஷனை நோக்கிச் சென்று கொண்டிருந்தது. அந்தக் காட்சியின் ஊடே தாமோதரனின் களங்கமில்லாத சுத்தமான உணர்வுகள் அவளை ஆட்கொண்டன. அவளை அறியாமல் கைகள் தாமுவின் இடது கையைப் பற்றின. ஏனோ அவன் அதை விடுவித்துக் கொள்ளவில்லை. தன் தாயின் ஸ்பரிசத்தை அதில் உணர்ந்திருப்பானோ என்னவோ!.

ஒரேயொரு சம்பவத்தை நான் உனக்குச் சொன்னேன்னா நீ எங்கம்மாவைப் பரிபூர்ணமா உணர்ந்துக்க முடியும்னு தோணுது எனக்கு... சொல்லட்டா...? எங்கம்மா அந்த அளவுக்கு மனித நேயம் உள்ளவங்க... கருணை மிக்கவங்க... கண்கள் கலங்க அவன் சொன்ன விதம், இவளை மறுப்புச் சொல்லவிடாமல் வெறுமே தலையை மட்டும் அசைத்து, ஒப்புதல் தெரிவிக்க வைத்தது. கதை கேட்கத் தயாரானாள் அவள்.

8

அந்தக் கதையைச் சொல்வோமா வேண்டாமா என்றிருந்தது தாமோதரனுக்கு. இப்படியான மனதுள்ள அம்மா ஏன் தன் மருமகளுக்காகப் போராடவில்லை என்று ஒரு கேள்வி கடைசியில் நிச்சயம் வரும்தான்.

அது அப்பாவின் விருப்பமாய் அமைந்ததுதான் விபரீதம். குடும்பத் தலைவரான அவரை மீறி அங்கே எதுவும் நடந்துவிடாது. அம்மா அதற்குத் தகுந்தாற்போல் தன் ஆசைகளை, அபிலாஷைகளைக் கூட்டிக் குறைத்துக் கொள்ளத்தான் வேண்டும். அடக்கிக் கொள்ள வேண்டும். பணிந்து செல்லும் மூத்த தலைமுறை. வேறு வழியில்லைதான். ஆணாதிக்கம் நிறைந்த வீடு தன் வீடு.

அதனால்தானே தானும் வெளியேற வேண்டி வந்தது. நளினியை வீட்டில் ஏற்றுக் கொண்டிருந்தால் இந்தத் திருச்சிக்கு ஏன் வந்திருக்க வேண்டும். இங்கேயே ஏன் நிலைத்திருக்க வேண்டும். தாமுவிடமிருந்து பெருமூச்சு கிளம்பியது. அம்மாவைப்பற்றிய நினைவுகள் தவழும் இந்தப் பொழுதில் அந்தச் சம்பவத்தை நளினியிடம் சொல்லி தன் அன்னையைப் பற்றிய நல்லெண்ணங்களை மேலும் உறுதி செய்ய வேண்டும் என்றுதான் அவனுக்குத் தோன்றியது. ஒரு கதையைப் போல் அதை விவரித்தால் தான் அதன் தாக்கம் அவளுக்குள் படியும். அம்மாவைப் பற்றிய மரியாதையும், மதிப்பும் பலமடங்கு பெருகும். தனக்குத்தானே நினைத்துப் பார்த்துக் கொள்வதுபோலவே, பழைய நினைவுகளை அசை போடுவதாய் ஆரம்பித்தான். ஏதோ சினிமாக் காட்சிகயைக் காண்பதுபோல் நளினியும் ரசனையோடு லயிக்க ஆரம்பித்தாள்.

அது ராஜவேலுவை அவன் வீட்டுக்கு அழைத்து வந்திருந்த நேரம்.அம்மாவுக்கு சுத்தமாக அவனை அடையாளமே தெரியவில்லை. விழுந்து நமஸ்கரித்தபோது தீர்க்காயுசா, நல்லாயிருக்கணும் என்று ஆசீர்வதித்தாள் அம்மா.

அம்மா பூமியை நோக்கித் தன் கையைத் தாழ்த்தி அப்படிச் செய்யும் ஆசீர்வாதத்தில் அப்பொழுதே சகல செல்வங்களும் நிறைந்து விட்டதாய்த் தோன்றும்.

உங்க ஆசியினாலதான் இன்னைக்கு நான் நல்ல நிலையிலே இருக்கேன். இன்னைக்கு என் பிறந்த நாள்...

உங்க ஆசீர்வாதம் கிடைச்சதுல ரொம்பத் திருப்தி... மனசு நிறைஞ்சு போச்சு... என்றவாறே ஓரமாய் வைத்திருந்த அந்தப் பார்சலை எடுத்து அம்மாவிடம் நீட்டினான் ராஜவேலு. புன்சிரிப்போடு பார்த்துக் கொண்டிருந்தான் தாமு.

நிச்சயம் சொல்றேன்... யாருன்னே உங்களை அம்மாவால புரிஞ்சிக்க முடியாது... அந்தளவுக்கு மாறிப் போயிட்டீங்க... ஆபீசில் அவன் எதிரே அமர்ந்திருந்தபோது தாமோதரன் சொன்னான்.

“டே..டேய்... என்ன இது? உங்களை, எங்களைன்னுட்டு? நாம ரெண்டு பேரும் எப்பிடிப் பழகியிருக்கோம்? நீங்க, வாங்க போங்கல்லாம் வேண்டாம்..” சொன்னானே யொழிய இவனால் அப்படி ஒருமையில் அழைக்கவே முடியவில்லை. ஏறக்குறைய இருபது வருடம் கழித்துப் பார்க்கிறான் அவனை.

நீ தாமோதரன்தானே? என்று ஆட்காட்டி விரலைக் கூர்மையாக நீட்டித் தயக்கமின்றிக் கேடடான். கேட்ட விதத்தில் உறுதி தெரிந்தது. டேபிளின் மீதிருந்த என் பெயரும், உத்தியோகமும் எழுதிய பலகையை அவன் பக்கம் திருப்பி வைத்தேன்.

அச்சா...! அதே தாமுதான்... என்றான் மீண்டும். முகத்தில் என்னைக் கண்டுபிடித்துவிட்ட ஒளி...! சந்தோஷ ரேகைகள். இவனுக்கானால் சுத்தமாய் நினைவுக்கு வரவில்லை. தெரியலியே...! என்றான். இவனின் ஞாபக மறதி இவனுக்கே கேவலமாயிருந்தது.

பாண்டு சார் சொல்வாரே... இவனோடெல்லாம் சேராதே... கெட்டுப் போயிடுவேன்னு... அது கூடவா மறந்து போச்சு... இதை அவன் சொன்னபோதுதான் இவன் நினைவுப் பின்னல் மெல்ல அவிழ ஆரம்பித்தது. ராஜா, இவன் ஊருக்கு ஐந்து கி.மீ. தொலைவிலிருந்த சிற்றூரைச் சேர்ந்தவன். அங்கிருந்து நிறையப் பேர்

இவனிருக்கும் ஊரின் உயர்நிலைப் பள்ளியில் படித்தார்கள். ராஜாவும் அதில் ஒருவன். ஆறாவது வகுப்பில் வந்து சேர்ந்தான். இவன் இருக்கைக்கு அருகில் வந்து அமர்ந்தான். அப்பொழுதே அவன் தோற்றம் இவனைப் பிரமிக்க வைத்திருந்தது. வயதுக்கு மீறிய உடற்கட்டு. ராஜா அதிகமாய்ப் பேச மாட்டான். கலகலவென்று பழகமாட்டான். ஒதுங்கி ஒதுங்கி நிற்பான். கொஞ்சம் கொஞ்சமாய்த்தான் இவனிடம் நெருங்கினான். பிறகு படிக்க, விளையாட என்று ஆரம்பித்தான்.

ராஜாவுக்கு அம்மா கிடையாது. எப்பொழுதோ காலமாகி விட்டதாகச் சொன்னான். சித்திதான் உண்டு. அவர்கள், படித்ததெல்லாம் போதும் என்று சொல்ல, கல்லூரிக்கு அனுப்ப வேண்டும் என்று பிடிவாதம் பிடித்தவர் அப்பாதான்.. கல்லூரியில் படிக்க வைக்க வசதியில்லை. பள்ளிப்படிப்போடு, அரசு உத்தியோகத் திற்குப் பரீட்சை எழுதி வேலைக்கு வந்தாயிற்று. இத்தனை ஆண்டுகளுக்குப் பிறகு இதோ வந்து நிற்கிறான். என் பெயர் ராஜா என்கிறான். உடன் படித்தேன் என்கிறான். பாண்டு வாத்தியாரை ஞாபகப்படுத்து கிறான். தொழிலதிபர் என்கிறான்.

தாமோதரனுக்கு ஒவ்வொன்றாக ஞாபகம் வர ஆரம்பித்தது. அவனோடு சேர்ந்து சினிமாவுக்குப் போனது. அவர்கள் ஊர் மாரியம்மன் கோயில் திருவிழாவில் சேர்ந்து சுற்றியது. நூலகத்தில் கன்னித்தீவு படித்தது. ஆற்றங்கரையில் அணை கட்டி விளையாடியது. துண்டை விரித்து மீன் பிடித்தது. ஓடுகால் தோண்டிக் குளித்தது. வயற்காட்டுக் கிணற்றுக்குப் போய் நீச்சல் பழகியது. தண்ணீர்ப் பாம்பைப் பிடித்து அடித்து, வாலி லிருந்து அமுக்கி அமுக்கி அது விழுங்கிய தவளையை வெளிக் கொண்டு வந்தது... என்று சரம்சரமாய் நினைவுகள் பிரிய ஆரம்பித்தன. நம்ம கூடப் படிச்சவங்க யாரையுமே பார்க்க முடியலை... எல்லாருமே திசை மாறிப் போயாச்சு... என்றபோது, குரலில் இழப்பின்

வருத்தம். இப்ப சமீபத்துல ஊர் போயிருந்தண்டா... நம்ப அமாவாசை இருக்கானே... அதாண்டா... மாசா... மாசான்னு கூப்பிடுவமே... மாசாத்துவானா ஸ்கூல் நாடகத்துல நடிச்சான்ல... அவன் சர்க்கரை ஆலைல வேலை பார்க்கிறாண்டா... இன்னொருத்தன் மனோகரன்... அவன் அவங்க அப்பா மாதிரியே ரிஜிஸ்டிரார் ஆபீஸ்ல க்ளார்க்... சமையல்கார அய்யர் இருந்தாருல்ல அவர் மகன் கைலாசம், அர்பன் பாங்க்ல பியூன்... வெள்ளைச்சாமி தம்பி செல்வம், அவன் வேலைக்கே போகலை... மாட்டுக்கு லாடம் அடிச்சிட்டு பட்டறையில் தான் இருக்கான்... காலம் ஒவ்வொருத்தனையும் எப்படி எப்படியோ தூக்கி எறிஞ்சிருச்சே...?

எவ்வளவோ சகஜமாகத்தான் பேசினான் ராஜவேலு... இவனுக்குத்தான் கூச்சம் போகவில்லை. வசதியுள்ள பணக்காரன் முன் நிற்பதைப் போன்ற உணர்வே மிஞ்சியது. அன்று ராஜவேலு இவன் வீட்டில் சாப்பிட்டு விட்டு அம்மாவிடம் விடைபெற்றுக் கொண்டபோது "நீங்க அவசியம் எங்க வீட்டுக்கு ஒரு முறை வரணும்... என் ரெண்டு குழந்தைகளுக்கும், என் மனைவிக்கும் உங்களை அறிமுகப்படுத்தணும்... அவங்களை ஆசீர்வதிக்கணும்... உங்க ஆசீர்வாதம் எங்க எல்லாருக்கும் வேணும். நான் கார் அனுப்பறேன்... திரும்பக் கொண்டு வந்து விடச் சொல்றேன்... என்றான் கண்கள் கலங்க. அம்மா மனசு தவித்துத்தான் போனது. என்னவொரு மரியாதை...? என்னவொரு பணிவு?

பல இரவுகளில் எங்கள் வீட்டில் தங்கியிருக்கிறான் ராஜவேலு. அம்மா கையால் சாப்பிட்டிருக்கிறான். எதிரே அமர்ந்து சாதம் பிசைந்து அவனுக்கும் எனக்கும் கையில் போடுவாள் அம்மா. ராஜவேலுவுக்கு அதெல்லாம் நினைவுக்கு வரப்போகத்தான் அவன் கண்கள் கலங்கின என்று தோன்றியது. பொருளாதார ரீதியாக ஓரளவு மேம்பட்டு இருக்கும் இந்த நாளில் இல்லாமையும்,

பற்றாக்குறையும் பெருக்கெடுத்து ஓடிய அந்த நாளைய மன நிம்மதியும் சந்தோஷமும் இல்லையே...!

மனதில் எந்த வித்தியாசமுமின்றி, விகல்பமுமின்றி பேதமுமின்றி கள்ளம் கபடமின்றிப் பழகித் திரிந்த நாட்கள் அவை. ஒருவருக்கொருவர் பெயர் தெரியும். ஊர் தெரியும். ஒன்றாகச் சேர்ந்து விளையாடத் தெரியும். சினிமா போகத் தெரியும். படிக்கத் தெரியும். காக்காய் கடி கடித்த பண்டங்கள் தின்னத் தெரியும். வேறு எந்தக் கள்ளத்தனமும் யார் மனசிலும் இல்லையே? எந்த வித்தியாசமும் எவருக்குள்ளும் முளைவிடவேயில்லையே? அந்தக் காலம் இனி நினைத்தாலும் கிடைக்குமா? மனதுக்குள் ஏக்கப்பெருமூச்சு கிளர்ந்தது இவனுக்கு. கிளறவிட்டவன் ராஜவேலு. என்னவோ உறுத்த அன்று அம்மாவிடம் சொன்னான்.

காலேஜ் போகணும்னு எவ்வளவோ ஆசைப்பட்டேன். நடக்கலை. வசதியில்லை. வக்கில்லை. படிபடின்னு படிச்சி என்ன பிரயோஜனம்? பரீட்சை எழுதி ஒரு கிளார்க்காகத்தான் வர முடிஞ்சிது. இன்னைக்கு ப்ரமோஷன்ல கொஞ்சம் உயரம். அவ்வளவுதான். அதுலயும் மேலே வர எத்தனையோ தடங்கல். சீனியாரிட்டில முன்னுரிமை அது இதுன்னு பின்னுக்குத் தள்ளியாச்சு. உயர் கல்வியும் எட்டாமப் போச்சு. நானாத் தேடிக்கிட்ட வேலையிலும் போட்டி வந்திடுச்சு. சலுகை போட்டியைப் பின்னுக்குத் தள்ளிடுச்சு... விதிச்ச விதி அவ்வளவுதான்னு நினைக்க வேண்டியிருக்கு. என் பிறப்புக்கும், இருப்புக்கும், இடத்துக்கும் நானா பொறுப்பு? எந்தச் சலுகைகளும் இல்லைன்னு ஆகிப் போச்சு. இருக்கிறதை வச்சுத் திருப்திப் பட்டுக்கோ... அவ்வளவுதான். எத்தனை பேதங்கள்? திறமையிருந்தும், சலுகையில்லேன்னா அவ்வளவுதானா? வறுமையும், ஏழ்மையும் பொதுதானே? அதுலயும் ஜாதி வித்தியாசம் பார்த்தா எப்படி? எவ்வளவோ பொறுமையிருக்கிறான் தாமோதரன். ஆனால் பொறாமை என்று என்றுமே

மனதில் கிஞ்சித்தும் துளிர்த்ததில்லை. அது அம்மா அன்று சொன்ன வார்த்தையினால் படிந்து போன நல்லெண்ணம்தானே?

அதுக்கென்னப்பா பண்றது? அவங்களுக்கு அரசாங்கம் கொடுத்திருக்கிற சலுகை அது... அவங்களும் வாழ்க்கைல மேலே வரணுமில்லையா? - தலைமுறைகள் காப்பாற்றப் படணுமில்லையா? - என்னவொரு பரந்த உள்ளம் அம்மாவுக்கு. உலகத்தில் யாரையும் வெறுக்கத் தெரியாத அம்மா. கருணையின் மொத்த வடிவம். காருண்யத்தின் இருப்பிடம். சொல்லி முடித்தான் தாமோதரன். நளினியின் கண்களில் வடிந்த கண்ணீர் அம்மாவை நன்கு அவளுக்குப் புரிய வைத்திருக்கும் என்றுதான் தோன்றியது இவனுக்கு.

9

நீங்க சொல்றதெல்லாம் சரி... நான் எதையும் மறுக்கலை. அம்மாவை எனக்கு ரொம்பப் பிடிக்கும். அப்பாவையும் பிடிக்கும்தான்... யாரையும் நான் வெறுக் கலை... ஆனா அவங்கதான் என்னை வெறுக்கறாங்களே...? ஆதங்கத்தோடு பேசினாள் நளினி.

மனதில் வெகு நாட்களாய்ப் படிந்திருக்கும் துக்கம். சொல்லி வைத்தாற்போல் இவருக்கும், இவர் தம்பி சுதாகரனுக்கும் என குழந்தை பாக்கியமே இன்றுவரை கிட்டவில்லையே? எந்த சாபம் இப்படி இருவரையும் விரட்டுகிறது? பெற்றோர்கள் சாபமிடுவார்களா? எங்கிருந்தாலும் வாழட்டும் என்றுதானே வாழ்த்துவார் கள்? பின் ஏன் இப்படி? இன்றுவரை ஒரு முறை கூட கணவன் வீட்டு வாசல்படியை மிதிக்கவில்லை.. வாசலில் வந்து நின்றவர்களை அப்படியே திரும்பிப் போகச் செய்தவர் சந்திரசேகர். இப்படியுமா ஒரு

மனிதனின் மனம் கல்லாய் இருக்கும்? அக்கம்பக்கம் இருப்பவர்கள் வேடிக்கை பார்த்தார்கள். எல்லோரும் அதே எண்ணம் கொண்டிருந்தார்களா சொல்ல முடியாதுதான். ஆனால் யாரும் எதுவும் சொல்ல முன்வரவில்லை. எவருக்கும் ஒப்புதலில்லை என்றுதான் கொண்டான் தாமோதரன்.

பக்கத்து வீட்டு செந்தில்நாதன் கூட வாய்மூடித்தான் நின்றார். அவர் பெண் இப்படித்தான் எதுவோ ஒரு பையனை மணம் முடித்துக்கொண்டு எங்கோ தனியாய் வாழ்கிறது. கேட்டால் சரியாய்ச் சொல்ல மாட்டார். அவளைப் பத்திப் பேசாதீங்க... என்று முடித்து விடுவார். அழகுப் பெட்டகமாய் இருக்கும் அந்தப் பெண். அப்போதே அந்த ரதியைத் தனக்கு மணம் முடிக்க அப்பாவிடம் பேசலாமா என்று தோன்றியது தாமோதரனுக்கு. தொலைபேசியில் வெளியூரிலிருந்து தன் காதலைத் தந்தைக்குத் தெரிவித்த பெண் அது. அப்பா இங்கே மாப்பிள்ளை பார்க்கிறார் என்றதும் முந்திக் கொண்டு தீர்மானமாய்ச் சொல்லி விட்டது. அப்படியே ஃபோனிலேயே தொடர்பைத் துண்டித்து விட்டார் செந்தில்நாதன். அவ்வளவு கண்டிப்பு. அப்படியென்றால் நீ இந்த வீட்டு வாசல்படி கூட மிதிக்க வேண்டாம்... - இதுதான் அவர் சொன்னது. மனைவியை மட்டும் போய்ப் பார்க்க அனுமதிக்கிறார். அந்தம்மா மட்டும் பெங்களூர் சென்று பார்த்து வருகிறது. இவருக்கு இன்றுவரை மனம் இறங்கவில்லை. ஒரே பொண்ணு மேலே அம்புட்டுப் பிரியமா இருந்தாரு... எப்படித்தான் இப்படி வெறுத்தாரோ... அந்த ஆண்டவனுக்குத்தான் வெளிச்சம்... நானே சதம்னு கிடக்கிறாரு... என்னோட இந்த துக்கம் போகட்டும்... நீ போய்ப் பார்த்திட்டு வான்னு என்னை அனுப்பி வைக்கிறாரே... என்னவொரு மனசு இந்த மனுஷனுக்கு...? அதைப் புரிஞ்சிக்காம எம்பொண்ணு இப்டி செய்தது அந்தக் கடவுளுக்குத்தான் பொறுக்குமா? செக்கச்செவேல்னு, தக்காளியா இருப்பா... அழகு பிம்பம்... எவனோ ஒரு கரிக்கட்டையைப்

பிடிச்சிருக்கா... நானும் ஆத்தமாட்டாம, அவ கூப் பிட்டாளேன்னு போயிட்டு போயிட்டு வந்திட்டிருக்கேன்... நான் ஒரு கிறுக்கச்சி... மனசு கேட்கலை... அம்மா அம்மான்னு என் மடியப்பிடிச்சிட்டே சுத்துவா... கல்யாணம் கட்டுறவரைக்கும் என் மடிலதான் படுத்துத் தூங்குனா... அப்டியிருந்தவள எப்படித்தான் இந்தப் பய மாத்தினானோ... என்ன மயக்க மருந்து கொடுத்தானோ... என்ன மாய்மாலம் பண்ணினானோ... ஒட்டியும் ஒட்டாமலும் வாழ்ந்திட்டிருக்காங்க... எந்தச் சமூகக் கட்டுப்பாடும், குடும்ப நடவடிக்கைகளும் இப்போ அவங்களை அமுக்கி வச்சிருக்கோ, இதையே கல்யாணத் துக்கு முன்னாடி, காதலிக்கிறதுக்கு முன்னாடி பெத்தெடுத்த பெற்றோர்கள் சார்பா யோசிச்சிருக்க வேண்டாமா? அப்படி யோசனை பண்ணியிருந்தா, சிந்திச்சிருந்தா, கொஞ்சமேனும் வேறே யோசனை தோணியிருக்குமில்ல... தாய் தந்தையர்கள்தான் நமக்கு எல்லாம்னு புரிஞ்சிருக்குமில்ல... இத்தனை வருஷம் நம்மை வளர்த்து ஆளாக்கின இந்த மனுஷங்களை ஏமாத்தறது பாவமின்னு மனசு நினைச்சிருக்குமில்ல... எல்லாத்தையுமா மனசு அப்படி உதறிடும்... அப்போ எதுல கோளாறு? நாம வளர்த்ததுலயா? இல்ல இந்த சமூகம் அவங்களுக்குக் கத்துக்கொடுத்ததுலியா? அவங்கவங்க குலத்துலயும், கோத்துரத்துலயும் ஆயிரம் பசங்க, பொண்ணுங்க இருக்காங்கல்ல... அந்தந்த இடத்துல வம்பு தும்பு இல்லாம முடிச்சிக்க வேண்டி தானே... எதுக்கு இன்னொரு எடத்துல கைகோர்த்துட்டு அலையணும்... நட்பா இருங்க... அன்பா இருங்க... ஒருத்தருக்கொருத்தர் உதவி செய்துக்குங்க... பெரிய வங்களை மதிங்க... உறவுகளைப் பலப்படுத்திக்குங்க... சந்தோஷமா இருங்க... இந்தக் கூடா நட்பு எதுக்கு? வேண்டா உறவு என்னத்துக்கு? அந்தம்மா புலம்பிய புலம்பல் சொல்லி மாளாது... படித்தவர்களின் வாய்ச் சொல் பல சமயங்களில் எடுபடாது போன சமூகம் இது. அவர்கள் படித்தவர்கள் என்பதனாலேயே கர்வம்

மிக்கவர்கள், திமிர் பிடித்தவர்கள், ஈகோ உள்ளவர்கள் என்கிற தவறான கணிப்பு. அதை எங்ஙனமேனும் மீற வேண்டும் என்கிற துடிப்பு. கல்வி தன்னைத்தானே சீர்படுத்திக் கொள்வதற்கும், தன்னைச் சார்ந்தவர்களை நல் வழிப்படுத்துவதற்கும் என்கிற நன்னெறி பொய்யாய்ப் போனது.

எங்கோ போய் எதோ ஒரு பெண்ணை இழுத்துக் கொண்டு வந்து, இவதான் என் பெண்டாட்டி என்றால்? எந்தத் தாய் தந்தையரின் மனம்தான் எப்படி ஏற்கும்? இதற்காகவா இத்தனை காலம் வளர்த்து ஆளாக்கியது? பொறுப்பான ஒரு வேலையில் நல்ல வருவாயோடு போய் உட்காரும்வரை பாடுபட்டு, அதைக் கண்ணாரக் கண்டு ரசிப்போம் என்று பார்த்தால், அதற்குள் என்ன அப்படியொரு அவசரம்? பெற்று வளர்த்து ஆளாக்கிய வர்களுக்கு ஒரு நல்ல இடத்தில் கல்யாணம் பண்ணி வைக்க வேண்டும், நல்ல வாழ்க்கையை அமைத்துக் கொடுக்க வேண்டும் என்று தெரியாமல் போகுமா? அப்படியா இந்த உடம்பு அவசரம் கேட்கிறது? ஆலாய்ப் பறக்கிறது? அத்தனை ஆண்டுகள் கட்டுப்பாடாய் வளர்த்தது, நொடியில் ஒருத்தியைப் பார்த்ததும் கட்டறுத்துக் கொண்டு போய்விடுமா? மசியவில்லை சந்திரசேகர். உன்னைத்தான் நான் மலை போல் நம்பியிருந்தேன்... என் நம்பிக்கையைப் பாழாக்கிட்டியே? - உங்களோட எந்த நம்பிக்கையை நான் பாழாக்கி னேன்பா...? சொல்லுங்க... இந்தப் பெண்ணை நான் விரும்பறேன்... கல்யாணம் பண்ணி வைங்கன்னுதான் உங்ககிட்டே பலமுறை சொல்லியிருக்கேனே... நீங்கதான் காது கொடுத்தே கேட்கவேயில்லை... அது எப்படிப்பா வேற்று ஜாதில பண்ணி வைக்க முடியும்? நம்ம ஜாதில பொண்ணுங்களே இல்லையா? எங்களுக்கென்ன பார்க்கத் தெரியாதா? உன்னை வளர்த்து, படிக்க வச்சு, ஆளாக்கத் தெரிஞ்ச எங்களுக்கு உனக்கேத்த ஒரு பெண்ணைத் தேடிக் கட்டி வைக்கவும் முடியும்தானே? அதுக்குள்ளேயும் உனக்கென்ன அவசரம்? உன்னைக்

கட்டுப்பாடோடதானே நாங்க வளர்த்திருக்கோம். எப்படிக் கட்டை அவுத்துட்டுப் போகிற நிலைமை வந்திச்சு? அவுத்துவிட்டா, தறிகெட்டுப் போயிடுமேப்பா? இப்போ நாங்க அவுத்து விடலை. அப்போ நீயா அவுத்துக்கிட்டிருக்கேன்னுதான் தெரியுது... எங்க மேலே நம்பிக்கை இல்லியா? அல்லது அலட்சியமா? சம்பாதிக்க ஆரம்பிச்சவுடனே இருக்கிற லட்சியமெல்லாம் போய், அலட்சியம் வந்திடுச்சோ? அவங்கவங்க அந்தந்தப் பிரிவுல இருக்கிறவங்களைக் கல்யாணம் முடிச்சிட்டு, சந்தோஷமா இருக்க வேண்டிதானே? அது எதுக்கு இன்னொரு பிரிவைத் தேடணும்? அங்கேயும் சங்கடம், இங்கேயும் சங்கடம். இது தேவையா?

இது மனசு பார்த்து வருவதப்பா... ஜாதி, பிரிவுன்னு பார்த்து வர்றதில்லை. அந்த மனசையும்தான் அவங் கவுங்க ஆளுங்களாப் பார்த்து செலுத்தறது... எதுக்கு வேறே இடத்துல அலைய விடணும்? ஒரு குடும்பத்துல எப்படியெல்லாம் கஷ்டப்பட்டுத் தன் பிள்ளையை வளர்த்திருப்பாங்கங்கிறது அந்தப் பொண்ணுக்குத் தெரிய வேண்டாமா? அந்தப் பெண்ணு மேலே என்னெல்லாம் கற்பனைகளை வச்சிருப்பாங்கன்னு அவுங்க பெற்றோரைப்பற்றி உனக்குத் தெரிய வேண்டாமா? நீபாட்டுக்கு இழுத்திட்டு வந்திருவியா? தயவுசெய்து அப்படியெல்லாம் பேசாதீங்கப்பா... இழுத்திட்டு வர்றதெல்லாம் படிக்காத, வேலையில்லாத, சும்மாப் பொறுப்பில்லாமத் திரியறவன் செய்ற காரியம்... நான் அப்படியில்லே... ஓNஹா... இதுல அப்படி வேறே ஒரு பிரிவு இருக்கா? அப்போ ஒரு வேலையிலே இருக்கிறவன், வருமானத்தோட இருக்கிறவன், யாரை வேணாலும், தன் இஷ்டத்துக்கு அந்தக் குடும்பத்துக்குத் தெரியாமக் கூட்டிட்டு வந்துடலாம்... அவங்களையும் மதிக்காம, தன் குடும்பத்தையும் மதிக்காம காதல் பண்ணலாம், ஊர் சுற்றலாம், கடைசில முடிஞ்சா பெற்றோர்கள்ட்ட ஒரு ஃபார்மாலிட்டிக்கு, ஒப்புக்குச் சொல்லலாம்... கேட்கலியா சரின்னு கிளம்பி, ஒரு

கோயில்ல வச்சு தாலி கட்டலாம்... இல்லன்னா இருக்கவோ இருக்கு ரிஜிஸ்டிரார் ஆபீஸ்... அதுவும் இல்லன்னா காவலா இருக்கிற காவல் துறை இருக்கு... அங்க போய் மேஜர்ன்னு சொல்லி தகுதியை நிலை நாட்டலாம்... அப்படித்தானே...? ரொம்பக் கேட்டா, ஏன் பெத்தீங்கன்னுவீங்க... பெத்ததுனாலதானே வளர்த் தீங்க... அது உங்க கடமைதானேன்னு எடுத்தெறிஞ்சு பேசுவீங்க... உடம்பு முறுக்கு... ரத்த வேகம்... என்னென் னவோ செய்யவும், பேசவும் தூண்டும்... அப்டித்தானே...? நான் இதுவரைக்கும் நிதானமாத்தான் இருக்கேன்... , நீங்கதான் கோபத்துல என்னென்னவோ பேசுறீங்க..உங்க மேலேயும், அம்மா மேலேயும் மரியாதையும், மதிப்பும் இருக்கிறதுனாலதான், உங்ககிட்ட சொல்றேன்... உங்க சம்மதத்தோட கல்யாணம் பண்ணனும்ங்கிறதுதான் என்னோட விருப்பம். அவளோட விருப்பமும் அது தான்... நீங்க எவ்வளவு வேணாலும் திட்டுங்க... கோபப்படுங்க... அடிக்கக் கூடச் செய்ங்க... வாங்கிக் கிறேன்..ஆனா தயவுசெய்து எனக்கு நளினியை மட்டும் கல்யாணம் பண்ணி வச்சிடுங்க... எங்களை ஏத்துக்குங்க... மன்றாடிக் கேட்டுக்கிறேன்... அவளை நான் விரும் பிட்டேன்... அவளும் மனதார என்னை நேசிக்கிறா... எங்களைத் தயவுசெய்து பிரிச்சிடாதீங்க... ...

இப்படி ஒரு இக்கட்டுல கொண்டு வந்து நிறுத்திட்டா நான் சரி சொல்லிடுவேனா? நீங்க பண்ற தப்பெல்லாம் பண்ணிட்டு வந்து நிப்பீங்க... நாங்க எல்லாத்தையும் பொறுத்துக்கிட்டு, உங்களை சரி, போனாப் போகுது... ன்னு மன்னிக்கணும்... இணங்கணும்... ஆனா எங்களோட இத்தனை வயசு வாழ்க்கையையும், அனுபவங்களையும், கஷ்ட நஷ்டங்கள் எதையும் நீங்க மனசுலயே கொள்ள மாட்டீங்க... பொறுப்பான சிந்தனை இருந்தாத்தான் அதெல்லாம் நினைவு வந்திருக்குமே...! நீ சரியானவனா இருந்திருந்தாத்தான் இப்படி ஒரு பொண்ணு என்னை விரும்புறா, என்ன செய்யலாம்னு உங்க அம்மாட்டயாச்சும் ஆரம்பத்துலயே கேட்டிருப்பியே... வயசு முறுக்குல அந்த

மரியாதையெல்லாம் காணாமப் போச்சு... எல்லாம் பிறகு பார்த்துக்கலாம்... இப்போதைக்கு லவ் பண்ணு வோம்னு ஆரம்பிச்சு வெற்றிகரமா நடத்திட்டு வர்றே... அதானே? ரொம்பப் பெருமையான விஷயம்ப்பா... மனசு பூரிக்குது அப்டியே... இந்த சமுகத்துல இன்றைய பெரியவங்களுக்கு என்ன மரியாதைன்னு நினைச்சுப் பார்க்கிறபோது சிலிர்த்துத்தான் போகுது... எல்லா நல்லதுகளையும் உங்க காதல் மறைச்சிடுது... அப்டித் தானே? அது சரி, நீங்க என்ன பண்ணுவீங்க... இந்த டி.வி.யும் சினிமாக்களும் இதைத்தானே உங்களுக்குப் பாடமாத் தருது... மக்களைச் சுலபமா ஈர்க்கிற விஷயங்கள் என்னைக்கு முறையில்லாமப் போகுதோ அப்போ இந்தச் சமூகம் கெட்டுப் போகும்... அதுதான் அங்கங்கே நடந்திட்டிருக்கு இப்போ... மூத்த தலைமுறை வக்கு வகையில்லாமக் கிடக்கு... பரிதவிக்கிது...

.முதல்ல உன்கிட்டே தஞ்சமடைஞ்சிருக்கிறது காதலா? காமமான்னாவது உனக்கு இனம் பிரிச்சுப் பார்க்கவாவது தெரியுமா? நீ எங்கயாவது ஒரு ப்ராஸ்ட் கிட்டப் போயிட்டு வந்திருந்தாக் கூட நான் உன்னை மன்னிச்சிடுவேன்... தொலையுது போ... இனிமே செய்யாதேன்னு... ஏன்னா அங்க போயிட்டு வந்த பின்னாடி உனக்கு காதலுக்கும், காமத்துக்கும் நிச்சயம் வித்தியாசம் தெரிஞ்சி போகும்... இது உடம்பால ஆனது... மனசால ஆனதில்லேன்னு... மனசால ஆகுறது தாண்டா காலத்துக்கும் நிற்கும்... இது சும்மா சில வருஷங்கள் வாழ்ந்துட்டுப் போறதுக்கில்லே... காலத் துக்கும் பரம்பரை பேசப் போற விஷயமாக்கும்... இப்போ நீ செய்ற இந்தத் தப்பு உனக்குப் பின்னாலயும், உன்னோட அடுத்தடுத்த தலைமுறைகளாலேயும் நினைக்கப்படும், பேசப்படுமாக்கும்... அப்போ அதுல எந்தளவுக்கு மரியாதையும், மதிப்பும் நிற்கும்ங்கிறது இன்னைக்கே கேள்விக்குறியா இருக்கிற விஷயம்தான் நீ இப்போ செய்திட்டு வந்திருக்கிறது... இதை நான் அனுமதிச்சேன்னா என் பெயர் கெடும்... சுற்றம்

என்னைப் பலபடி பேசும். எங்கிட்டேயிருந்து விலகும்... எனக்கு எல்லாரும் வேணும்... ஊரும், உறவும் முக்கியம்... உன்னை மன்னிச்சு நான் ஏத்துக்கிட்டேன்னா, நான் ஆயுசுக்கும் தனியனாக்கப்படுவேன். எவனும் என் வீட்டு வாசப்படி மிதிக்க மாட்டான்... தூ... ன்னு காறித் துப்பிடுவானுங்க... என்னால உன்னோட இந்தக் காதல் கத்திரிக்காயெல்லாம் ஏத்துக்க முடியாது... ... நீ அப்டியே போயிடலாம்...

பாலாமணி வாயடைத்து நின்றாள். ஒரு வார்த்தை பேசவில்லை. அவளுக்கென்று அபிப்பிராயங்கள் உண்டா இல்லையா? தெரியவில்லை. தன் நினைப்புக்கும், செயலுக்கும் அப்பாவை ஆட்டுவிக்கும் அம்மா இதில் ஏன் இப்படி அமைதி காத்தாள்? அப்படியென்றால் அவளுக்கும் ஒப்புதலா? அல்லது கணவன் சொல்லை மீறி இதைச் செய்ய இஷ்டமில்லையா? அவர் வார்த்தைகளை மீறி நடந்தால் தன்னையும் வெளியேற்றி விடுவாரோ என்கிற பயம் வந்து விட்டதா? அப்படி ஒரு நிலை ஏற்பட்டால் அம்மாவை நான் வைத்துக் காப்பாற்ற மாட்டேனா? ஏன் அந்த நம்பிக்கை அம்மா வுக்கு வரவில்லை? வரவில்லையா? அல்லது அப்படியான ஒரு நிலையில் என்னோடு வர விருப்பமில்லையா? நான் வேண்டாம் சுதாகரனிடம் போய் இருக்கலாமே...? அவனும் விட்டு விடுவானா என்ன? உதறி விடுவார்களா பிள்ளைகள்? யாரேனும் ஒருவர் வைத்துக் கொள்ள மாட்டோமா? அப்புறம் ஏன் அம்மாவுக்கு அந்த தைரியம் வரவில்லை? இத்தனை காலம் தனியேதானே விட்டிருக்கிறோம். இவர்களை எப்படி நம்புவது என்கிற அவநம்பிக்கையா?

ஏதோவொருவிதத்தில் அம்மாவாலும் மீற முடியாமல் போய்விட்டது. அந்த அளவுக்கான மனமொத்த தாம்பத்யம் அவர்களைப் பிணைத்து நின்று ஒன்றுபட்டு செயல்பட வைக்கிறது. இதில் ஒரு சதவிகிதமேனும் என்னையும், நளினியையும் பொருத்திப் பார்க்க, சேர்த்து

வைக்க ஏன் அவர்களுக்கு மனம் வரவில்லை? ஏன் யோசிக்கவில்லை. இதேபோல் இந்த சமூகத்தில் எத்தனை இடங்களில், எத்தனை வீடுகளில் இம்மாதிரித் தடங்கல்களினால் பிரிந்து கிடக்கிறார்கள்? எல்லோரும் மன வேதனையைச் சுமந்து கொண்டுதானே வாழ்ந்து கொண்டிருக்கிறார்கள்? காதலித்தவளைக் கைவிடாமலும், பெற்றோர்களை நெருங்க இயலாமலும், நிம்மதியற்ற நாட்களாகவல்லவா கழித்துக் கொண்டிருக்கிறார்கள்? இதற்கு என்றுதான் முடிவு? கோபமும், தாபமும் அடங்காத அப்பாவின் பேச்சு நினைவுக்கு வந்து கொண்டேயிருந்தது.

படிச்சு முடிச்சு வேலைக்குப் போனவுடனே எல்லாச் சுதந்திரமும் தானா வந்திடுதோ? அப்பன், ஆத்தா அதுக்கப்புறம் கிள்ளுக்கீரைதான்... அப்படித்தானே? நான் அப்படி நினைக்கலை... நீங்களாச் சொன்னா அதுக்கு நான் என்ன செய்றது? எங்க மேலே மதிப்பும் மரியாதையும் இருந்திருந்தாத்தான் இந்தக் காரியத்தைச் செய்திருக்க மாட்டியே... வேலை கிடைக்கிறவரைக்கும் எல்லா விஷயத்துலயும் கட்டுப்பாடா அடியெடுத்து வச்ச நீ, இந்த விஷயத்துல மட்டும் ஏம்பா தவறிட்டே...? அதுவும் இது உன் வாழ்க்கைப் பிரச்னை... ஆயிரந்தான் ஆனாலும் வேற்று ஜாதிங்கிறதும், உனக்குப் பிறக்கப் போகிற குழந்தைகளோட எதிர்காலம்ங்கிறதும் எல்லாமும் கேள்விக்குள்ளாகுமேப்பா... எதையாவது யோசிச்சியா? இன்னும் இந்த சமூகம் அந்த அளவுக்கு முன்னேறலைப்பா... அப்படி ஒன்று கூடி வரும்போதுதான் அது மறுக்க முடியாததாகும். இயல்பானதா மாறும்.. எல்லாரும் ஒப்புக்கிற விஷயமாயிருக்கும் .அந்தப் பொண்ணோட தாய் தந்தையரைக் கேட்டுப் பாரு... இது சரியில்லைன்னுதான் சொல்வாங்க... உயர்ஜாதிப் பையனா நீ இருந்து, நீயே முன் வந்திருக்கிறதுனாலதான் தவிர்க்க முடியாமத் தலையாட்டியிருக்காங்க... நீ ஒரு கீழ் ஜாதிப் பொண்ணை விரும்பினது அவங்களுக்குப் பெருமை. ஆனாலும் இப்படியான தொடர்பு வம்பு

தும்பில்லாம முடியுமாங்கிற பயமும், சங்கடமும் அவுங்களுக்கும் இருக்கத்தான் செய்யும். அதுக்கு மேலே புரட்சி, அது இதுன்னு சொல்லிக்கிட்டுத் திரியறவங்கதான் நான் முடிச்சி வைக்கிறேன் இந்தக் கல்யாணத்தை, எவன் தடுக்கிறான் பார்ப்போம்னு தடாலடியா முன் வருவான். ஆனா ஒண்ணு... பெரும்பாலும் இம்மாதிரிக் காரியமெல்லாம் கதைகளுக்கும், சினிமாக்களுக்கும்தான் பொருந்தும்..ஏன்னா சினிமாங்கிறதே நிஜ வாழ்க்கைல நடக்க முடியாததை, நடத்த முடியாததை, நடக்கிற மாதிரியும், நடத்திக் காட்டுற மாதிரியும் படம்பிடிச்சுக் காட்டுறதுதான்... அதுல இந்த மனுஷங்களுக்கு ஒரு ஆறுதல்... நம்மை பாதிக்காத விஷயம்தானேங்கிற அளவுல... வாய் விட்டு, மனசு விட்டு ரசிச்சு, பொழுதைப் போக்கிறதுல ஒரு சந்தோஷம்... ஆனா தனக்குன்னு வர்ற போதுதான் தெரியும் வண்டவாளம்...? .யதார்த்த வாழ்க்கைங்கிறது அப்படியில்லப்பா... அதோட நிறமே வேறே... இதெல்லாம் தேவையாங்கிற கேள்வி ரெண்டு இடத்துக்கும் இன்னைக்குவரைக்கும் பொதுதான்... அதை யாராலேயும் மறுக்க முடியாதுப்பா...

ஆனது ஆகிப்போச்சு... அவங்களைத் தனியா அனுப்பிச்சா எங்க போய் என்ன பண்ணுவாங்க...? என்ன அனுபவம் இருக்கு அவங்களுக்கு... ஏதோ சின்னஞ் சிறுசுங்க... விடுங்க... ரொம்பப் பிடிவாதம் பண்ணாதீங்க... சொன்னாக் கேளுங்க... பாலாமணி, நீ வாயை மூடிட்டு இரு... இந்தச் சின்னஞ் சிறுசுங்கங்கிற கிறுக்கு வார்த்தையையெல்லாம் என்கிட்டே பேசாதே... எல்லாம் தெரிஞ்சிதான் செய்றானுங்க... வயசு முறுக்கும், இள ரத்தமும் அப்படிச் செய்யச் சொல்லுது... இத்தனை நாள் நீ சொன்னதையெல்லாம் நான் கேட்டிருக்கேன்... இந்த விஷயத்துல நான் சொல்றதைத்தான் நீ கேட்டாகணும்... இல்லன்னா என்னை நீ இழக்க வேண்டி வரும்... சம்மதமா...? சொல்லு, நான் வேணும்னா வெளியே போயிடறேன்... நீ உன் பிள்ளைகளோட இருந்துக்கோ... சரியா? எனக்கு எந்தவித ஆட்சே

பணையுமில்லே... உனக்குன்னு தனி சிந்தனையிருக்கும்... அதை நான் எப்படித் தடுக்க முடியும்... உனக்கு உன் பிள்ளைங்க இருக்காங்க... எனக்கும் என் பிள்ளைகள் உண்டுதான்... ஆனா அவுங்க எந்தளவுக்கு சரியா இருக்காங்கங்கிறதைப் பொறுத்துத்தான் நான் அவங்க ளோட உறவு கொண்டாட முடியும்... எதானாலும் சரின்னு கட்டி அணைக்க என்னால முடியாது... நான் சொல்றது புரியுதா? பிறகு உன் இஷ்டம்...

ஐயோ, என்ன வார்த்தையெல்லாம் பேசறீங்க...? நான் அந்தமாதிரியெல்லாம் நினைச்சிட்டுச் சொல்லலைங்க... தயவுசெய்து அப்படி நினைச்சிடாதீங்க... மனசுக்கு ரொம்பவும் கஷ்டமாயிருக்கு... என்னால இந்த மாதிரி அதிர்ச்சியையெல்லாம் தாங்க முடியலை... நெஞ்சு வலிக்குது எனக்கு... போயிட்டாலும் பரவால்ல போலிருக்கு... - அம்மா அழ ஆரம்பித்து விட்டார். அப்படியும் விட்டாரா அப்பா?

கொஞ்ச நேரத்துக்கு முன்னாடி என்ன சொன்னே? சின்னஞ் சிறிசுகளா? இந்த விஷயத்துல இவங்களைச் சின்னஞ்சிறிசுகன்னு சொன்னா நான் ஏத்துக்க மாட்டேன்... எல்லா விபரமும் தெரிஞ்சிதான் இவங்க சேர்ந்தே இருக்காங்க... அதை இல்லைன்னு சொல்லச் சொல்லு... எதிர்ப்பு வரும்னு தெரியும்... ஒத்துக்க மாட்டாங்கன்னு தெரியும்... குடும்பத்துல சண்டை வரும்னு தெரியும்... பிரிவினை உண்டாகும்னு தெரியும்... இல்லைன்னு சொல்லச் சொல்லு... எல்லாம் தெரிஞ்சி தான் எல்லாத்தையும் செய்றாங்க... பெற்றோர்கள் மேலே அவ்வளவுதான் மரியாதை இவங்களுக்கு. கேட்டா காலம் மாறிப் போச்சுன்னுவாங்க... முற் போக்குச் சிந்தனைன்னு சொல்வாங்க... இந்த முற்போக்கு, பிற்போக்குன்னு எவனெவன் பேசுறானோ அவனை யெல்லாம் நம்பக் கூடாதுங்கிறதுதான் உண்மை. எல்லாப் பயல்களும் வாயால வழியவிட்டு குண்டியால குளிப்பாட்டுவானுங்க... உபதேசமெல்லாம் மத்தவனுக்குத்

தான், ஊருக்குத்தான்... அவன் குடும்பத்துல நடத்திக் காட்டச் சொல்லு பார்ப்போம்... நடைமுறை தெரியும் எல்லாருக்கும்... உலக நியாயம் புரியும்... கவைக்கு உதவாதுன்னு புரியும்... இது நம்ம துரதிருஷ்டம்... நாம அனுபவிக்கிறோம்... அவ்வளவுதான்... நீங்க சொல்றதெல்லாம் சரி... யாரும் மறுக்கலை... மத்ததெல்லாம் அப்புறம் பேசிக்கலாம். அவங்களை உள்ளே கூப்பிடுங்க முதல்ல... தெருவே பார்த்திட்டு நிக்குது... கேவலமா இருக்கு... நான் இவ்வளவு சொல்றேன். என்னை என்ன கேனையன்னு நினைச்சியா? உள்ளே கூப்பிடுங்கிறே? என்ன நினைச்சிட்டிருக்கே? கேவலமாயிருக்கா உனக்கு? எது கேவலம்? இப்படி வந்து நிக்கிறதைப் பார்த்துக் ஊர் கேவலமா நினைக்குதா? அல்லது நான் உள்ளே விடக்கூடாதுன்னு சொல்றதைக் கேவலமா நினைக்குதா? எவனையாவது வாயைத் திறக்கச் சொல்லு பார்ப்போம்... பொத்திட்டுத் தலையை உள்ளே இழுத்துக்குவான்... அவனவனுக்குப் பொழுது போகணும்... அதுக்கு ஒரு சமாச்சாரம் வேணும்... வேடிக்கை பார்க்கணும்... நேரம் போகணும்... எவ்வளவு நேரம் டி.வி.யே கதின்னு கிடப்பாங்க... வேறே காட்சிகளும் வேணும்தானே? இந்த மக்கள் என்னைக்குமே ஆட்டு மந்தைடி... தனக்கு வராதவரைக்கும் சரின்னு எல்லாத்தையும் ரசிக்கக் கூடியவங்க... இலவசமாக் கிடைச்சா அத்தனையையும் வித்தியாசமில்லாம அனுபவிக்கத் தயாராயிடுவாங்க... அந்த அபத்தங்களும், அநியாயங்களும் தனக்கு வர்றபோதுதான் லபோ திபோன்னு குதிப்பானுங்க... தலைவலியும் காய்ச்சலும் தனக்கு வந்தாத்தான் தெரியும்னு சுலபமா, எளிமையாப் புரியறமாதிரி ஏன் சொல்லி வச்சான்? சும்மாவா சொல்லி வச்சான்... எல்லாருக்கும் பழகின சாதாரண வழக்குதான் அது. கேட்டுக் கேட்டு அலுத்துப் போனதுதான். இந்த எடத்துல சொல்றது கூட என்னைப் பொறுத்தவரை உடன்பாடில்லாததுதான். ஆனா எந்த எடத்துல எப்படிப் பொருந்துதுன்னு பார்த்தியா? ஊர்

பார்க்கிறதைப் பத்தி எனக்குக் கவலையில்லை... எனக்கு என் கௌரவம்தான் முக்கியம்... என் முடிவுதான் உன் முடிவுன்னும் நினைக்கிறேன். அதுல மாற்றம் உண்டுன்னா நீயும் அவனோட போகலாம்... வாசல் திறந்தேயிருக்கு... நடுங்கிப் போனாள் பாலாமணி. அவளால் அதற்குமேல் எதுவுமே செய்ய முடியவில்லை. கணவனை விட்டுப் பிரிந்து வாழும் ஒரு வாழ்க்கையை அவள் ஒரு விநாடி கூட கற்பனை செய்து பார்க்க முடியவில்லை.. அழுது கொண்டே நின்றதுதான் மிச்சம். அப்படியே திரும்பி னார்கள் தாமோதரனும், நளினியும். அதே ஊரில் வேறொரு தெருவில் அதற்குப்பின் இரண்டு ஆண்டுகள் இருந்து கழித்தார்கள்... கொஞ்சமேனும் சந்திரசேகரின் மனசு மாறியிருக்க வேண்டுமே...! இப்படியுமா ஒரு மனிதன் தன் கௌரவம் பார்ப்பான்...? அந்த அளவுக்கு இறங்காத கல் மனசா அப்பாவுக்கு? பொருளாதார ரீதியாக எத்தனை கஷ்டம் அப்பாவுக்கு? பைசா வாங்கவில்லையே? தொடமாட்டேன் என்றுவிட்டாரே...! என்ன ஒரு மன இறுக்கம்? மயிர் நீப்பின் வாழாக் கவரிமான்.

எப்போ அவனே வேண்டாம்னு ஒதுக்கினேனோ, அத்தோட எல்லாக் கணக்கும் முடிஞ்சு போச்சு... அவன் துட்டு மட்டும் வாங்கிட்டு எச்சிச் சோறு சாப்பிட நான் தயாரில்லை... எனக்கு வர்ற பென்ஷன் காசு போதும்... அதை வச்சு எப்படிக் குடும்பம் நடத்துறதுங்கிறதை எனக்கு யாரும் சொல்லித்தரணும்ங்கிற அவசியமில்லை. கால காலத்துக்கும் இந்த ஊருக்கே நான் அதைப் பாடமாச் சொல்ல முடியும். எங்கப்பா அம்மா எனக்கு அந்தப் பொறுப்புணர்ச்சியை ரத்தத்தோட ஊட்டி வளர்த்திருக்காங்க... யாரோட துணையும் எனக்குத் தேவையில்லை... நீயும் அவனோட போகிறதானால் போகலாம்..!!

என்னவொரு வைராக்கியம்? அம்மாவைக் கூட அப்பா இல்லாத வேளைகளில் போய்ப் பார்த்து

வந்ததுதான். நான் வேண்டாமென்றால், நான் குடியிருக்கும் தெரு கூடவா வேண்டாததாகிப் போனது? கோயிலுக்குச் சுற்றிப் போகிறாளே அம்மா? அப்பா அந்தத் தெரு நுனியில் கூட எட்டிப் பார்ப்பதில்லையே? இந்தத் திசையில், வீட்டில் தலை வைத்துக் கூடப் படுக்க மாட்டார் போலிருக்கிறதே? எனக்கு இள ரத்தம் என்கிறாரே... அவருக்கு இன்னுமா உடம்பு முறுக்கேறிக் கிடக்கிறது? கோயில் வாசலில் நிற்கும் அம்மாவுக்கு ஒரு முறை கூட இந்தப் பக்கம் பார்வை திரும்ப மாட்டே னென்கிறதே? அந்த அளவுக்கு நாங்கள் என்ன தவறு செய்தோம்? இருவரும் விரும்பியது தவறா? காதல் கொண்டது தவறா? மனமொத்து இன்று வாழ்ந்து கொண்டிருப்பது தவறா? ஊர் ஏசுவதற்கு முன் இவர்களே ஏசினால் எப்படி? வாய்விட்டு வார்த்தைகளால் ஏசினால்தான் ஏசலா? அதைச் செய்கைகளால் உணர்த்து வதும் ஒருவகையிலான ஏசல்தானே? இத்தனை காலம் வளர்த்து, ஆளாக்கிய மகளைப்பற்றி இவர்கள் புரிந்து கொண்டது இவ்வளவுதானா? ஜாதிப் பிருஷ்டம் செய்து ஊர்க்காரர்கள் ஒதுக்கி வைப்பதுபோலல்லவா எங்களைத் தள்ளி வைத்திருக்கிறார்கள். இந்தக் கொடுமையை இன்னும் எத்தனை ஆண்டுகள் கண்கொண்டு அனு பவிப்பது? இந்த அன்றாட வேதனையை இன்னும் எத்தனை காலம் தூக்கிச் சுமப்பது? இவர்களின் பிரிவினையால் எங்கள் தாம்பத்திய வாழ்க்கையே சீர் குலைந்து போனதே...! யாரிட்ட சாபம் இது? பெற்றோரின் பொறுமல்தான் எங்களுக்கு ஒரு குழந்தைச் செல்வத்தைக் கூட இதுநாள்வரை தரவில்லையா? எங்கள் தவறு இந்த நஷ்டத்தினால் உறுதி செய்யப்படுகிறதா? அங்கே தம்பிக்கும் குழந்தை பாக்கியம் இல்லை. இங்கே எனக்கும்? ஏனிந்த சாபக் கேடு. யார் வயிறெறிந்து இந்த அவலம்?

நீயா எதை எதையோ நினைச்சிட்டு உன் உடம்பைக் கெடுத்துக்காதே நளினி... எல்லாம் நல்லபடியா நடக்கும்... அந்த ஆண்டவன் நமக்குக் கருணை செய் வான்... ... நம்பு... ... –

சொல்லிக் கொண்டிருக்கிறான் தாமோதரன். ஆனால் அவனால் முடியாததை, அவர்கள் விரும்பும் அந்த ஒற்றுமையை நிலை நிறுத்த, அந்தக் குடும்பத்தில் திரும்பவும் முழுமையான மகிழ்ச்சியைக் கொண்டுவர அந்தக் குட்டிப் பெண்ணுக்கு மட்டும் ஏனப்படி ஒரு அதீதமான அக்கறை வந்தது? அதற்காக அவள் போட்ட திட்டங்கள் அவள் நினைப்பதுபோல் சரியான தடத்தில்தான் பயணித்துக் கொண்டிருக்கின்றனவா? நிச்சயம் அவளின் நிர்மலமான மனசு நினைப்பதை அவள் நிறைவேற்றிக் கொண்டு விடுவாளா? தான் எடுத்த காரியத்தில் அவள் வெற்றி பெறுவாளா?

10

தன் கணவன் தாமோதரன் எவ்வளவு நல்ல குணம் படைத்தவன். அவனுக்குப்போய் தன்னால் இப்படியொரு பிரிவு நேர்ந்துவிட்டதே? தன் தாயார் தன்னிடம் தனித்த பிரியம் கொண்டவள் என்பதற்கு அவன் என்னவெல்லாம், எப்படியான நெஞ்சை உருக்கும் கதைகளையெல்லாம் சொல்லியிருக்கிறான்? திருமணமாவதற்கு முன்பு அம்மா அவனையே நினைத்து அவன் வரவையே மனதில் வைத்து எப்படியெல்லாம் இருப்பாள் என்பதை அழகான ஒரு கவிதை போல, நெஞ்சை உருக்கும் கதை போலச் சொல்லுவானே....அதெல்லாவற்றையும் விட அந்த நிகழ்வுகளை ஒரு இலக்கிய ரசனை வாய்ந்த அனுபவமாக அவன் டைரியில் எழுதி வைத்திருந்தானே.... அதை ஆவலுடன், விகல்பமில்லாமல் அன்று எடுத்துக் கொடுத்துப் படிக்கச் சொன்னானே....அதென்ன சாதாரண எழுத்தா? எவ்வளவு திறமைகள்தான் இவனுள்ளே அடங்கியிருக்கிறது? தாமோதரன் அலுவலகம் சென்ற வேளையில் அதை அப்போதே எடுத்து மீண்டும் படித்துவிட வேண்டும் என்கிற ஆவல் பிறந்தது நளினிக்கு. அதைப் படித்துத்தானே தன் மாமியார் மீது

அவ்வளவு பிரியமும், பாசமும் ஏற்பட்டது தனக்கு? அவர்களோடு சேரும் பாக்கியத்தை எனக்கு என்று அளிப்பாய் இறைவா என்று மனது தீவிரமாய் வேண்டியதே அப்பொழுதிருந்துதானே....மனதிற்குள் எண்ணமிட்டவாறே டேபிள் டிராயரைத் திறந்து அவன் டைரியை எடுத்த நளினி, அந்தப் பக்கத்தைப் புரட்டினாள். என்ன ஒரு ஆழ்ந்த இலக்கிய ரசனை தன் கணவனுக்கு.? சிறந்த எழுத்தாளனாக வந்திருக்க வேண்டியவனோ? தன்னோடு காதல் வயப்பட்டு அவனுள் இருந்த எல்லா சிறப்பியல்புகளும் அமிழ்ந்து போனதோ? தானே அதற்கான காரணமாய் அமைந்து போனோமோ? அந்த வரிகள் அவளை ஈர்த்தன. மீண்டுமொருமுறை ஆழமாய், மனம் தோய்ந்து அவள் படிக்க ஆரம்பித்தாள்.

அம்மாவிடம் கதைகள் கேட்பதென்றால் அலாதி விருப்பம் எனக்கு. அந்த மாதிரி ஒரு அபூர்வ சந்தர்ப்பம் எப்பொழுது வாய்க்கும் என்று காத்துக் கொண்டிருப்பேன். . வேறு யாரும் உடன் இருக்கக் கூடாது அப்போது. சொல்லப்படும் கதைகள் முழுவதும் எனக்காகவே. அத்தனையையும் நானே கேட்டு மகிழ வேண்டும். மகிழ வேண்டுமா? அப்படியா சொன்னேன்... தவறு... தவறு. அம்மாவின் கதைகளில்தான் எங்கிருந்தது மகிழ்ச்சி?

சந்தோஷமான வாழ்க்கையில் அங்கங்கே சோகமும், துக்கமும், இழையாடுவது உண்டு. ஆனால் வாழ்க்கையே சோகமென்றால்?

கதையைச் சொல்லிக் கொண்டிருக்கையில் எங்காவது அம்மா சிரித்தாளா? எந்த இடத்திலாவது அம்மாவின் முகத்தில் தன்னையறியாத அல்லது தன்னை மீறிய புன்னகை வெளிப்பட்டதா? எத்தனையோ முறை தேடித்தான் இருக்கிறேன். பார்க்க முடிந்ததில்லை. ஆனாலும் அம்மா தன் கதைகளைச் சொல்லிக் கொண்டு தான் இருக்கிறாள். நானும் கேட்டுக் கொண்டுதான் இருக்கிறேன். சிறு பிராயத்தில் அது அவள் வாழ்க்கைப்

பட்ட கதை. அன்றிலிருந்து இன்றுவரை அவள் எதிர் நோக்கிய பிரச்னைகளின் கதை. வாழ்க்கை எவ்வளவு அவலமாகியிருக்கிறது அம்மாவுக்கு. மூழ்கி முத்தெடுத்து மீண்டிருக்கிறாள் அம்மா.

"தாமுவை வரச்சொல்லு... எனக்கு அவனோட நிறையப் பேச வேண்டிர்க்கு... "

"என்னத்தப் பேசப்போற... அதான் இத்தனை காலம் எல்லாம் பேசியாச்சே! வீடு போ போங்கிறது... காடு வா... வாங்கிறது... இன்னும் என்ன பேச்சு வேண்டிக் கிடக்கு...? சிவனேன்னு கிட... "

'ஐயோ பாவம்... அம்மாவின் முகம்தான் எத்தனை வாடிப் போகிறது... எல்லோரும் போக வேண்டியவர்கள்தான். ஆனாலும் அதை வாய் விட்டுச் சொல்லலாமா? அதுவும் பெற்ற தாயாரைப் பார்த்து அந்த வார்த்தை சொல்ல எப்படி மனசு வருகிறது?'

"உன் பிள்ளைதானே... விடு... விடு... மேல போட்டுக் காதே... இத்தனை காலம் எல்லாத்தையும் மேல வழிய விட்டுண்டது போறாதா? இதோ நா வந்துட்டேன்... சொல்லு... சொல்லு... எங்கிட்டச் சொல்லு... உன் ஆசை தீரச் சொல்லு... உன் மன பாரம் அப்படியாவது நீங்கட்டும்... நா கேட்கிறேன் எம்புட்டு வேணாலும்... "

'வெறும் கதைகளா அவைகள். வாழ்க்கையைப் புடம் போட்டு வடித்தெடுத்த சித்திரங்களாயிற்றே?'

அம்மா சொன்ன கதைகளையேதான் திரும்பத் திரும்பச் சொல்லியிருக்கிறாள். சொல்லிக்கொண்டு-மிருக்கிறாள்.ஆனாலும் அவை ஏன் அலுப்பதில்லை. எந்த ஜீவன் அதில் உயிரோட்டமாய்? எது இப்படி நாடியைப் பிடித்து உலுக்குகிறது? ஆச்சரியம்தான். சொன்ன கதைகளையே திரும்பத் திரும்பச் சொல்லி என்று அம்மாவின் மனபாரம் மொத்தமும் இறங்கும்? வறுமையும், துக்கமும், சோகமும் வாழ்க்கையாய்

அமைந்துவிட்ட அம்மாவுக்கு ரத்தமும் சதையுமாய் உடம்போடே அவை ஊறிப் போய்க் கிடக்கின்றனவா?

"ராமாயணமும், மகாபாரதமும் எத்தனையோ பேர் சொல்ல காலங்காலமா கேட்டுண்டிருக்கோம். அலுத்தா போயிடுத்து? கேட்கக் கேட்க எவ்வளவு புத்துணர்ச்சி ஏற்படறது மனசுல? அத மாதிரிதான் உன் கதைகளும். எனக்கு அலுக்கவே அலுக்காதாக்கும். நா இருக்கேன் கேட்கிறதுக்கு. நீபாட்டுக்குச் சொல்லு... "

அந்த முகத்தில்தான் எத்தனை திருப்தி? இதமான வார்த்தைகளுக்காக இந்தப் பெரியவர்கள் எத்தனை ஏங்கிப்போய்க் கிடக்கிறார்கள்? வேளா வேளைக்கு சோறு தின்பதைவிட வயிற்றை நிரப்புவதைவிட அன்பு வார்த்தைகள்தானே அவர்களின் மனப்பசியை ஆற்றுகின்றன? வயிறு நிறைவதைவிட மனசு நிறைவது உயிரைப் புதுப்பித்துக் கொள்வதற்கு சமமல்லவா? இது கிடைக்காமல் ஏங்கி ஏங்கி புழுங்கிப் ;புழுங்கி துக்கம் நெஞ்சை அடைக்க வார்த்தைகள் வர இயலாமல் எப்படி வாயடைத்துக் கிடக்கின்றன எத்தனையோ ஜீவன்கள்? யாரேனும் ஆத்மார்த்தமாய் அறிவதுண்டா? உணர்வு பூர்வமாய் நுணுகி அறிந்து உயிரோட்டமாய் ஆறதலாய்ச் செயல்பட்டது யார்?

"தாமோதரனை வரச்சொல்லு... எனக்கு ஆறுதலாப் பேச அவனுக்குத்தான் தெரியும். என் மனசறிஞ்சு பேசுவான். எத்தனை முறை என் கதைகளை அவன்ட்டச் சொன்னாலும் எத்தனை தடவை அவன் அதைக் கேட்டாலும், அலுப்புங்கிறதே கிடையாது அவனுக்கும் எனக்கும்... "

"ஆமா... வெறும் வார்த்த சொன்னாப் போதுமா? எதிர்க்க உட்கார்ந்துண்டு வாயால வழிய விட்டா எல்லாம் ஆச்சா?"

"அது வெறும் வாய் வழிசலா அல்லது ஆத்மார்த்த மான்னு எனக்குத்தானே தெரியும்... "

“அந்த வார்த்தைக்குத்தானே மனசு கிடந்து இப்டி அடிச்சிக்கிறது? வீட்டில இருக்கிற பெரியவாளையும் கூட்டாக்கிப் பேசறதுக்கு எத்தனை பேருக்குத் தெரிஞ் சிருக்கு? முதல்ல மனசு வேணுமே இதுக்கெல்லாம்! அவா மனசு எதெதுக்கு எப்படியெப்படி ஏங்கும்... எதெதுக்கு நாமளும் நாமளும்னு அடிச்சிக்கும்னு உணரத் தெரியணுமே... எல்லாருக்கும் வயசு மட்டும் ஆயிடுத்து... மனசும் அதே அளவுக்கு முதிர்ந்திருக்கான்னா இல்லையே... யாரையும் குத்தம் சொல்ல வரல்லே நா... பொதுவா உள்ள நடப்பைச் சொல்றேன்... வேளா வேளைக்கு வெறுமே சோத்தைக் கொண்டுவந்து வச்சாப் போதுமா? வயிறு நிறைஞ்சா மனசு நிறைஞ்சதாகுமா? வாசல்ல கட்டிப் போட்டிருக்கே நாய்... அதுவும் நானும் ஒண்ணா? அதக்கூட ஹாய்... ஏய்ய்... ன்னுண்டு வெளியே சிநேகமா அழைச்சிண்டு போறேள்... அந்த நாயோட இருக்கிற நெருக்கம் கூட என்னோட கிடையாதா? அதுக்குக் கிடைச்சிருக்கிற அன்பு இந்த வீட்ல எனக்குக் கிடைச்சிருக்கா? அதத்தூக்கி நெஞ்சோட கட்டிண்டு முத்தா கொடுக்கிறேள்... கைக்குழந்தையாட்டம் வச்சிண்டு தள்றேள்... ”

“அதப்போல உன்னையும் கட்டிண்டு முத்தம் கொடுக்கச் சொல்றியா? அப்பத்தான் உன் மேல அன்புன்னு அர்த்தமா? என்ன அபத்தமா இருக்கு?”- தம்பியின் வார்த்தைகள் எப்போதும் சற்று உஷ்ணம்தான். “எது அபத்தம், எது அர்த்தம்னு எனக்கும்தான் தெரியும். உங்களுக்கும் தெரியும்தான்... ஆனா தெரியாத மாதிரி நடிக்கிறேள்... உங்களையே உங்க மனசையே நீங்க கேட்டுப் பார்த்துக்குங்கோ... முதல்; உங்க மனசுக்கு நீங்க உண்மையா இருக்கப் பழகுங்கோ... கஷ்டமோ நஷ்டமோ நாங்கள்லாம் அப்படித்தான் வாழ்ந்து முடிச்சிருக்கோம்... எங்க எண்ணங்களையும், எங்க மனசையும், ஏணி வச்சாக்கூட எட்ட முடியாது உங்களால... அவாவாளுக்குத் தாரம்னு ஒண்ணு வந்துட்டா இப்படியா மாறிப் போகும் எல்லாமும்? அந்தக் காலத்து வீட்டு ஆம்பளேள்

கொடுமைக்காரான்னு சொல்லுவா... அவாளும் அதுக்குக் கட்டுப்பட்ட கொஞ்சித் பொம்மனாட்டிகளும் அப்படிக் கட்டு செட்டா இருந்ததுனாலதான் குடும் பங்கள் சிதையாம இருந்தது... இன்னைக்கு அப்டியா இருக்கு? வயசானவாளை வச்சு போஷிக்கிறதுன்னு கேள்விப்பட்டிருக்கேளா? உண்மையிலேயே போஷிச்சது நாங்கதான்... போஷிக்கிறதுன்னா என்ன அர்த்தம்னு கேட்பே நீ? அது அர்த்தம் சொல்ற வார்த்தை இல்லை... வச்சு அனுபவிக்கிற வாழ்க்கை... எங்களோட போச்சு அந்தப் புண்ணியமெல்லாம்... என்னவோ இருந்திண் டிருக்கு இன்னைக்கு. பட்டும் படாமலும், ஒட்டியும் ஒட்டாமலும்..."

"போகட்டும்... நல்லா போகட்டும்... எங்களுக்கும் அந்தப் புண்ணியம் கிடைக்காமப் போகட்டும்... எங்களால இவ்வளவுதான் முடியும்... முடியறது... உங்கள மாதிரி உடம்புலயும் மனசுலயும் எங்களுக்குத் தெம் பில்லை... நீங்க தின்னு வளர்ந்த சாப்பாடு கூட சுத்தம் அன்னிக்கு... ஆனா இன்னைக்கு அப்படியில்லை... எல்லாமே கலப்படம்... அதனால நாங்களும் கலப் படமாப் போயிட்டோம்... "

"நா ஒண்ணும் உங்களைக் குத்தம் சொல்லலை... நா என்னைக் குறைப்பட்டுண்டேன்... பகவானே இன்னும் என்னை வச்சிண்டிருக்கியேன்னு... வேறென்ன சொல்ல... "

அம்மாவின் ஆதங்கங்கள் அனர்த்தம். இந்த ஆதங்கங் கள்தான் அவளிடம் கதை கதையாய் ஜனிக்கின்றன போலும்! எல்லா ஏற்ற இறக்கங்களும் அறிந்தவள் அவள். எல்லோரையும் அறிவாள் அவள். எல்லாவற்றை யும் கடந்துதானே வந்திருக்கிறாள்? அவள் அனுபவத்தில் பத்தில் ஒரு பங்கு நமக்கு உண்டா? அம்மாதிரிப் பழுத்த அனுபவஸ்தர்கள் நம்மிடையே இருப்பது நமக்குப் பெருமையல்லவா? அவர்கள் நம்மின் சொத்தல்லவா?

ஏற்ற இறக்கங்கள் என்றால் இறக்கத்தை மட்டுமே சந்தித்த, எதிர் கொண்ட வாழ்க்கை அவளுடையது. ஏற்றம் பெற்ற நாட்களில முதுமை ஆட்கொண்டது. இன்னொருவரின் துணை தேவைப்பட்டது. தான் பெற்ற செல்வங்கள் தன்னைக் கைவிட்டு விடுவார்களா என்ன? எல்லாரும் எல்லாமும் பெற்று இருக்கும் வேளையிலும் அம்மாவின் மனசு உழன்று கொண்டுதான் இருக்கிறது.

"அது அப்படித்தாண்டா. அப்படித்தான். நாங்க கூட்டுக் குடும்பமா இருந்தோம். ஏற்றமோ, இறக்கமோ, நல்லதோ கெட்டதோ, இருந்ததோ இல்லையோ, எல்லாரும் சேர்ந்து அனுபவிப்போம். ஒருத்தருக்கொருத்தர் விட்டுக் கொடுக்காம சங்கிலியாப் பிணைஞ்சிண்டிருந் தோம். இன்னைக்கு நீங்க அப்டியா இருக்கேள்? எல்லாரும் தனித் தனித் தீவா நின்னுண்டிருக்கேள்... மூணாவது மனுஷனுக்கு சொல்றாப்லே, உறவுகளுக் குள்ளயே சந்திக்கிற போதும், உறலோ சொல்லிக்கிறேள்... அதுக்கு மேலே ஈஷிண்டா எங்கே எதுக்காவது ஒட்டிண்டிடுமோங்கிற ஜாக்கிரதையோட பழகறேள்... உங்க எல்லாரையும் பணம்ங்கிற ராட்சஷன் பிரிச்சு வச்சிருக்கான்... அங்கிருந்துதான் கிளை பிரியறது எல்லாருக்கும்... வாழ்க்கைக்கு ஆதாரம் பணமாவும் இருக்கலாம்... ஆனா அது மட்டும்தான் வாழ்க்கைன்னு வாழ்ந்துண்டிருக்கேளே... அதத்தான் சகிக்க முடியலை... பணம்ங்கிற ஆதாரத்துல நின்னுண்டிருக்கிறதுனால மதிச்சுப் போற்ற வேண்டிய மேன்மையான விஷயங்களை யெல்லாம் உதறிட்டேளே! அது நியாயமா? காலகாலத் துக்கும் அழியாதவைகள்ன்னு சிலது இருக்கு... அவை களை மதிக்கத் தெரிஞ்சிக்கணும். அதையெல்லாம் பக்தி பண்ணிப் போற்றத் தெரியணும்... அப்பத்தான் நாமளும் நம்ப சந்ததிகளும் நன்னாயிருக்கும்... உங்க சந்ததிகள் உங்களை மதிக்கணும்னா ஆயுசுக்கும் உங்க மேலே அன்பு வச்சிருக்கணும்னா, உங்க காலத்துக்குப் பிறகும் நீங்க மதிக்கப்படணும்னா தொழப்படணும்னா, நீங்க இதையெல்லாம் செய்துதான் ஆகணும்... இந்த

உலகத்துல சத்தியமான சில விஷயங்களை என்னைக்குமே அழிக்க முடியாதாக்கும்... ஏன்னா சிரஞ்சீவித்தன்மை கொண்டதாக்கும் அதெல்லாம்...”

எவ்வளவோ சொல்லி விட்டாள் அம்மா. எவ்வளவு கேட்டிருக்கிறான் அம்மாவிடம்! ஒவ்வொரு சொல்லும் கோடி பெறும். வாழ்க்கையின் ஒவ்வொரு எட்டிலும் நம் கூடவே வந்து நம்மை வழி நடத்தும்.

எதிரேபடுத்துக் கொண்டிருந்த அம்மாவையே கண்கொட்டாமல் பார்த்துக் கொண்டிருந்தேன் நான். இப்பொழுதெல்லாம் பேசிக் கொண்டிருக்கையிலேயே சட்டுச் சட்டென்று அம்மா படுத்து விடுகிறாள். படுத்த அடு;த்த நிமிடம் கண்ணயர்ந்து விடுகிறாள். அவயவங்கள் மெல்ல மெல்ல அடங்கி வருகின்றனவோ!

“என்னா... உட்கார்ந்திண்டிருக்கியா? போய் நீயும் கொஞ்சம் படுத்துக்கோ... எத்தனை நேரம் இப்டி என் முன்னாடியே பழியாக் கிடப்பே? உன்னைப் பார்த்தா பாவமா இருக்கு நேக்கு... என் மனசு ஆறுதல் படணும்னு எவ்வளவு கேட்கறே நீ? இப்போல்லாம் இப்டித்தான் திடீர் திடீர்னு கண்ணசந்துடறேன்... எனக்கே தெரியறதில்லே... அப்டியே போய்ட்டாப் பரவாயில்லை... யாருக்கும் பாரமில்லாமப் போய்ச் சேரணுமேன்னு பகவானை வேண்டிக்கிறேன்... இன்னும் படுக்கைல விழுந்து அது இதுன்னு... மலம் ஜலம்னு வந்துடக்கூடாது பாரு...” - சொல்லும்போதே அம்மாவின் விழியோரங்களில் நீர்.

ஏதும் வார்த்தைகளின்றி அம்மாவையே பார்த்துக் கொண்டிருந்தேன்.

‘பதினாலு வயசுலே நா உங்க அப்பாவுக்கு வாக்கப் பட்டேன்... அன்னைலேர்ந்து எப்டியெல்லாம் கஷ்டப் பட்டிருப்பேன்... மனுஷா எந்தக் கஷ்டம் வேணாலும் படலாம்... ஆனா தரித்திரக் கஷ்டம் மட்டும் படவே

கூடாது... அது பெரிய கொடுமை... யாராலேயும் தாங்க முடியாதாக்கும்... எத்தனை நாள் பட்டினிச் சேதி அது? ஒரு வேளை ரெண்டு வேளைன்னு உங்களையும் காயப் போட்டு... அப்பப்பா... கொடுமை... கொடுமை... நீ பொறந்தப்புறம்தான் உங்கப்பா உள்ளூரோட வந்து இருக்க ஆரம்பிச்சார்... அதனாலதான் உம்பேர்ல அம்புட்டு இஷ்டம் நேக்கு...'

அம்மா சொல்ல ஆரம்பித்த கதைகளின் தொகையறா. அந்த வார்த்தைகள் மனதை அப்படியே ஆக்ரமித்திருக் கின்றன. எப்பொழுது நினைத்துப் பார்த்தாலும் சிலிர்க்க வைக்கின்றன. இப்பொழுதும் அப்படியே...

"கவலைப்படாதே... உன் மனசு போலவே ஆகும்... உன்னோட பிரார்த்தனை என்னைக்கும் வீண் போகாது. நீதான் சொல்லுவியே... உங்க எல்லாருக்காகவும் எவ்வளவு பிரார்த்தனை பண்ணியிருப்பேன் நான்னு... அது உனக்கு மட்டும் பலிக்காமப் போயிடுமா?

அம்மாவையே வைத்த கண் வாங்காமல் பார்த்துக் கொண்டிருந்தேன். இந்த முறை அம்மாவிடம் கதைகள் இல்லை, வாழ்க்கை இருந்தது என்று தோன்றியது . அவளிடம் கடைசியாய்க் கதைகள் கேட்ட, அவளோடு பேசிக்கொண்டிருந்த அந்தப் பொழுதுகள் ஆயுசுக்கும் மறக்காது. அவை அவ்வப்போது உசுப்பேற்றி சுறுசுறுப் பாய், நேர்மையாய், கண்ணியமாய், ஒழுக்க சீலத்

துடன் இன்றும் இயங்க வைத்துக் கொண்டிருக்கிறது. அந்த நினைவலைகள் அத்தோடு முடிந்திருந்தது. கண்களில் கசிந்த கண்ணீரைத் துடைத்துக் கொண்டாள் நளினி. அவர்களோடு, அந்தக் குடும்பத்தோடு என்று போய்ச் சேருவோம் என்கிற ஏக்கம் எழுந்தது அவளுக்கு.

என்றைக்கு அவரோட அந்தக் குடும்பத்துல ஒருத்தியா நானும் சேருறேனோ அதுக்கப்புறம்தான்

இந்த வீட்டுல காலடி வைப்பேன் நான் என்று சபத மிட்டிருந்தாள் நளினி. சொன்ன சொல்லை இன்றுவரை மீறவில்லை.

11

அந்த இடத்திற்கு வந்து வண்டியை நிறுத்திவிட்டுத் திரும்பியபோதுதான் தாமுவுக்கே உறைத்தது. அங்கே. அந்தப் பழக் கடை இல்லையென்று! அவன் வழக்கமாய் வாங்கும் பழக்கடை அது. வெட்டிப் போட்ட இளநீர் மட்டைகள் அம்பாரமாய்க் குவிந்து கிடந்தன. அட! அருகேயிருக்கும் அந்த வண்டியையும் காணவில்லையே? நினைத்துக்கொண்டே தலையை நன்றாக நிமிர்த்திப் பார்வையை நீளச் செலுத்தினான். அந்த இடப்புறச் சாலை ஓர நீண்ட வெளிகளில் எங்குமே கடைகளைக் காணவில்லை. தூரத்தில் அந்தக் காலனி திரும்பும் இடம்வரை சும்மாவே கிடந்தது. என்னவாயிற்று? இன்று ஏதேனும் பந்த்தா? அல்லது வியாபாரிகள் கடை அடைப்பா? செய்தி அறிய விட்டுப்போயிற்றா? அப்படி யானாலும் இத் தெருவோரச் சிறு வியாபாரிகளுக்கு விலக்கு உண்டே? இவர்களையுமா தடை செய்து விட்டார்கள்? நேர் பின்புறம் திரும்பி நோக்கினான். வழக்கம்போல் சந்தை இயங்கிக்கொண்டிருந்தது. நேரம் கடந்துவிட்டது என்பதற்கடையாளமாய் வாயிலில் சில பைக்குகளும, ஒன்றிரண்டு சைக்கிள்களும் மட்டும் நின்று கொண்டிருந்தன. உள்ளே கடைகளை எடுத்து வைக்கும் வேலை நடந்துகொண்டிருந்தது. மிஞ்சிய காய்கறிகளை எடுத்துச் செல்லுதலும், அங்கேயே மூட்டை கட்டி வைத்தலுமான பணிகள் மும்முரமாய் இருந்தன. முழுவதும் மூடுவதற்குள் உள்ளே போய் வாங்கி வந்து விடுவோம் என்று அங்கேயே வண்டியைப் பூட்டிவிட்டு நடந்தான். வண்டி தனியாய் நிற்கிறதே என்று மனதுக்குள் ஒரு சம்சயம். .பயம்தான் வேறென்ன?

வேற்று ஜாதிப் பெண்ணைக் காதலித்துத் திருமணம் செய்த நாளிலிருந்தே இந்தப் பயம் தொடர்கிறது. என்றேனும் எந்த ஆபத்துமேனும் வந்து விடுமோ என்று. தன் வீட்டில் அப்பாவின் கடுமையான எதிர்ப்பில் பிரிந்து வந்தாயிற்று. அவள் வீட்டிலோ சம்மதமும், இல்லாமையும் கலந்தே இருந்தது. நளினியின் தாயாருக்குத் தான் அதிருப்தி. அவள் அண்ணன் மகனோடு திருமணம் செய்து வைத்து விட வேண்டும் என்ற நெடு நாள் கனவு சிதைந்து போனது. அம்மாவின் அண்ண னுக்கும் பெருத்த கோபம். ஏமாத்திட்டீங்களே மாப்பிள்ள... என்று பொறுமினார். தன் பையனுக்குத் திருமணம் செய்து வைத்து உறவை விட்டுப் போகாமல் ஒட்ட வைக்கலாம் என்று நினைத்திருந்தது கனவாகிப் போனது. அந்தக் கோபமே வன்மமாய்த் தலையெடுக்குமோ என்று பயந்து கொண்டிருந்தான். போதாக் குறைக்கு குழந்தை பாக்கியம் வேறு தள்ளிப் போகிறது. வெட்டி விட்டு, தன் பையனுக்கு மறு மணம் முடிக்க எவ்வளவு நேரம் ஆகும் அவருக்கு. அரசியல் செல்வாக்கான ஆள். நொடியில் நிறைவேற்றி விட முடியும். ஆனால் இன்று வரை ஒரு ஆபத்தும் இல்லை. அதுவே பயமாயிருந்தது. புலி பதுங்குகிறதோ என்பது போல. பயம் கலந்த நினைவுகள் எப்போதும் உடம்போடு ஒட்டியே இருக் கின்றன. தன் நினைவுக்கு வந்தான் தாமு. உள்ளே நுழைந்து வரிசை வரிசையாக நோக்கினால் ஒரு பழக்கடை கூடக் கண்ணில் தென்படவில்லை. என்ன வாயிற்று? எல்லாப் பழங்களுக்கும் சீசன் முடிந்து விட்டதா? ஒவ்வொன்றுக்கும் மாறி மாறித்தானே காய்ப்பு என்பது தொடங்கும்? மாதுளம் பழத்திற்கு இப்பொழுது மவுசு என்றார்களே? சாத்துக்குடி சீசன் முடிந்து போயிற்று. ஆனாலும் ஒரு கடைகூடவா இருக்காது? சுற்றிச் சுற்றி வந்தான். தக்காளிப் பழக் கடைதான் இருந்தது. கிலோ அஞ்சு ரூபா சார்...வாங்க... நாட்டுத் தக்காளி.. முடியப் போகும் நேரத்தில்கூடக் கூவிக்கொண்டிருந்தார்கள். அவரவர் பாடு அவரவர்க்கு.

விற்று முடித்து, காசு பார்த்து, வயிறு நிறைக்க வேண்டுமே? அஞ்சுக்கு சீரழிந்தது. இந்த விலைக்கு விற்று என்ன லாபம் பார்க்க முடியும்? தூக்கி வந்த சுமை கூலி கூடத் தேறாதே?எந்தப் பழக்கடையும் இல்லாததால் ஏதோவோர் மகிழ்ச்சிதான் மனதில். இருந்திருந்தாலும், விருப்பமின்றித்தான் வாங்கியிருப்பான். அவன் முழு விருப்பமான பர்சேஸ் என்பது வெளியே கடை வைத்திருக்கும் அந்தப் பழக்கடையில் வாங்குவதுதான். நேராக அங்கே கொண்டு வண்டியை நிறுத்துவான். அவன் தொலைவில் வருவது கண்டே பழங்களைத் தேர்வு செய்ய ஆரம்பித்துவிடுவான். அப்போதைய சீசனுக்கு என்ன பழங்களோ அதைத் தேர்வு செய்து தருவான். நிறுவை சற்றுக் கூடத்தான். விலையோ மற்றவரைக் காட்டிலும் அஞ்சு ரூபாய் கம்மிதான்இவனுக்கு. அவனது தொடர்ந்த வாடிக்கையாளன் ஆயிற்றே இவன்! சொல்லப்போனால் முதலிலே அவனது சம்சாரம்தான் இவனுக்கு அறிமுகம். அருகிலிருக்கும் இளநீர்க் கடைக்கு இளநீர் குடிக்கப்போன இவனுக்கு பழம் வாங்கிட்டுப் போங்கண்ணே... என்ற அந்தப் பெண்ணின் உபசரிப்பு, அங்கே ஈர்த்தது, இழுத்தது. உண்மையைச் சொல்வதானால் முதலில் அவளது அழகை ரசிப்பதற்காகத்தான் அங்கே பழம் வாங்கினான் இவன். நின்று இளநீ;ர் குடிக்கும்போது மெட்டியும் கொலுசுமிட்ட அவளது அழகான பாதங்கள் கண்ணில் பட்டன. சிறு பழ வியாபாரியாய் இருந்தால் என்ன? அவள் கால்கள் அழகாய் இருக்கக்கூடாதா? வெள்ளிக் கொலுசு பளபளக்க அந்தப் பாதங்கள் சுடு மணலில் நின்றன. ...காலையிலிருந்து மாலைவரை எவ்வளவு நேரம் அப்படி நிற்பாள் அவள்? அவளுக்கே. ஒரு யோசனையின்றி இருக்கலாமல்லவா? எனவே சொன்னான். பழம்பேக் பண்ணி வருதுல்ல, அட்டைப் பெட்டி...!.அதுல ஒண்ணை எடுத்து, தரைல விரிச்சுப்போட்டு, அது மேல நில்லுங்க...இல்லன்னா ஒரு செருப்புப் போட்டுக்குங்க...எவ்வளவு நேரம் இப்படி

சூட்டுல நிப்பீங்க?செருப்புப் போட்டா அந்தச் சூட்டுக்கு பித்த வெடிப்பு வருது சார்... அண்ணே, சார் ஆகி யிருந்தது இப்போது. வெறுந்தரைல நிக்குறது அதைவிடச் சூடாச்சேசரிங் சார்... - எதற்குச் சரி என்றாள்? புரியவில்லை. ஆனாலும் யோசனை ஏற்றுக்கொள்ளப் பட்டதுபோல தோன்றியது. மறுநாளிலிருந்து அது அங்கே அரங்கேறிற்று. அந்தப் பூப்பாதங்களுக்கு பூமிச் சூட்டிலிருந்து விடுதலை. ஏன் சார்...சாத்துக்குடி மட்டும் போதுமா? மாம்பழம் வாங்கிட்டுப் போங்க...ஆப்பிள் வாங்கிக்குங்க...பார்த்துப் போட்டுத் தரேன் சார்... மெல்லிய புன்னகையோடு அவளின் அத்யந்த உபசரிப்பு இவனைச் சிலிர்க்கத்தான் வைத்தது. சாருக்கு நல்லதா பார்த்துக் குடு பாப்பா.. - இளநீர்க் கடைக்காரனின் சிபாரிசு வேறு. பளபளக்கும் கூரிய அரிவாளோடு அருகில் இருக்கும் அவன், அவளுக்குப் பாதுகாப்போ...? வீட்டிலே இவனும் மனைவியும்தான். அவ்வளவு பழம் தேவையில்லைதான். சாத்துக்குடி தவிர வேறு எது வாங்கினாலும் மனையாள் தொடப்போவதில்லை. உடல்நலம் நிமித்தம் அவள் ருசிக்கும் ஒரே பழம் அது ஒன்றுதான். அப்படியிருக்க இத்தனை எதற்கு? கேள்விக்கு மனதில் பதில் விழும் முன்னேயே நிறுத்து முடித்து கைக்கு வந்து விட்டது சரக்கு. இந்தாங்க சார்... கொண்டு போங்க...ராஜபாளையம் சப்பட்டை... ஆஸ்திரேலியா ஆப்பிள் சார்... மாவாக் கரையும் வாயில...அது ஆஸ்திரேலியாவிலிருந்து வந்ததா? அல்லது அருகிலுள்ள ஊட்டியிலிருந்தா, தெரியாது வழக்கமாய்ச் சொல்வது அப்படி... சத்தியமாய் அந்தப் பெண்ணுக் காகத்தான் வாங்கினான் அவைகளை.வெறும் இருபத்தஞ்சு ரூபாயில் முடிவது நூற்றைம்பதில் சென்று நின்றது. ஆனாலும் அந்தக் கொஞ்ச நேரத்தில், அங்கு நிற்கும் பொழுதுகளில் அவளின் அழகு இவனைக் கொள்ளை கொண்டு போனது என்றுதான் சொல்ல வேண்டும். தப்பாய் மனதில் எதுவும் இல்லைதான். பார்க்காவிட்டால்; பெருத்த நட்டமாய் நினைத்து மனது

ஏக்கம் கொள்கிறதே? அது ஏன்? இன்னும் கொஞ்சம் வசதி வாய்ப்பு செழுமையோடிருப்பின் அவளைப் பிடிக்க முடியாது. முழு வட்ட நிலா ஒன்று தினமும் வெயிலில் வாடுகிறது!இவனுக்குத்தான் இப்படியெல்லாம் தோன்றுகிறது. கிறுக்கு! என்பாள் இவன் மனைவி. அவள் நிறைவோடுதான் இருந்தாள். தன் புருஷனை அவள் கவனித்த விதமே அதற்குச் சான்று...!பின்புறம் அந்தக் காம்பவுண்ட் சுவரைப் பார்த்துத் திரும்பிக் கொண்டு சாப்பிட்டுக் கொண்டிருந்தான் அவன். சாலையில் போவோர் வருவோருக்குத் தெரியக் கூடாது என்று! என்ன ஒரு இங்கிதம் பாருங்கள்? வியாபாரத்துக்கு இடையே சென்று அவள் அவனைக் கவனித்தாள். வெஞ்சனம் போட்டுக்குங்க...ஒண்ணுமேயில்லாமச் சாப்பிடுறீங்க? - அவனை அவள் உபசரித்த விதம், ஊடே வந்து வியாபாரத்தைக் கவனித்துக்கொண்ட பாங்கு...- இவனுக்கு ரொம்பவும் மனதுக்கு ஏக்கத்தைத் தான் ஏற்படுத்தியது. ஒருநாள் விடாமல் கடுமையான உழைப்பும், அன்றாட வாழ்வின் ஜீவிதத்திற்கான இடைவிடாத போராட்டமும், அமிழ்ந்து கிடக்கும் அவர்கள் வாழ்வில்தான் எத்தனை பொறுப்புணர்ச்சியும் பெருந்தன்மையும், அன்பும் அக்கறையும், நிறைவும் தாண்டவமாடுகிறது? கை நிறைய வந்து கொட்டும் எத்தனை இடங்களில் மனம் நிறைந்து கிடக்கிறது? இந்த மேன்மை எங்கே தவழுகிறது? இப்படியாகத்தான் அந்த இடத்திற்குப் பழகிப் போனான் இவன். சொல்லப் போனால் பழங்கள் பயன்படுத்தும் நல்ல பழக்கமே அந்தப் பெண்ணால்தான் ஏற்பட்டுப் போனது இவனுக்கு. சந்தையை விட்டு வெளியே வந்தான். பழங்கள் எதுவும் வாங்குவதுபோல் இல்லை. அதுதான் கடையே இல்லையே? இருந்திருந்தாலும் வாங்கி யிருப்பேனோ என்னவோ? மனப்பூர்வமான விருப்பம் அந்தப் பெண்ணிடம் வாங்குவதுதான். வண்டி வெயிலில் அம்போவென்று நின்றது. யோசித்தபோது கடந்த நான்கைந்து நாட்களாகவே அந்தப் பழக்கடையில்

அந்தப் பெண் இல்லையென்று தோன்றியது. இன்றோ கடையே இல்லை. எந்தக் கடையும் இல்லையே?என்னஙக நீங்க இருக்கீங்க? உங்க சம்சாரம் என்னாச்சு? என்றான். அன்று அவனிடம். கேட்டது ஞாபகம் வந்தது. அவுளுக்கு முடியல சார்... டாக்டர் ரெஸ்ட் எடுக்கணும்னு சொல்லிட்டாரு... என்றான். அந்த இடத்திற்குப் பொருத்தமில்லாது அவன் இருப்பதுபோல் தோன்றியது . அவனும் இருப்புக் கொள்ளாதவன் போல்தான் நின்றான். ஆமா, நீங்க எங்க வேலை பார்க்குறீங்க...? - இவ்வளவு நாள் கழித்து இவனின் சாவகாசமான கேள்வி!! நா கூலி வேலை பார்க்குறேன் சார்...நெல்லு மண்டில மூட்டை தூக்குறேன்கொஞ்ச நேரம் உறைந்து போனான்... பிறகு கேட்டான். அப்போ இன்னைக்கெல் லாம் உங்க வருமானம் போச்சு...இல்லையா?ஆமா சார்.!..என்ன சார் பண்றது? சில சமயம் அப்படித்தான். அதுவா அப்படி அமைஞ்சு போகுது...ஏத்துக்க வேண்டிதான...அது சரிதான்... - ஆமோதித்தான். மாறுதல்கள் ஏற்படும்போது அதை அதன் போக்கில் ஏற்றுக்கொள்ளும் பக்குவ மனநிலை. எதிர்கொள்ளத் தயார் படுத்திக்கொள்ளும் நிதர்சனம். போராட்டம் நிறைந்த வாழ்க்கை!!போனவாரம் பூராவும் பாருங்க சார்...போலீஸ் டார்ச்சர் அதிகமாடிச்சு. டிராஃபிக் சரிபண்றோம்னுட்டு விரட்டிட்டே இருந்தாங்க...ஒரு ஓரமா அப்டி சைடுல இருந்திக்கிடுறோம்னு சொல்லிப் பார்த்தோம். கேட்கல...இடை இடைல அப்படி வர்றதுதான், போறதுதான்...ஆனா நம்ம இளநிக் கடைக்கார அண்ணாச்சி இருக்காரு பாருங்க...இனி இங்க இருக்க முடியாதுப்பா...ன்னு முடிவே பண்ணிட் டாரு...போனவர் போனவர்தான்...நாலு ரோடுல எங்கிட்டோ கடை போட்டிருக்கிறதா சொன்னாக. அதுக்கப்புறம்யாருமே சரியாக் கடை போடலைங்கிறது தான் துயரம்.. அன்று அவர் ஒத்தை மரத்துக் குரங்குபோல் இருக்கவும் முடியாமல், போகவும் முடியாமல் தவித்துக்கொண்டிருப்பதுபோல் தோன்றியது

. இவன் வாங்கிய பழங்களுக்கான காசுதான் அன்று அவரது முதல் போணிபோல் இருந்தது. இன்னும் கொஞ்ச நேரத்தில் பொழுது இருட்டிப் போகும். பிறகு கடையை உருட்டிக்கொண்டு போக வேண்டியதுதான். இது கடந்த வாரம் கண்ட காட்சி என்றால் இன்று என்ன வந்தது.? இன்றுதான் இல்லையா? அல்லது அன்றிலிருந்து தொடர்ச்சியாகவே இல்லையா? ஏனிப்படி ஆயிற்று? சுரத்தில்லாமல் போனதே அப்பகுதி? நீண்ட வரிசைப் பார்வைக்கு எதிர் வரிசையில் ஒரே ஒரு கருவாட்டுக் கடை தெரிந்தது. மரத்துக்கு அந்தப் பக்கம் நிழலுக்கு ஒதுங்கி ஒடுங்கியிருந்தார் அவர். அதுவும் அப்பொழுதுதான் கண்ணில் பட்டது. அவரிடம் சென்று கேட்டான். அதுவா? அந்தம்மாவுக்குப் பேறுகாலம்ல சார்...என்ன சொல்கிறார் இவர்? - புரியாமல் பார்த்தான். அது வராது சார்...பிரசவத்துக்குப் பெறவுதான் பார்க்க முடியும்...அவரும் கூலி வேலைக்குப் போக ஆரம்பிச்சிட்டாரு...அந்தப் பெண்ணின் அழகு முகம் மனதில் தோன்றியது. தாய்மையின் செழுமையா அது? அட! இந்த மடையனுக்கு இதைக் கூடப் புரிந்து கொள்ளத் தெரியவில்லையே? ஆஹா! என்ன ஒரு தெய்வீகம்? கையெடுத்துக் கும்பிடலாம்போல் இருந்ததே? அடடா! இன்னொரு முறை தரிசிக்கவே முடியாதோ? - மனசு வருந்த ஆரம்பித்தது. வழக்கம்போல் வாராந்திரக் காய்கறிகள் வாங்கும்போது இனி சந்தையிலேயே பழங்களையும் வாங்கிவிட வேண்டியதுதான். முடிவு செய்து கொண்டான். என்னப்பா, இந்த விலை சொல்றே? - ஒரு பழக் கடையில் அவன் சொன்ன விலையைக் கேட்டு அதிர்ந்து போனான் . வாங்குவதா, வேண்டாமா? - சட்டென்று யோசனை வந்து விட்டது. அங்கெல்லாம் பழக் கடைகளைக் காணலை. அதுனால இப்படியா? -கேட்டிருக்க வேண்டாம்தான். வாயில் வந்து விட்டது. நாக்கைக் கடித்துக் கொண்டான் அவனறியாமல். பிடித்தானே ஒரு பிடி.....!!நாங்களெல்லாம் வெலை சொன்னா இப்டித்தான் சார் கேட்பீங்க...ஏ.சி.

ரூம்ல, ஷோ கேஸ்ல பளபளன்னு வெறுமே துடைச்சு அடுக்கி, வெலையை எழுதி நட்டு வச்சிட்டுப் பேசாம உட்கார்ந்தி-ட்டா கம்முன்னு வாயைப் பொத்திட்டு வாங்கிட்டுப் போவீங்க...வெளில போய் பெருமையா வேறே சொல்லிக்குவீங்க...அதானே சார்...இப்பொழுது இவன் அடக்கி வாசித்தான். அதுக்கில்லேப்பா...விலை ரொம்ப அதிகமாத் தெரியுதேன்னுதான்...அங்கெல்லாம் கடை எடுத்தாச்சு... அதான் விலை ஜாஸ்தியாயிடுச் சோன்னுதான்... - இப்பொழுதும் சரியாகப் பேசவில்லை தான். இவனுக்கே நன்றாகத் தெரிந்தது. ஏதாவது பேசியாக வேண்டுமே என்று ஆரம்பித்தால் பொருத்தம் இல்லாமல்தான் வருகிறது வார்த்தைகள். பேசாமல் இருப்பதே எவ்வளவோ மேல்! அவன் அமைதியாக இருந்தான். அந்த அமைதி சரியானதாய்த் தோன்றவில்லை இவனுக்கு. உள்ளுக்குள்ளே கோபமடைந்துவிட்டானோ? காலைப் பொழுது சரியில்லை. அவனுக்கா அல்லது தனக்கா? பழம் இல்ல சார்...போயிட்டு வாங்க.... - பட்டென்று முறித்துக்கொண்டான் அவன். என்ன சொல்வது என்று தெரியாமல் நின்றிருந்தான். அந்த தேவதை இருந்தால் தனக்கு இந்த நிலைமை வருமா?. பக்கத்துக் கடையில் வாங்குவோர் சிலரின் பார்வை இங்கே. கூச்சமாக இருந்தது இவனுக்கு. எதற்குக் காலையில் இவனோடு பிரச்னை? சாதாரணமாய், யதார்த்தமாய்ப் பேசுவதுகூடத் தவறா? வாடிக்கையாளர் என்றால் பலவிதமாகவும்தானே இருப்பர்? ஏன் இவனால் இதைப் பொறுத்துக் கொள்ள முடியவில்லை? வாங்கினால் வாங்கு, இல்லாவிட்டால் போ... என்கிறானே? மேற்கொண்டு எதுவும் பேசுவது சரியாக அமையாது. முடிவு செய்து கொண்டான். மெல்ல அங்கிருந்து நழுவினான். நழுவினான் என்றுதான் சொல்ல வேண்டும். தலையைக் குனிந்து கொண்டிருந் தவன் பட்டென்று நிமிர்ந்தான். போங்க சார்... போங்க... இந்த ரோட்டுக் கடைசீல புதுசாக் கடை திறந்திருக்கானே... அங்கதான நோங்கியிருக்கு எல்லாருக்கும்...எங்களுக்

கென்ன தெரியாதா? நல்லா போங்க...வாயே பேச மாட்டான் அங்க.!இங்க மாதிரி சுதந்திரமாப் பேரம் பேச முடியாது அங்க......கையும் காசும்தான் நீளும்... எல்லாத்துக்கும்..!.அதானே இன்னைக்கு நாகரீகம்.... நல்லாப் போயிட்டு வாங்க...ஏதோ வயிற்றெரிச்சலில் புலம்புவதுபோல் இருந்தது. அது ஏன் அப்படிச் சொல்கிறான்? தன் ஒரு பழக்கடைதான் மீதி என்பது போலல்லவா பேசுகிறான்? அன்றுபழங்கள் வாங்காமல் வந்தது வீட்டில் சண்டையை உண்டாக்கும் என்றுதான் நினைத்தான். நின்னு நிதானமா இன்னும் ரெண்டு கடை இருக்கான்னு பார்த்து, வாங்கிட்டு வர வேண்டிதானே? அதுக்குள்ள என்ன அவசரம் உங்களுக்கு? எனக்குப் பழம் சாப்டாத்தான் சரியாயிருக்கு, வயிற்றுத் தொந்தரவு இல்லாம இருக்குன்னு உங்களுக்குத் தெரியுமில்ல? கேட்பாள் என்றுதான் எதிர்பார்த்தான். வாயே திறக்கவில்லையே? இவளுக்கும்தான் என்னவாயிற்று? வாங்கலேல்ல...; நல்லதாப்போச்சு...! கிளம்புறபோதே சொல்லிவிடணும்னு நினைச்சேன்... அந்தப் புதுக்கடைல போய்வாங்கிக்கிடலாம்... எல்லாம் ஃபிரஷ்ஷா இருக்கும்...! என்ன சொல்கிறாள் இவள்? புதுசா ஏதோ உளர்கிறாளே?லீவுநாளும் அதுவுமாக சண்டைக்கு இழுக்கிறாளோ? ஃபிரஷ்ஷா இருக்குமா? என்ன கிண்டலா? அப்படீன்னா இத்தனை நாள் நான் அழுகினதையும், புழுத்ததையுமா வாங்கிட்டு வந்திட்டிருக்கேன்...? - நானும் கேட்டேன் ரோஷமாக. போச்சு ஆரம்பிச்சிட்டீங்களா? சுத்தமா இருக்கும்னு சொல்ல வந்தேன்...அதைத்தாண்டீ கேட்குறேன்...அப்போ இத்தனை நாள் தின்னு தீர்த்தது? சுத்தமில்லாததையா? பதுசா சொல்ற? - அந்தப் பெண் தனக்கென்று தேர்ந்தெடுத்துக் கொடுத்ததை கேவலப்படுத்துகிறாளே? தாய்மை பொங்கும் அந்த முகம் நினைவுக்கு வந்தது தாமுவுக்கு.

அதெல்லாம் கெடக்கட்டும்... இனிமே வாங்கிறதை ஃப்ரெஷ்ஷா வாங்குங்க...அவ்வளவுதான் பார்ரா!

திரும்பத் திரும்ப ஃப்ரெஷ்ஷா... ஃப்ரெஷ்ஷாங் கிறதை? அங்க ஒரு கடை கூட இல்லாம அல்லாடிப் போய் வர்றேன் நான்... பாவமா இருக்கு நினைச்சா...! போக்குவரத்து இடைஞ்சல்ன்னுட்டு விரட்டிட்டாங் களோன்னு பார்த்தா, இப்போ வேறல்ல வெரட்டியிருக்கு அவங்களை...? என்னடா தொடர்ந்து காணலையே? என்னாச்சுன்னு யோசிச்சா இதுதானா சமாச்சாரம்? அட. ஆண்டவனே? அதிர்ச்சியில் உறைந்து போனான். மனசு அந்த நீண்டு வெறுமையாய்க் கிடந்த சாலை ஓரப் பகுதியில் போய் உட்கார்ந்து கொண்டது.

சில்லரைக்கு வாங்கி விற்கும் சின்னச் சின்னப் பழக் கடைகள்!! ஒன்றுகூட இல்லையே இன்று? உங்களுக்குத் தெரியாதா? தெனம் அந்த வழியாத்தானே போவீங்க ஆபீசுக்கு? கவனிச்சதே இல்லையா? எவ்வளவு பெரிய கடை? அடேங்கப்பா? ஒரு பெரிய நிறுவனம் அந்தக் கடையைத் திறந்து சிவப்பு நிறத்தில் தன்னைப் பளபளப்பாக நிறுத்திக் கொண்டிருந்தது. கவனிக்காம இருப்பாங்களா...ஏதோ புதுசாக் கடை திறந்திருக்கான்னு நினைச்சேன்...நமக்குப் பொருந்தாத எடம் மாதிரித் தெரிஞ்சுது...விட்டுட்டேன்...! மேற்கொண்டு அதைப்பத்தி யோசிக்கலை... போனவாட்டி நீங்க பெங்களூர் போனீங்களே...அப்போ உங்ககூட ஜங்ஷன் வர்றப்பவே நான் கவனிச்சிட்டேன்...அப்பவே தீர்மானிச்சிட்டேன்... பெரிய காம்ப்ளெக்ஸ் ஒண்ணு ஓப்பன் பண்ணியிருக்கானே, அதைத்தானே நீ சொல்றே? - திரும்பவும் கேட்டு உறுதி செய்துகொள்ள யத்தனித்தான் தாமோதரன்... அதேதான்... அதேதான்...நல்லா ஞாபகத்துல வச்சிக்குங்க.. அவள் உற்சாகம் அவளுக்கு. ஆனால் அதே உணர்ச்சி இவனுக்கும் இருக்க வேண்டும் என்ற அவசியமில்லை யல்லவா? மனிதருக்கு மனிதர் சிந்தனைகள், எண்ணங்கள், தீர்மானங்கள், செயல்கள் எல்லாமும் வேறுபடுமல்லவா? இவன் சிந்தனை வேறு எங்கோ போயிற்று. மனசு எதையோ நினைத்து துக்கித்துப் போனது. அவளுக்குக் கிட்டிய பாக்கியம் தன் மனையாளுக்கு என்று கிட்டும்?

இனிமேல் சந்தைக்கு காய்கறி வாங்கப் போகையிலோ அல்லது அபீஸ் முடிந்து வீடு திரும்புகையிலோ அந்தச் சாலை வரிசையிலே அந்தப் பெண்ணின் கடையோ, வேறு கடைகளோ எதுவுமே இருக்காதோ? தன் மனைவியின் குழந்தைப்பேறு முடித்து அடுத்தாற்போல் அவன் எங்கு கடை போடுவான்? கடை போடு வானா? அல்லது வழக்கமான கூலி வேலையைத் தொடருவானா? அப்படித் தொடர்ந்தால் அந்த வருவாய் அவனுக்குப் போதுமானதாக இருக்குமா? கைக் குழந்தை பராமரிப்பு என்று ஒன்று உள்ளதே? வேறு எங்காவது கடை போடுவதானாலும், அந்தப் பெண்ணை அமர்த்துவது சாத்தியமாகுமா? அந்த இளநீர்க் கடைக்காரன் முன்னதாகவே உணர்ந்து தன் தடத்தை மாற்றிக் கொண்டதுபோல் இவர்களும் எங்காவது போய்விடுவார்களோ? இனி அங்கே எவருமே வர வாய்ப்பில்லையோ? அந்த எல்லோரின் ஜீவிதம் இனி எங்கு தொடரும்? இப்பொழுதெல்லாம் அலுவலகம் செல்லும்பொழுது தினமும் அந்த இடத்தைப் பார்க்கத் தவறுவதில்லை அவன்.

வெறுமை சூழ்ந்த அந்த நீண்ட வெட்டவெளி, வெயில் காய்ந்த தனிமையில், தன் உறவுகளையெல்லாம் இழந்த துக்கத்தில், வெப்பம் தகிக்கும் தன் பெருமூச்சை பெருத்த ஏக்கத்தோடு வெளிப்படுத்திக் கொண்டே விரிந்து நீண்டு கேட்பாரின்றிக் கிடக்கிறது!!தாமோதரனுக்கு அந்தப் பெண்ணின் குழந்தையைப் பார்க்க வேண்டும்போல் இருந்தது. நளினியிடம் சொல்வதா வேண்டாமா? ஒரு பழக்கடைக்காரி வீட்டுக்குப் போறதா? என்ன உளர்றீங்க..? ஒரு விவஸ்தையே கிடையாதா உங்களுக்க? என்பாள். அந்த தெய்வீக அழகை ரசிக்க அவளுக்குக் கொடுத்து வைக்கவில்லை என்றுதான் நினைக்க வேண்டியிருக்கிறது. நளினி தாய்மையடைந்தால் அவள் அழகு எப்படியிருக்கும் என்று இவன் மனம் கற்பனை செய்ய ஆரம்பித்தது.

12

ரவி, நீங்க சொல்றதைக் கேட்கிறப்போ எனக்கு ஆச்சரியமாயிருக்கு... உண்மையாத்தான்சொல்றீங்களா? என்றாள் ஆர்த்தி.உன்கிட்டே பொய் சொல்லி நான் என்ன செய்யப் போறேன். உன்னை அப்டியெல்லாம் தப்பா எங்கயாச்சும் மாட்டி விட்ருவனா? அவன், கல்லூரிலே என் கூடப் படிச்ச அதே அபிஷேக்தான்ங்கி றேன்ல... அவனோட பயோடாடாவை சிஸ்டத்துல நீதானே இப்பக் காண்பிச்சே... பார்த்திட்டுத்தானே சொல்றேன்... நல்ல பையன்... கோல்ட் மெடலிஸ்ட்... படிப்பு... படிப்பு... படிப்பு... இதுதான் தெரியும் அவனுக்கு. அதான் இத்தனை லேட்டாக் கல்யாணம் பண்றான். இன்னும் ஒரு விஷயம் சொல்றேன் கேட்டுக்கோ... அவன் தம்பி பாலகுமார்னு பேரு. அவன் ஒரு எஸ்.சி. பெண்ணைக் காதலிச்சுக் கல்யாணம் பண்ணியிருக்கான்... அவங்க வீட்ல ஏத்துக்கிட்டுத்தான் இருக்காங்க... ஒண்ணாச் சேர்ந்து இல்லை... ஆனா வர, போகன்னு சகஜமாத்தான் இருக்காங்க... உங்க வீடு மாதிரி முறிச்சிக்கிட்டு இல்லை. அதைச் சொல்லி யிருக்கணுமே... சொல்லலியா? ஆர்த்திக்கு எங்கோ எதுவோ பொருந்தி வருவதாக மனதுக்குப் பட்டது. அவர்கள் சொல்லாமல் இருந்ததே ஒருவகைக்கு நல்லது என்று தோன்றியது. சொல்லியிருந்தால் அந்த நிமிடமே அப்பா வேண்டாம் என்றிருப்பார்.

இங்கே இவள் ரவீந்தரோடு இப்படிப் பேசிக் கொண்டிருந்த அதே வேளையில் பரமநாயகத்தின் எதிர்பாரா திடீர் மறு விஜயத்தில் அங்கே சந்திரசேகரின் வீடே பூகம்பம் வந்ததுபோல் ஆடிக் கொண்டிருந்தது. எழுந்து போங்கய்யா... ஆளும் மூஞ்சியும்... பொண்ணு கேட்க வந்துட்டாங்களாம்... லட்சணத்தைப் பாரு...? நமக்குன்னு எல்லாமும் வில்லங்கமா வந்து சேருது...?

என்ன வில்லங்கத்தக் கண்டுட்டீங்க? கொஞ்சம் பொறுமையாப் பேசுங்க சார்...? என்னா ஆளு நீங்க... எதைக் கேட்டாலும், துள்ளித் துள்ளிக் குதிக்கிறீங்க...? வாழ்ந்து முடிச்ச நீங்க இப்படியா இருக்கிறது? நிதானமா எதையும் அணுகுங்க ... நான் வேண்டிக் கேட்டுக்கிறேன்... யோசிங்க... என்ன லட்சணம் இங்க குறைஞ்சு போச்சு? உங்க வீட்ல அப்டி ஒண்ணு இல்லியா? வச்சிட்டுத்தான இருக்கீங்க... எல்லாம் விசாரிச்சாச்சு... நீங்க சொல்லலை... நாங்க சொல்லிட்டோம்... வேறென்ன வித்தியாசம்... அன்னைக்கு எல்லாரும் சந்தோஷமா இருந்த அந்த வேளைல எனக்கு வாய் வரலை. என் பெண்டாட்டி வேறே சைகை காண்பிச்சு நிறுத்திப்புட்டா. ஆனாலும் மறைக்கக் கூடாதுல்ல. கல்யாணத்துக்கப்புறம் தெரிஞ்சா சங்கடம்தானே... மனக் கசப்புதானுங்களே... அதுனால தான் எந்த வழியிலயாவது முதல்லயே எல்லாத்தையும் பேசிப்புடறது நல்லதுன்னு புறப்பட்டு வந்தேன்... உங்க பொண்ணைப் அப்படிப் புடிச்சுப் போச்சுங்க எம் பொண்டாட்டிக்கு... நம்ப புள்ளைங்க... ஏதோ கல்யாணம் பண்ணிட்டாங்க... போகுதுன்னு விடுவீங்களா? என்னத்த அள்ளிட்டுப் போகப் போறீங்க...? இன்னைக்குச் செத்தா நாளைக்குப் பாலு... நெருநல் உளனொருவன் இன்றில்லை என்னும் பெருமையுடைத்து இவ்வுலகு... உறங்குவது போலும் சாக்காடு, உறங்கி விழிப்பது போலும் பிறப்பு... எல்லாம் சொல்லித்தான வச்சிருக்காங்க... சந்திரசேகர் ஆடிப் போனார். பெரிய சிக்கலை கண்முன்னால் ஆட்டி ஆட்டி இந்த மனுஷன் என்ன பேச்சுப் பேசுகிறான். தன் வீட்டு சிக்கலை ஏற்கனவே அவிழ்த்தாயிற்று என்று என் வீட்டு சிக்கலை என் கண் முன்னாலேயே நான் அவிழ்க்கிறேன் என்று கிளம்பியிருக்கிறானே...! என்ன தைரியம்? பொருத்திப் பார்த்துக் கொண்டு, பொருத்தமாய் முடிச்சுப் போடுவோம் என்றல்லவா சொல்கிறான்...!

.நாமளே நல்லாத் தேடித்தான் கொடுத்திருப்போம்... அதுக்கு நமக்குக் கொடுப்பினை இல்லை... அவங்களா

ஒண்ணைப் பிடிச்சிட்டானுங்க... அதுக்காக காலம் பூராவும் முறிச்சிட்டு நிக்க முடியமா? சரி, போய் நல்லா வச்சி வாழுங்கடான்னு சொல்லி அனுப்பிச்சிட வேண்டிதான்... டேக் இட் ஈஸி பாலிஸி சார்... எதுக்காக டென்ஷன் ஆகி எல்லாத்தையும் கெடுத்துக்கணும்? தேவையில்லாம ப்பிபீயையும், ஷுகரையும் ஏத்திக் கிடணுமா? இருக்கிற வியாதி பத்தாதா? மீதி இருக்கிற வாழ்க்கையை நிம்மதியாக் கழிக்க என்ன வழின்னுதானே இந்த வயசுல யோசிக்கணும்... இப்டிச் செய்திட்டானே, இப்டிச் செய்திட்டானேன்னு புலம்பறதுல என்னா அர்த்தம்? நம்ம பையன், நம்ம பையன்னா, நம்ம கூடவேவா வந்தான்...? நம்ம மூலமா வந்தான். அதுதானே சரி... எல்லாரும் இந்த உலகத்துல தனித் தனியா வந்தாங்க... தனித்தனியாத்தான் போகப் போறாங்க... அதுதானே நிஜம்... அவன் வாழ்க்கையை அவனே பார்த்துக்கிட முனைஞ்சதுமே இந்தத் தத்துவம் தான்... எல்லாரும் கீதை படிச்சேன், கீதை படிச்சேன்னு பெருமையாச் சொல்லிக்கிறீங்க... ஆனா ஒருத்தருக்கும் மனசு விலகி நிற்க மாட்டேங்குது... என்னத்தைச் சொல்றது...? வாய் ஓயாமல் அவர் பேசியதை அப்படியே ஆடாமல் அசையாமல் பிரம்மமாய் அமர்ந்து கேட்டுக் கொண்டிருந்தார் சந்திரசேகர். ஏறக்குறைய அவரே எல்லா விஷயத்தையும் செட்டில் பண்ணிவிட்டார் என்றுதான் தோன்றியது. ஏற்கனவே உடலாலும், மனதாலும் ரொம்பவும் பலவீனப்பட்டுக் கிடந்தார் சந்திரசேகர்.

காலம் தனக்கு நிறையக் கற்றுக் கொடுத்துவிட்டது என்கிற மன நிலைக்குத் தள்ளப்பட்டிருந்தார். எதைக் கொண்டு வந்தோம், எதைக் கொண்டு செல்லப் போகிறோம் என்று தனக்குத்தானே அடிக்கடி கேட்டுக் கொள்ள ஆரம்பித்திருந்தார். அது இப்போது பரமநாயகம் முன்னால் நிஜமாகிக் கொண்டிருந்தது. அவரை ஆவியைச் சேர்த்துக் கட்டிக்கொண்டு கதற வேண்டும் போல் தோன்றியது சந்திரசேகருக்கு.

13

அதே நேரத்தில் தொலைபேசி மூலம் அபிஷேக்கிற்குத் தொடர்பு கொண்டு பேசத் தொடங்கி யிருந்தான் ரவீந்திரன். எல்லாம் வேளை வந்தால் ஒன்று கூடி வந்துவிடும் என்று அனுபவப்பட்ட பெரியவர்கள் சும்மாவா சொல்லி வைத்திருக்கிறார்கள்? ஆர்த்தியின் அயல் தேச ஆசை தகர்ந்தது சீக்கிரத்திலேயே. எப்படி நிகழ்ந்தது இந்த மாயம்? ரவீந்தர், பிரேமாவின் இடைவிடாத புத்திமதியில் என் வேலையை மட்டும் நான் விட மாட்டேன் என்கிற கண்டிஷனோடு, அதையும் அபிஷேக்கிற்கு ஃபோன் செய்து உறுதி செய்து கொடுத்துவிட்ட நிலையில் திருமணத்திற்கு ஒப்புக் கொண்டாள் ஆர்த்தி.

அந்த இன்னொரு கண்டிஷனையும் அவள் போடத் தவறவில்லை. அதுதான் தாமு அண்ணாவையும், நளினி அண்ணியையும் தன் கல்யாணத்தை முன்னிட்டு வீட்டோடு சேர்த்து விட வேண்டும் என்பது. அவளது தணியாத ஆசை அது. ஏதேனும் ஒரு நல்ல காரியம் நடக்கும்போது பிற பின்னடைவுகள் வலுவிழந்துதானே போகும். அப்படித்தான் ஆகிப்போனது எல்லாமும். எதுவோ, எல்லாமும் நல்லபடியாய் நடந்தால் சரி. இனி நிம்மதிதான் முக்கியம்.

ஏற்கனவே பரமநாயகம் போட்ட போடில் நிலை குலைந்து போயிருந்தார் சந்திரசேகர். கொஞ்ச நாட்களாகவே வெகுவாய் பலவீனப்பட்டுப் போயிருந்த அவரது இதயம், அதற்கு மேல் தாங்காது என்கிற நிலைக்குத் தள்ளப்பட்டிருந்தது. வாழ்க்கையை எத்தனை சுலபமாய் கையாள்கிறார் தனது சம்பந்தி என்று பரமநாயகத்தை நினைத்த போது, தான் அத்தனை காலம் வீணாக்கி விட்டோமோ என்று அவருக்கு ஆதங்கமாய் இருந்தது. எதற்காகத் தன்னையறியாமல்

தலையில் கல்லைச் சுமந்து கொண்டு நின்றோம் என்று யோசிக்க ஆரம்பித்தார். தலை பாரம் இறங்கி மண் பாரம்தான் இப்போது பெரிதாய்த் தோன்றியது.

தன் கணவர் இப்படிச் சட்டென்று மாறுவார் என்று பாலாமணி கனவிலும் நினைக்கவில்லை. எல்லாம் அந்தப் பரமநாயகம் என்கிற பரமார்த்த குரு வீட்டில் காலடி எடுத்து வைத்த வேளை. அதிர்ஷ்டமான மனிதர். அதிரடியான மனுஷனும் கூட. அந்தக் குடும்பத்தோடு சம்பந்தம் வைத்துக் கொள்ள வேண்டும் என்பது கடவுளின் கிருபை போலும்! இல்லையென்றால் ஆர்த்தியைப் பெண் பார்க்க வந்த அன்றே தன் சகோதரியைப் போல் பத்மாவதி அப்படி அருகில் தன்னை அறியாமல் நெருங்கிப் போய் உட்கார்ந்து கொண்டு உறவாடத் தோன்றுமா? ஒருவருக்கொருவர் கையைப் பிடித்துக் கொண்டு அளவளாவத் தோன்றுமா? பரஸ்பரம் கண்ணீர் சிந்திப் பிரியத் தோன்றுமா? காட்சிகள் விரிந்தன அவர் கண் முன்னால்.

அந்த நந்நாளும் வந்தது. ஆர்த்தி, அபிலாஷின் திருமண தினத்தன்று உறவுகள் மொத்தமும் கூடி நின்றன. விருந்தினர்கள் சரம் சரமாய் வந்து இறங்கிக் கொண்டிருந்தனர். பாலகுமாரும், மஞ்சுளாவும் அவர்கள் புதிதாய் வாங்கிய ஏழரை லட்சம் காரில் வந்து இறங்கியபோது, பரமநாயகம் ஓடிப் போய் அவர்களை வரவேற்றார். கூடவே விரைந்து சென்று அவர்களைப் பார்க்க ஆவலாய் நின்றார் சந்திரசேகர்.

அடுத்த விநாடி தாமோதரனும், நளினியும் டாக்சியில் வந்து நிதானமாய் இறங்கியபோது, ஓடிப் போய் ஆவியைச் சேர்த்துக் கட்டிக் கொண்டார் சந்திரசேகர். சுற்றிய கைகளை விடவேயில்லை. அப்பா... என்னப்பா... என்னப்பா... இது? அழாதீங்க... அழாதீங்கப்பா... அதான் வந்துட்டேன்ல... - கட்டித் தழுவிய தந்தையை விலக்காமல் குரல் தழு தழுக்க வார்த்தைகள் தடுமாறச்

எதிர்காற்று | 221

சொன்னான் தாமோதரன். மாமா, என்னை ஆசீர்வதிங்க மாமா... என்றவாறே காலில் விழுந்தாள் நளினி.

தோளைப் பிடித்துத் தூக்கி, ஆதரவாய் அணைத்து, உன்னை இத்தனை காலம் தனியாத் தவிக்க விட்டுட் டேனேம்மா... என்று தழு தழுத்தார் சந்திரசேகர். பரவியிருந்த உணர்ச்சிகரமான காட்சிகளின் நடுவே தன் கண்களையே தன்னால் நம்ப முடியாமல், கண்ணீர் உருண்டோடுவதையும் அறியாமல் நெக்குருக செய்வதறியாது நின்று கொண்டிருந்தாள் பாலாமணி. சுதாகரனும், சுசீலாவும் பம்பரமாய்ச் சுற்றி கல்யாண வேலைகளைப் பார்த்துக் கொண்டிருக்க, தற்செயலாய்த் திரும்பிய வேளையில் தாமு அண்ணாவையும், நளினி அண்ணியையும் பார்த்த வேகத்தில், அண்ணா, அண்ணீ என்று அத்தனையையும் அப்படியே போட்டு விட்டு அவர்களை நோக்கி ஓடி வந்தார்கள் இருவரும்.இந்த ஒற்றுமை குன்றி எத்தனை காலம் ஓடி விட்டது என்று வேதனையாய் இருந்தது சந்திரசேகருக்கு. பொன்னான, சுபயோக, சுபவேளையில் ஆர்த்தியின் கழுத்தில் அபிஷேக் தாலி கட்டிய நிமிடம் , மேலேயிருந்து பூமாரி பொழிந்தது. எல்லோரின் மனம் நிறைந்த ஆசீர்வாதத் தோடு, ஒவ்வொருவராய் நமஸ்கரித்து எழுந்தனர் புதுமணத் தம்பதிகள்.

என் குடும்பத்தைச் விளங்க வைத்த குல விளக்கு இவதான் என்று ஆர்த்தியை அள்ளி எடுத்து ஆசீர்வதித்து, பெருமையோடு எல்லோரையும் பார்த்து சத்தமாயும், சந்தோஷமாயும் வாய்விட்டுச் சொல்லிக் கொண்டார் சந்திரசேகர். அவரின் வார்த்தைகளை ஆமோதிப்பதுபோல் அனைவரும் கையொலி எழுப்பி தங்கள் மகிழ்ச்சியைப் பெருத்த கரகோஷத்தோடு பறிமாறிக்கொண்டார்கள்.

உங்க மருமகள்கள் ரெண்டு பேரும் உங்களோட இன்னைக்கு சேர்ந்துட்டாங்க... அது உங்க பெண்ணால தான் உங்களுக்கு சாத்தியமாச்சு... ஆர்த்தி, சுசிலா,

நளினி... மூன்றுநதிகளும் சங்கமிச்ச திரிவேணி சங்கமம் இது...கங்கா...யமுனா...சரஸ்வதி போல...நானும் ஒரு முக்கிய காரணம்ங்கிறதை மறந்திடாதீங்க சம்பந்தி... என்றார் அபிஷேக்கின் அப்பா பரமநாயகம். அவர் கூறியதைக் கேட்டு நிச்சயமா... நிச்சயமா...! என்று பல குரல்கள் ஒரு சேர எழும்ப, எல்லோரும் கலகலவென்று சிரித்துக் களிக்க, சந்தோஷ சாகரத்தில் அந்தக் கல்யாண மண்டபமே அதிர்ந்து குலுங்கியது. ●

"நதி எங்கே போகிறது...?"

வீட்டிற்குள் நுழையும்போதே போர்க்களம் போல் ஒரு காட்சி அங்கே உருவெடுத்திருப்பதாய் உணர்ந்தாள் காயத்ரி. காலையில் எந்தப் பிரச்னையிலிருந்து தப்பித்து சீக்கிரமாய்க் கிளம்பி அவள் தன்னை விடுவித்துக் கொண்டாளோ அதே பிரச்னை மீண்டும் இப்போது கிளம்பி வியாபித்துக் கிடப்பதாய் அறிந்தபோது ஏன் இத்தனை சீக்கிரம் வீட்டிற்கு வந்தோம் என்றிருந்தது.

மேடம், டிரைவர்கள் டிரான்ஸ்ஃபர் சீனியாரிட்டி ஸ்டேட்மென்ட் எடுத்திட்டு வர்றீங்களா...? ஃபோனில் அலுவலர் இப்படிக் கேட்டபோது மணியைப் பார்த்தாள். சரியாக ஐந்து நாற்பத்தைந்து. ஹாலில் ஒரு காக்காய் குஞ்சு இல்லை. எல்லோரும் பையைத் தூக்கிக் கொண்டு கிளம்பியிருந்தார்கள். ஜன்னல் வழியே நோக்கினாள். வேகமாய்ப் போய்க் கொண்டிருந்தார்கள். எங்கே திரும்பவும் கூப்பிட்டு விடுவார்களோ என்று விரைந்து நடப்பதாய்த் தோன்றியது.

நேர் எதிரே மேலாளரின் இருக்கை. அவர் இன்று விடுப்பு. அபூர்வமாய்த்தான் லீவு போடுவார். தவிர்க்க முடியாத வேலை என்றால்தான். முதல்நாளே சொல்லி விட்டுத்தான் போயிருந்தார்.

224 | உஷாதீபன்

அப்டி அவசரமா டிரைவர் ஃபைலைக் கேட்டார்னா, உடனே எனக்கு ஒரு ஃபோன் அடியுங்க... நான் பேசிக் கிறேன் பாஸ்கிட்ட....

அந்த யோசனைதான் உடன் உதித்தது காயத்ரிக்கு. அதனால்தான் தப்பித்தாள். இவள் அவருக்கு செய்தி சொல்ல, அவர் உடன் அலுவலருடன் பேசிவிட, காரியம் முடிந்தது.

கோப்பை எடுத்துக் கொண்டு தயாராய் நுழைவது போல் இவள் உள்ளே போக, இல்லம்மா, மானேஜர்ட்டப் பேசிட்டேன்... நாளைக்குப் பார்த்துக்கலாம்... நீங்க கிளம்புங்க... நாளைக்கு நீங்க ஒண்ணும் லீவில்லையே... லீவு கீவு போட்டுறாதீங்க... ஃபைனலைஸ் பண்ணி ஆர்டர்களை டெஸ்பாட்ச் பண்ணியாகணும்... என்றார்.

அப்பாடா... விடுங்க ஆளை... என்று ஓடியே வந்து விட்டாள். இன்னும் ஒரு நிமிடம் அங்கிருந்தால் வேறு ஏதாவது முளைத்துவிடக் கூடும் என்றிருந்தது.

நாளை லீவு போடக் கூடாது. போட்டால், தான் இல்லாதபோதே டிரைவர்கள் மாறுதல் இறுதி செய்யப் பட்டு விடும். அந்த தினகரன் டிரைவருக்கு உள்ளூரிலேயே வாங்கிக் கொடுத்துவிட வேண்டும். மனைவி ஊன முற்றவள். அப்படியான ஒரு பெண்ணைப் பாதுகாப்பதற் காக மனமுவந்து திருமணம் செய்து கொண்டிருக்கிறான். எத்தனை நல்ல மனசு அவனுக்கு. இதைச் சொல்லியே அவனுக்கு வெளியூர் போடுவதைத் தவிர்த்து விட வேண்டும். தான் எப்படியும் முடித்துக் கொடுத்துவிடுவேன் என்கிற நம்பிக்கையில் அவன் வருவதேயில்லை. ஃபோனில் கேட்டுக் கொள்வதோடு சரி. அவன் சார்ந்த சங்கப் பணியாளர்கள் கூட வந்து ஆளாளுக்கு எனக்கு இங்கே, உனக்கு அங்கே என்று வேண்டிக் கேட்டுக் கொண்டு போய் விட்டார்கள். அவர்களில் யாரும் இவ னுக்குப் பரிந்துரை செய்யவில்லை. தங்களில் ஒருவன் இப்படியானவன் என்று அவர்களுக்குத் தெரியாதா

என்ன? அவனுக்காக அவர்கள் யாரேனும் விட்டுக் கொடுக்கக் கூடாதா? அப்படி எவரும் தயாரில்லையென்றே தோன்றியது. அதுவே தினகரனுக்கான நன்மையைச் செய்து முடிக்க வேண்டும் என்று தீர்மானிக்க வைத்தது.

பொதுவாக ஆறு மணிக்கு மேல் பெண் பணியாளர் களை இருக்க வைப்பதில்லைதான். எப்பொழுதாவது இம்மாதிரி இக்கட்டு வந்து விடக் கூடும். அன்று மட்டும் அட்ஜஸ்ட் பண்ணிக் கொள்ள வேண்டி வரும்.

நீங்க இருங்கம்மா... நான் வண்டில கொண்டு விடச் சொல்றேன்... என்று ஜீப் கிடைத்து விடும் அன்றைக் கெல்லாம். ஓரொரு சமயம் அவரும் கிளம்புவார். இவள் வீடு இருக்கும் ஹவுசிங் யூனிட் கழித்து சில கி.மீ. தூரத்தில் அவர் தங்கியிருக்கும் அறை. சாலை பிரியும் இடத்தில் வண்டியைத் திருப்புய்யா... அவங்க வீட்டுக்குப் போ... என்பார்.

வேண்டாம் சார்... நான் இங்கயே இறங்கிக்கிறேன்... என்று தெரு நுனியில் இறங்கி விடுவாள். வழி சற்றே இருட்டான பகுதி. ஒரு சிறு கற்பாலம் வேறு குறுக்கிடும். அங்கே நாலைந்து பேர் வழக்கமாய் உட்கார்ந்து அரட்டை அடித்துக் கொண்டிருப்பார்கள். அவர்களைக் கடந்துதான் போயாக வேண்டும். அவர்களின் பார்வை முழுவதுமாய் இவள் மீது படிந்திருப்பதை உணர்ந்திருக் கிறாள் காயத்ரி. ஆனால் ஒன்று. ஒரு நாள் கூட அவர்கள் கேலி செய்தோ, வேண்டாததைப் பேசியோ இவளை வழி மறித்ததில்லை. அதுவே இவளுக்கு அவர்கள் மேல் ஒரு பாதுகாப்பான நம்பிக்கையை ஏற் படுத்தியிருந்தது. எதற்காக அவர்களைப்பற்றி வீணாகத் தவறாய் நினைக்க வேண்டும்? என்று இவள் தன்னைத் தானே கேட்டுக் கொள்வாள்.

சமூகத்தில் ஆண்கள் பெரும்பாலும் தவறானவர்களாக இருப்பதில்லை என்பது இவள் கண்ணோட்டம். அவர்களிடம் ஃப்ரீயாகப் பேசிவிட்டால், பிறகு இறங்கி

வந்து விடுவார்கள். முந்திக் கொண்டு உதவி செய்து விடுகிறார்கள். அங்கே ஒரு சகோதர உணர்வுதான் வியாபிக்கிறது. எல்லாம் நாம் பார்க்கும் பார்வையைப் பொறுத்ததுதானே...!

இன்றும் அவளுக்கு ஜீப் கிடைத்திருந்தது. அது ஓட்டுநர் ராசய்யா மூலமாக.

நீங்க வழக்கமாப் போற 21பி பஸ் போயிடுச்சேம்மா... அடுத்து உங்களுக்கு இப்போதைக்கு வண்டி வராதே... என்றவர் அவரே அலுவலரிடம் சொல்லிவிட்டு வண்டியை எடுத்து விட்டார். வீட்டு வாசலில் இறக்கி விட்டார். ஆனால் உள்ளே இப்படி ஒரு போர்க்களம் உருவாகியிருக்கும் என்று அவள் எதிர்பார்க்கவில்லை. வரும் வழியில் இருக்கும் முருகன் கோயிலுக்குள் நுழைந்து மீண்டிருக்கலாம். ஒரு அரை மணி கழிந் திருக்கும். மனசு சரியில்லாதபோது அவள் போகும் இடம் அது. ஒரு தியான மண்டபம் உண்டு அங்கே. அதில் இவளுக்கென்று ஒரு இடம் தேர்ந்தெடுத்து வைத்திருக்கிறாள். அந்த இடத்தை யாரும் தேர்வு செய்வ தில்லை. அதன் அருமை இவள் அறிவாள். அங்கிருந்து விதானத்தில் இருக்கும் கோபுரக் கலசம் தெரியும். இருளிலும் அதன் ஜொலிப்பு இவளைச் சிலிர்க்க வைக்கும். வாழ்க்கையைப் புதுப்பித்துக் கொள் என்று சொல்லாமல் சொல்லும். அதை வணங்கி நிமிரும்போது ஒரு புதிய உணர்ச்சி கிளர்ந்திருப்பதை உணருவாள். ஏனோ இன்று அது மனதில் தோன்றவில்லை. அன்றாட நிகழ்வுகளின் சிறு சிறு சம்பவங்கள் கூட எண்ணங்களைப் புரட்டிப் போட்டு விடுகிறது.

உள்ளே அடியெடுத்து வைத்தாள் காயத்ரி. பேச்சு அடங்கியது. என்ன பேசியிருப்பார்கள் என்பதை ஓரளவு ஊகிக்க முடிந்தது. சமீபமாய்த்தான் இந்தப் பேச்சு ஆரம்பித்திருக்கிறது. அதை ஆரம்பித்து வைத்தவனும் அவள் மாமனார் வைத்தியநாதனின் மூன்றாவது கடைசிப் பிள்ளை நாகராஜன்தான்..

இளைஞன். இப்போதுதான் வேலைக்குப் போயிருக்கிறான். பி.இ. யில் கொஞ்சம் நிலை தடுமாறி ஏழெட்டுப் பேப்பர்கள் அரியர்ஸ் வைத்துவிட்டான். எல்லோருக்கும் பதின்பருவத்தில் எங்கேயாவது ஒரு பிரேக் வரும். ஒன்று அது பள்ளிப் பருவத்திலேயே வந்து விடும். அல்லது கல்லூரிப் பருவத்தில் கரை கடக்கும். இவனுக்கு இரண்டாவதாய் வாய்த்தது.

கல்லூரி ஹாஸ்டல் வேண்டாம் என்று தனியே அறை பார்த்து வைத்தார் வைத்தியநாதன்.. நன்றாகத்தான் படித்தான். படிக்கிற பையன்தான். எனவே நம்பிக்கையாய் இருந்தார். ஒன்றிரண்டு தவறுமோ என்று தோன்றிக் கொண்டேயிருந்தது. அட்டை டு அட்டை படிக்கும் புத்திசாலி அவன். எதையும் தேர்வுக் கண்ணோட்டத்தோடு படிக்காமல் அறிவுக் கண்ணோட்டத்துடன் நோக்கும் தன்மை. அதுவே அவனுக்கு வினையாய்ப் போனது. அதனால் அடுத்த ஒரு ஆண்டு வீணானது. ஆனால் ஒன்று. ஒரே அட்டெம்ப்ட்டில் அத்தனையையும் படித்துத் தூக்கி எறிந்தான். இதெல்லாம் எனக்குக் கொசுறு என்பதுபோல. இதை முதலிலேயே சற்று கவனமாய்ச் செய்திருக்கக் கூடாதா என்றிருந்தது இவருக்கு. அதுதான் கெட்ட நேரம் என்று நினைத்துக் கொண்டார். அவனே வேலை தேடிக் கொண்டான். தன்பாட்டைத் தானே பார்த்துக் கொள்ளவேண்டும் என்ற கொள்கை உடையவன். பைசா கேட்கவில்லை தந்தையிடம். இன்று அவன் மாதம் நாற்பதாயிரத்துக்குச் சொந்தக்காரன்.

தப்புதாம்ப்பா... காலம் கடந்து போச்சு... இப்போ என்ன பண்ணச் சொல்ற...?

உங்க அண்ணிக்கும் வயசாகிட்டே போகுது... அவளுக்கு ஒரு மறு எப்பப் பண்றது? நினைச்சா மலைப்பா இருக்கேப்பா எனக்கு? எனக்கோ தள்ளாமை வந்திடுச்சி...

இதை வைத்தியநாதன் சொல்லிக் கொண்டிருந்த போதுதான் காயத்ரி உள்ளே நுழைந்தாள். அதற்குள் வந்து விட்டானா இவனும்? வந்ததும் வராததுமாக இதென்ன பிரச்னை? அப்படித் தாளாத ஆர்வமிருந்தால் அதற்கு ஒரு நேரமில்லையா? சாவகாசமாகக் கூடப் பேசலாமே? வயதான அப்பாவைப் போட்டு ஏன் நேரங் கெட்ட நேரத்தில் படுத்த வேண்டும்? கொஞ்ச நாட் களாகவே இந்த விஷயத்தை வீட்டில் கிளப்பிக் கொண்டிருப்பவன் நாகுதான். கூடத்திற்குள் நுழைந்த அவள் நிமிர்ந்து அவனை ஒரு பார்வை பார்த்தாள். அந்தப் பார்வையின் உஷ்ணம் தாங்க மாட்டாமல் தலை குனிந்து தன் அறையை நோக்கி நழுவினான் நாகராஜன்.

2

வைத்தியநாதனின் குடும்பத்தைப்பற்றிச் சொல்லி விடலாம் இங்கே. அவர் ஒரு ஓய்வு பெற்ற அரசு ஊழியர். பென்ஷன்தான் அவரை இன்றும் காப்பாற்றி வருகிறது. யார் கையையும் எதிர்பார்க்காமல் தைரியமாய் நடமாட வைத்து, அவர் ஆரோக்கியத்தைப் பாது காக்கிறது. எஸ்.எஸ்.எல்.சி. வரை படித்து, சர்வீஸ் கமிஷன் எழுதி வேலையைப் பிடித்தவர். முதல் மனைவி பாக்கியத்தம்மாள்.இப்போது இல்லை. வேலைக்குப் போகாத பெண்தான் வேண்டும் என்ற ஒரே எண்ணத்தில் எட்டாங்கிளாஸ் படித்த பாக்கியத்தைக் கட்டிக் கொண்டவர் வைத்தி. புருஷனே தெய்வம். அவன் சொல்லே வேதம். பொருளாதார ரீதியில் ஏராளமான கஷ்டங்களை அனுபவித்தவர் வைத்தியநாதன். தன்னைப் போலவே கிளார்க்காக இருக்கும் ஒரு பெண்ணைக் கட்டியிருக்கலாம்தான். அலுவலகத்தில் உடன் வேலை பார்க்கும் நண்பர்கள் எல்லாம் சேர்ந்து ஒரு பெண்ணை அப்படித் தயார் பண்ணினார்கள்தான். அந்தப் பெண்ணும் இவரை ஓ.கே. சொல்லியிருந்ததுதான்.

அலுவலகக் கண்காணிப்பாளர் கரும்பு மணி என்று ஒருவர் இருந்தார். பெயருக்கேற்றாற்போல் கரும்பாகப் பேசுபவர். அவர்தான் இவரிடம் அந்த ரகசியத்தைச் சொன்னார். இவருக்கு அப்போது கல்யாணத்தைப் பற்றிய நினைவுகளெல்லாம் இல்லை. இருந்திருந்தால் தாலியைக் கட்ட வைத்து சென்னையிலேயே குடி வைத்திருப்பார்கள். மாறுதலில் சொந்த ஊரான திருச்சி வந்தபிறகுதான் நினைத்துப் பார்த்தார் அதை. அதற்குள் முடிவாகிவிட்டது இது. பிறகு என்னத்தை மறுக்க...? ஆனால் அத்தனை அல்பாயுசாய் பாக்கியம் விடை பெற்றிருக்க வேண்டாம். ஒரு பையனைப் பெற்றுப்போட்டு இவரிடம் ஒப்படைத்துவிட்டு கண்ணை மூடிக் கொண்டாள். ஒற்றை மரமாய் நின்றார் இவர். கையில் குழந்தை. வயதான தாய் தந்தையர். நிலை தடுமாறினார். மறு கல்யாணம் ஒன்றுதான் இதற்குத் தீர்வு என்றார்கள் பெற்றோர். அந்த நேரம் அந்த சென்னைப் பெண் நினைப்பு வந்தது இவருக்கு.

கரும்பு மணியிடம் தொடர்பு கொண்டு கொக்கியைப் போட்டார். மாட்டிக் கொண்டது மீன். அதுநாள் வரையில் கல்யாணம் ஆகாமல் இருந்தது இவரது அதிர்ஷ்டம். மீனாட்சி, எந்த ஜென்மத்துப் பந்தம் இது, இப்படி எனக்காகவே காத்திருந்திருக்கியே? என்று புல்லரித்துப் போனார். அவர் நெகிழ்ந்தது அவரை மணம் புரிந்து கொள்ள அவள் சம்மதித்ததை நினைத்து. கோயிலில் வைத்துத்தான் திருமணம் நடந்தது. ஒரே ஒரு முக்கிய மாற்றம். அவளின் வேலை போயிருந்தது

ஏற்கனவேயே அப்போது. தற்காலிகமாய்த்தான் வேலை பார்த்துக் கொண்டிருந்தாள் என்பது இவருக்கும் தெரியும்தான். பிறகு ஒரு கட்டத்தில் ஒரு மொத்தக் கூட்டத்தையே வீட்டுக்கு அனுப்பி விட்டார்கள். துறையின் திட்டங்கள் பலவும் முடிவு பெற்றிருந்தன. அந்தக் கூட்டத்தில் இவளும் ஒருத்தி. ஒரு வேளை அதுவே தன்னை ஏற்றுக் கொள்வதற்கு உகந்த காரணமானதோ என்றும்தான் தோன்றியது இவருக்கு.

மனித மனது எல்லாவற்றையும்தானே நினைத்துப் பார்க்கிறது. பிறகு என்னென்னவோ முயற்சிகள் செய்துதான் பார்த்தார். மீனாட்சிக்கு வேறு வேலை எதுவும் அமையவில்லை. குழந்தைகள் வேறு பிறந்து விட்டது. மூத்தாளின் மகன் பரமேஸ்வரன். இவர்களுக்குப் பிறந்தது நாராயணனும், நாகராஜனும், கடைசிப் பெண் சுமதியும். ஒற்றை வருவாயில் மூன்று குழந்தைகள். ஏற்கனவே ஒன்று. வைத்தி செய்த பெரிய தவறு இது ஒன்றுதான். இருந்த ஒரே சந்தோஷம் அதுதான் அவருக்கு. அதை அனுபவிக்கக் கூட யாரிடம் பெர் மிஷன் கேட்க வேண்டும் அவர்? ஆனாலும் பின்னால் அனுபவிக்கப் போவது அவர்தானே? அதையும் சேர்த்துத்தானே அவர் யோசித்திருக்க வேண்டும். யோசிக்கவில்லை. கண்ணை மறைத்துவிட்டது காமம்.

மூத்தாள் பாக்கியத்தின் பிள்ளை பரமேஸ்வரனுக்குப் படிப்பு வரவில்லை. ஒரு மருந்துக் கடையில் வேலை பார்த்தான். நான்கு வருடங்கள் நன்றாகப் பழகினான். வியாபாரத்தின் நுணுக்கங்களைப் புரிந்து கொண்டான். சில்லரை வியாபாரத்தை விட மொத்தக் கொள்முதல், மொத்த விற்பனை நல்ல லாபத்தைக் கொடுத்தது. வைத்திதான் அவனை எப்படியாவது ஒன்றில் ஸ்திரப்படுத்த வேண்டுமே என்று கடனை உடனை வாங்கி, ஏற்பாடு செய்தார். தனக்குத் தராவிட்டாலும் பரவாயில்லை அவன் நின்று நிலைத்தால் போதுமென்பது அவரது எண்ணமாய் இருந்தது. அந்த உறையூர்ப் பகுதிக்கே அவன்தான் மருந்துகளை சப்ளை செய்தான். அவனை விட்டால் வேறு ஆள் இல்லை என்ற நிலை வந்தது. அப்போதுதான் அவனுக்கு அந்தப் பியூன் வேலை கிடைத்தது. எம்ப்ளாய்மென்ட் மூலம் இன்டர்வியூ போய், உள்ளூர் கான்ட்ராக்டர் ஒருவர் சிபாரிசில் நுழைந்து விட்டான். அரசாங்க வேலை கையில். மொத்த விற்பனையிலும் ஓரளவுக்கு லாபம். இனிக் கவலையில்லை என்ற கட்டத்தில் திருமணத்தைப் பண்ணி வைத்தார் வைத்தி.

காயத்ரி அவனை வந்தடைந்தாள். வரும்போது வேலையில்லாதவளாய்த்தான் இருந்தாள். ஆனால் கருணை அடிப்படையில் ஒரு வேலையை அவள் அடைய வேண்டும் என்று இருக்கும்போது யார் தடுக்க முடியும்? கொள் முதல் முடித்து நடு ராத்திரிக்கு மேல் வேனில் விழுப்புரம் தாண்டும் பொழுது நிகழ்ந்த கோர விபத்தில் பரமேஸ்வரன் ஆயுள் பிரிந்தது தாங்க முடியாத சோகம். ஒடிந்து போனார் வைத்தியநாதன். மீனாட்சிதான் அவரைத் தேற்றி நிமிர வைத்தது. ஒற்றைச் சம்பளத்தில் கடனும் உடனுமாக அல்லாடிக் கொண்டிருந்த குடும்பம், அதுநாள்வரை பரமேஸ்வரனின் வருவாயில் மிக மெல்லத் தெளிந்து வரும் நிலையில், மீண்டும் கடவுளின் சோதனை. வாழ்க்கையில் கஷ்டப் படுபவர்களையேதான் கடவுள் மீண்டும் மீண்டும் சோதிக்கிறார். அப்படியும் அவன் தன்னை மறக்காமல் இருக்கிறானா என்று பார்ப்பதில் அவருக்கு சந்தோஷம்.

ஸ்டாக் இருப்புகளை விற்று விட்டு, சென்னை கொள்முதல் கடனை அடைத்து, நிமிர்வதற்கென்றே பொழுது சரியாய்ப் போனது அவருக்கு. நல்லவேளை, கருணை அடிப்படையில் காயத்ரிக்கு அந்த வேலை கிடைத்தது. அதுவும் உள்ளூரிலேயே. காலம் ஓடிப் போய்விட்டதுதான். குடும்பம் கிடந்த கிடப்பு, இரண்டு பையன்கள். ஒரு பெண்ணின் படிப்பு என்று கவனமாய் இருந்தே எல்லாமும் கடந்து விட்டது. தனக்கு ஒரு மகள் இந்த நிலையிலிருந்தால், இப்படி சும்மா இருந்திருப்போமா என்று இப்பொழுதெல்லாம் மனது உறுத்த ஆரம்பித் திருந்தது வைத்திக்கு. காயத்ரியையும் மகளாய் நினைத் தோமே தவிர அவள் வாழ்க்கையைப்பற்றிச் சிந்தித் தோமா? கருகிப் போன அவள் இளமையான காலத்தை, அது கடக்கும் முன்பேயே மீண்டும் மலரச் செய்திருக்க வேண்டாமா?

இன்னும் என்னத்த அவளுக்குக் கல்யாணம் பண்றது? எவனாவது நாற்பது தாண்டினவன்தான் வருவான்.

வயசான அந்த இன்னொருத்தன விதியேன்னு பாது காக்குறதுக்குப் பதிலா நம்மளக் கவனிச்சிட்டுப் போறா... அவனோட சேர்ந்து என்ன உடல் சுகத்தை அனுபவிக்க முடியும்? இத்தனை வயசுக்கு மேலே குழந்தை பெத்து, வளர்த்து, சாத்தியமா? இளமைக்காலம்தான் கடந்து போச்சே? இப்டியே இருந்திட வேண்டிதானே? நாம என்ன அவளை வீட்டை விட்டா விரட்டிடப் போறோம் என்றாள் மீனாட்சி.

வீட்டை விட்டு விரட்டினா நமக்குதான் நஷ்டம். அவளுக்கு இல்லை. வேலையிருக்கு. சம்பளமிருக்கு... எங்கயாவது ஒரு பெண்கள் ஹாஸ்டல்ல போய் இருந்திட்டுப் போறா... இப்போ இருக்கிறதைவிட நல்ல சுதந்திரமா, சந்தோஷமாத்தான் இருப்பா... ஊரு நம்மத்தான் பழி சொல்லும்... .

அவ என்ன எனக்குக் மறு கல்யாணம் பண்ணி வைங்கன்னு கேட்டாளா? நாமளா ஏன் போட்டு உழட்டிக்கணும் இந்த விஷயத்தை? விட்டுத் தள்ளுங்க... என்றாள் மீனாட்சி.

ஆனாலும் வைத்தியநாதனின் மனசாட்சி போட்டு அவரை அறுத்தது. தனக்கு இரண்டு பிள்ளைகள், ஒரு பெண். அவர்களின் வாழ்க்கை சுகமாய் அமைய வேண்டாமா? தானும் ஒரு பெண் வைத்திருக்கிறோமே, அது பூரண செல்வங்களோடு வாழ வேண்டாமா? இந்தப் பாவம் அதைப் பழி வாங்கி விட்டால்? முற்பகல் செய்யின் பிற்பகல் விளையுமே...? என்னென்னவோ நினைத்துப் பயந்துகொண்டுதான் இருந்தார். இப்போது அதற்குத்தகுந்தாற்போல் நிற்கிறான் மகன். பெரியவன் நாராயணன் தானுண்டு, தன் வாழ்க்கையுண்டு என்று மனைவி லட்சுமி மற்றும் ஒரு குழந்தையோடு சென்னைக்கு சென்று சுகமாய் செட்டிலாகிவிட்டான். இப்போது இளையவனுக்குத்தான் எல்லாப் பொறுப்பும் வந்திருக்கிறது. அது, தான் சிந்தித்துக் குழம்பும்

நோக்கிலேயே இருக்கிறது. அதுவே வினை. வினை விதைத்தவன் வினையைத்தானே அறுத்தாக வேண்டும்?

நாகு அவ்வப்போது வாயைத் திறக்கிறான். சமீபமாக இவ்விஷயத்தில் சண்டை வர ஆரம்பித்திருந்தது வீட்டில்.

நாகு, இங்கே வா... அறைக்குள் இருந்து அழைத்தாள் காயத்ரி.

இதோ வந்துட்டேன் அண்ணி... என்றவாறே அப்பாவை ஓரக்கண்ணால் பார்த்துக் கொண்டு நகர்ந்தான் நாகராஜன். வைத்தியநாதன் தொலைக்காட்சியில் கவனம் பதித்தார். தினமும் ரெண்டு மூன்று விபத்துக்களாவது செய்தியாய் வருவதை உணர்ந்தார். மனதுக்கு ரொம்பவும் வருத்தமாய் இருந்தது. எந்த இடத்தில் பரமேஸ்வரனின் வேன் கவிழ்ந்ததோ அதே இடத்தில் திரும்பத் திரும்ப விபத்து நேர்ந்ததாகச் செய்தி வருவதை இதுவரை பல முறை பார்த்து விட்டார். அது ஏன் அப்படி நிகழ்கிறது என்று யாரும் கவனிப்பாரில்லை. அந்தச் சாலையின் அமைப்பை மாற்ற வேண்டும், அகலப்படுத்த வேண்டும், இல்லையெனில் போலீஸ் பீட் வைக்க வேண்டும், அதுவுமில்லையெனில் சரி பாதி வண்டிகளை வேறு மார்க்கத்தில் திருப்பிவிட வேண்டும் என்பதாக எந்த வழியிலும் யாரும் யோசிப்பதாய்த் தெரியவில்லை.

போதாக் குறைக்கு நடு ராத்திரிக்கு மேல் அங்கு ஒரு பேய் வழிமறிப்பதாய் வேறு டி.வி.யில் சிறப்பு நிகழ்ச்சி நடத்தினார்கள். தைரியமாய் அந்த இடத்தில் போய் நின்று, ஒரு குறிப்பிட்ட நேரத்தில் ஒரு வெள்ளைப் புகை படிந்த உருவம் வருவதைக் கண்ணுற்று, இருந்த தைரியத்தையெல்லாம் கைவிட்டு அலறியடித்து ஓடிய ஒரு போலீஸை வேறு காட்டினார்கள். பேட்டி கொடுக்கையிலேயே நடுங்கினார் அவர்.

அதுக்குப் பிறகு ஒரு வாரம் தொடர்ந்து சரியான ஜூரம் சார் எனக்கு. வீட்டை விட்டு ஓடி வந்த பொம்பளை ஒருத்தி அந்த எடத்துல முடியாம உட்கார்ந் திருந்தபோது, ஏதோ வண்டி வந்து அடிச்சிருச்சாம்... ஆவி அந்தப் பாலத்துக்கடியில அலையுதுங்கிறாங்க... இதுவரைக்கும் பத்திருபது ஆக்ஸிடென்ட் நடந்திருக்கு சார் அங்கே... ஒத்த வண்டியா எது கடக்குதோ அத அடிச்சிருமாம். அதுலயும் உள்ளாற பொம்பளைங்க இருந்தா விபத்து நிச்சயம்தானாம்...

அந்தப் போலீஸ்காரரின் பேட்டி வேறு. தொடர்ந்து நிகழ்ந்து கொண்டுதானிருக்கிறது. யாரும் எதைப்பற்றியும் கவலை கொள்வதில்லை. அவரவர் பாடு அவரவருக்கு. துர் நிகழ்வை எதிர் கொண்டவர்கள், துக்கத்தைச் சுமந்துகொண்டு போக வேண்டியதுதான் தலைவிதி. ஏன் இப்படி ஆகிப் போனது எல்லாமும்? விரக்தியாய் இருந்தது இவருக்கு.

உள்ளே நாகராஜனும் காயத்ரியும் பேசிக் கொண் டிருப்பது மெலிதாகக் கேட்டது. ஒரே வீட்டிற்குள்ளேயே ஒருவருக்கொருவர் வித்தியாசங்கள் வந்துவிட்டன. தனித் தீவு போல் இயங்க ஆரம்பித்து விட்டார்கள். எல்லோரும் சேர்ந்து அமர்ந்து பேசுவது இல்லாமல், தனித் தனி மாநாடுகள். என்ன காரணம்? எது சரியோ அதைக் காலாகாலத்தில் இருக்கும் பெரியவர்கள் செய்யாததுதான். அதுபற்றிச் சிந்தித்துச் செயல்படாதது தான். அதனால் மூத்தவர்களின் மரியாதை கொஞ்சம் கொஞ்சமாய்த் தேய்கிறது. இளையவர்கள் தனித்துச் செயல்பட ஆரம்பிக்கிறார்கள். தங்களின் செயல் பாடுகளைப் பெரியவர்களோடு கலந்து கொள்வது விடுபடுகிறது. ஆலோசனைகளை எதிர்பார்ப்பதில்லை. இனி அவர்களை எதிர்பார்த்துப் புண்ணியமில்லை என்று முடிவு செய்து விடுகிறார்கள். தனது நிலை இப்போது அதை நோக்கித்தான் போய்க் கொண் டிருக்கிறது. தன் மதிப்பு அந்த வீட்டில் படிப்படியாய்த்

தேய்ந்து கொண்டிருக்கிறதோ என்று தோன்றியது வைத்தியநாதனுக்கு.

வாழ்நாளில் அவர் இதுவரை அப்படி உணர்ந்ததே யில்லை. இப்போதுதான் இந்தமாதிரிச் சிந்தனை களெல்லாம் தன்னிடம் தலையெடுத்திருக்கிறது. பிள்ளைகள் தலையெடுக்கும்போது குடும்பத்திற்கு வேண்டியவைகளையெல்லாம் செய்து முடித்திருந்தால் தான் அந்த மதிப்பு நீடிக்கும். பிறகு நீடிக்காவிட்டாலும் கூடப் பரவாயில்லை. நிறைவாவது மிஞ்சும். கடமைகளை முழுமையாக நிறைவேற்றி விட்டோம் என்கிற திருப்தி. ஆத்ம திருப்தி. இப்போது அது குலைந்து கொண் டிருக்கிறது. உள்ளே நடந்த அவர்களின் பேச்சு வைத்தியநாதனின் சிந்தனைகளைத் திருப்பிப் போட்டது. தொலைக்காட்சியில் மனது செல்லாமல் அதை அணைத்தார். அந்தச் சத்தம் அமுங்கியதும், அவர்களின் சத்தமும் அமுங்கியதுபோல் இருந்தது. தனக்குக் கேட்கக் கூடாது என்று குரலைத் தாழ்த்திக் கொண்டார்களோ?

அது தன் மீது இருக்கும் மரியாதையா? அல்லது அவமதிப்பா? புரியாமல் தவித்தார் வைத்தியநாதன்.

3

எதுக்கு அப்பாவைத் தொந்தரவு செய்றே? காயத்ரி திரும்பவும் அதே கேள்வியை வீசினாள் நாகராஜனைப் பார்த்து.

தொந்தரவு இல்ல அண்ணி. உங்க கல்யாண விஷயமாத்தான்...

அது பெரியவங்களுக்குத் தெரியாதா? நீ என்ன பெரிய மனுஷன் மாதிரி?

தெரியறமாதிரித் தெரியல அண்ணி... அதான் நினைவுபடுத்தினேன். ... இத்தனை காலம் நாங்கள்லாம்

படிச்சு, வேலைக்குப் போறவரைக்கும் இந்தக் குடும்பத் துக்கு உழைச்சிருக்கீங்க... இதென்ன உங்களுக்குத் தலைவிதியா? உங்க காசுலயும்தானே இந்தக் குடும்பம் முன்னேறியிருக்கு... அப்பா ஒரு சம்பளத்துல இத்தனை காரியம் முடியுமா? பெரியண்ணன் வேலைக்குப் போயி, கல்யாணம் முடிச்சு, இப்போ தனியா சென்னைல இருக் காரு... அவர் கூட உங்களமாதிரி இந்தக் குடும்பத்துக்கு உழைக்கலே... காலா காலத்துல கல்யாணம் பண்ணினாத் தான் நாளைக்கு, தான் ஓய்வு பெறுவதற்கு முன்னால பிள்ளைங்களுக்குக் கல்யாணம் பண்ணிக் கொடுத்திட்டு, கடமையை முடிச்சி உட்காரலாம்னு பிளான் பண்ணி தன் காரியத்தைக் கரெக்டாப் பார்த்திட்டாரு... உங் களைப் பத்தி யாராவது நினைச்சாங்களா இந்த வீட்டுல...?

அதப்பத்தி நானில்ல கவலைப்பட்டிருக்கணும்?

உங்களுக்கு மனசுல இருக்கும்... சொல்லத் தயக்கம்...

அதெப்படி உனக்குத் தெரியும்? மத்தவங்க மனசுல இருக்கிறதைக் கண்டுபிடிக்கிற அளவுக்கு நீ என்ன ஞானியா?

அதெல்லாம் எனக்குத் தெரியாது அண்ணி... இந்த வீட்டுக்கு மருமகளா வந்திருக்கிற உங்களை வாழ வைக்கிறது எங்களோட கடமைன்னு எனக்குத் தோணிச்சு... அது மனசை ரொம்ப நாளா உறுத்திக்கிட்டே யிருந்திச்சு... ஏனிப்படின்னு யோசிச்சேன்... அதுக்கு இதுதான் தீர்வுன்னு முடிவுக்கு வந்தேன். அதான் அப்பாட்ட சொன்னேன்...

அப்பாட்ட சொல்றதுக்கு இதுதான் முறையா? என்னவோ அவரை உட்கார்த்தி வச்சுக் கேள்வி கேட்கிறமாதிரி நிக்கிறே?

ஆமா, அவர் நினைச்சிருந்தா முடிஞ்சிருக்கும்ங்கிறது என்னோட எண்ணம். அம்மாவால எதுவும் முடியாது.

அப்பா சொன்னா சரிங்கப் போறாங்க... அதுனால இந்த விஷயத்துல அவர்தான் முடிவெடுக்கணும்...

இந்த பார், இந்த வீட்டுல நான் பார்க்க நீங்களெல்லாம் பெரியவங்களா வளர்ந்தவங்க... உங்க அண்ணா நாராயணனுக்குப் பெண் பார்த்து வச்சதே நான்தான். நான் பார்த்தா அது சரியாத்தான் இருக்கும்னு உங்கப்பா கண்ணை மூடிட்டுச் சம்மதிச்சாரு... என் பேச்சுக்கு மறு பேச்சுப் பேசல்லே... இன்னைக்கு அவன் நல்லபடியா இருக்கான். வாழா வெட்டியா இந்த வீட்டுல இருக்கிற நீ யாரு என் பையனுக்குப் பெண் பார்க்கிறதுன்னு உங்கப்பாவோ, அம்மாவோ சொல்லலை... என்னையும் ஒரு பொண்ணாத்தான் நினைச்சிட்டிருக்காங்க... இந்த வீட்டுக்கு எல்லாருக்கும் மூத்த பொண்ணு நான். என்னை அப்படித்தான் நான் இன்னைவரைக்கும் நினைச்சு உழைச்சிக்கிட்டிருக்கேன். இன்னைக்குத் தேதிக்கு எனக்கு உறவுன்னு சொல்லிக்கிறதுக்கு உங்க எல்லாரையும் தவிர வேறே யாருமில்லை. இந்த உறவுலயும், இந்த வீட்டோட இருக்கிறதுலயும் கிடைக்கிற சந்தோஷத்தைத் தவிர வேறே எதையும் நான் இன்னை வரைக்கும் நினைச்சுப் பார்க்கல்லே... அநாவசியமா அதை நீ கெடுத்துடாதே... நீ படிச்சு முடிச்சு இப்போதான் நல்ல வேலைக்குப் போயிருக்கிறே... மேலே மேலே அதுல முன்னேறுவதற்குரிய வழியப்பாரு... அநாவசியமா இதிலெல்லாம் தலையிட்டு உன் மண்டையைக் குழப்பிக்காதே... அப்டி எனக்குத் தேவைப்பட்டுச்சின்னா நானே உன்கிட்டச் சொல்றேன். நீயே எனக்கு ஒரு மாப்பிள்ளை பார்த்து வையி... போதுமா... இப்போ போய் பேசாம உன் வேலையைப் பாரு... .

சொல்லிக்கொண்டே கையை நீளமாய் நீட்டி போ... போ... என்றாள் காயத்ரி. மேற்கொண்டு ஏதும் பேசத் தோன்றாமல் அண்ணியையே பார்த்தவாறு வியப்பாய் அறையை விட்டு வெளியேறினான் நாகராஜன்.

அன்றொரு நாள் அண்ணி பேசியதற்கும் இப்பொழுது பேசுவதற்கும் ரொம்பவும் வித்தியாசமாய் இருக்கிறதே என்று யோசனை போனது அவனுக்கு. ஏதேனும் காதல் வயப்பட்டிருப்பார்களோ என்று தோன்ற வைத்தது அன்று பேசிய பேச்சு.

இப்பொழுது பேசிய பேச்சு முற்றிலுமாக அதிலிருந்து மாறுபட்டுள்ளதே! ஏன்? அண்ணி யாரையேனும் காதலித்து அவன் ஒதுங்கி விட்டானா? அல்லது அவனுக்கு வேறு எங்கேனும் மணம் முடிந்து விட்டதா? அல்லது அண்ணி தன் காதலைச் சொல்லி அவன் ஏற்றுக் கொள்ள மறுத்து விட்டானா? அப்படி எதுவுமே இல்லையென்றால் இன்று ஏன் இப்படி ஒரேயடியாக விட்டுப் பேச வேண்டும்? வெறுப்பின் நுனியில் நிற்கும் அடையாளமா இது? என்ன நடந்திருக்கும்? அப்பாவோ, அம்மாவோ ஏதேனும் சொல்லி, அது அண்ணியை பாதித்து விட்டதா? எதுவாக இருக்கும்?

யோசித்துக் கொண்டே மாடிக்குப் போனான் நாகராஜன். அப்பா தனக்காக அங்கே உட்கார்ந்திருப்பார் என்று அவன் எதிர்பார்க்கவில்லை.

என்னப்பா? கூப்பிட்டா நானே வந்திருக்க மாட்டனா? இத்தனை படியேறி வரணுமா நீங்க...? என்றவாறே பேன்ட் சட்டையைக் கழற்றி ஹாங்கரில் மாட்டி விட்டு, கைலிக்குள் புகுந்து இடுப்பில் இறுக்கிக் கொண்டு, அப்பாவின் முன்னால் வந்து அமர்ந்தான் நாகராஜன்.

வைத்தியநாதன் ரகசியமாய்ச் சொல்வது போல் சத்தத்தைக் குறைத்துக் கொண்டு அவனிடம் சொன்னார். அதைக் கேட்டு நாகராஜனின் முகம் மலர்ந்தது.

தாராளமாச் செய்யலாமேப்பா... என்றான் அவன் இணக்கமாக.

4

லட்சுமி... லட்சுமி... - கூவிக்கொண்டே அவசரமாய் வீட்டுக்குள் நுழைந்தான் நாராயணன். அவன் அவசரத்தைப் பார்த்து என்னமோ ஏதோவென்று பதறிக்கொண்டே ஹாலுக்கு வந்தாள் லட்சுமி.

ஏங்க இன்னைக்கு இத்தனை லேட்டு? ஏன் பதட்டமா இருக்கீங்க...? அவன் கைகளை ஆதரவாய்ப் பிடித்து சோபாவில் அமர வைத்தாள் லட்சுமி.

விஷயம் தெரியாதா உனக்கு? டி.வி. பார்க்கலையா நீ... ஃப்ளாஷ் ஓடிட்டிருக்கே...

என்ன நியூஸ்? எங்கயாச்சும் குண்டு வெடிச்சிடுச்சா...? செத்துப் போயிட்டாங்களா?

அதில்ல... எங்க பாங்குக்கு ஒரு ஆளு திருட வந்துட்டான் இன்னைக்கு...

அய்யய்யோ... .!

மதியம் ரெண்டு மணிக்கு கலெக்‌ஷன் கேஷை வழக்கம் போல எடுத்திட்டு மானேஜரையும் அழைச்சிக்கிட்டு லாக்கர் பக்கம் போனேன்... அந்த நேரம் பார்த்து ஒருத்தன் கத்தியை நீட்டிட்டான்... .

ஐயையோ... அப்புறம்?

எனக்குக் கை காலெல்லாம் உதறிப்போச்சு... முகமூடி போட்டுட்டிருக்கான்... ஆள் அடையாளம் தெரியல்ல... ஸ்டாஃப் எல்லாரையும் ஒண்ணா வந்து நிக்கச் சொல்லி அப்டியே லாக்கர் பக்கம் போகச் சொன்னான். எங்களோட சேர்ந்து அதுவரைக்கும் மானேஜர்ட்டப் பேசிட்டிருந்த ஒருத்தரும் இதுல மாட்டிக்கிட்டாரு... நாலஞ்சு லேடீஸ் வேறே... அதுலயும் என்ட்டிரிக்கு உட்கார்ந்திருக்கிற அம்மாவுக்கு மயக்கமே வந்திருச்சு...

இன்னொரு மேடம் என்னடான்னா வாமிட் பண்றாங்க... நாங்கள்லாம் எதுவுமே செய்ய முடியாமே அறண்டு போயிட்டோம். என்கைல கேஷ் பாக்ஸ்... .பதினஞ்சு லட்சம் தேறும்... என்னை முன்னால வரச் சொன்னான்... எல்லாரும் அப்டி அப்டியே பதுங்குறாங்க... கைல கேஷை வச்சிட்டிருக்கிற நான் என்ன செய்ய முடியும்? கீழே வச்சிட்டு என்னமாச்சும் செய்யலாம்னா, என்னைக் குத்திட்டுத் தூக்கிட்டு ஓடிட்டான்னா? யார்ட்டயும் கொடுக்கவும் முடியாது... நானா அங்கயும் இங்கயும் கண்ணை ஓடவிட்டிட்டு என்ன செய்யலாம்ங்கிற யோசனைலயே நகர்றேன்... அவனா, உள்ள போ... எல்லாம் உள்ள போ... ங்கிறான்... அத்தனை பேரும் உள்ள நுழைஞ்சாச்சு... அந்த நேரம் பார்த்துத்தான் அது நடந்திச்சு... கிரில் கேட் தரை லைனிங் இருக்குமில்ல... சக்கரம் உருளுறதுக்கு... அதுக்குள்ள காலை விட்டுட்டான் அவன்... லேசாத் தடுமாறிட்டான்... இதுதான் சமயம்னு பாய்ஞ்சார் பாரு அவரு...

யாரு...? யாரு பாய்ஞ்சா... சொல்லுங்க... ,?

அதான் அத்தனை நேரம் மானேஜர்ட்டப் பேசிட்டிருந் தார்னு சொன்னனே... வெளியாள் ஒருத்தர்... அவருதான்... . கட்டி உருண்டுட்டாரு... .. அதுக்குள்ளயும் ரெண்டு மூணு எடத்துல கீச்சி விட்டுட்டான் அவரை... சரியான ரத்தக் காயம்... அதோடதான் அவனை முடியைப் பிடிச்சு உலுக்கி, ஓங்கி ஒரு மித்தி, செவுணியச் சேர்த்து ஒரு அறை... .. செவுத்துல போய் மோதினாம்பாரு... மயங்கிட்டான்... எல்லாரும் சேர்ந்து அந்த மயக்கத் தோடவே அவனைக் கட்டி, ரோட்டுக்குக் கொண்டு வந்து அங்க இருக்கிற லைட்டுக் கம்பத்துல வச்சுக் கட்டிப்பபட்டோம்... ..

பிறகு...?

பிறகென்ன...? போலீஸ் வந்தது... டி.வி., பேப்பர்னு ஆளுக வழக்கம் போல வந்து குமிஞ்சிட்டாங்க... கடவுள்

புண்ணியந்தான்... தப்பிச்சேன் இன்னைக்கு... .இல்லன்னா சஸ்பெண்ட் ஆகியிருப்பேன்...

உங்களை மட்டுமா பண்ணப் போறாங்க... மானேஜரையும் சேர்த்துத்தானே பண்ணுவாங்க...

அது உண்மைதான்... நியாயமா சொல்லப் போனா அவ்வளவு கேஷை கைலயே கவுன்டர்ல வச்சிக்கக் கூடாது. அப்பப்போ லாக்கருக்குப் போயிடணும்... வழக்கமா யாரும் செய்றதில்லை... யாரு வரப்போறாங் கங்கிற தைரியம்தான்... ஆனா இன்னைக்கு வந்திட்டாம் பாரு... இனிமே கேர்ஃபுல்லா இருக்கணும்...

அதுவும் கொஞ்ச நாளைக்கு ஓடும்... அப்புறம் பழைய குருடி கதவத் திறடின்னு ஆரம்பிச்சிடுவாங்க...

வேலை அத்தனை டைட்டு... யாரையும் சொல்லிக் குத்தமில்லே... வரிசைல எப்பவும் இருபது முப்பது பேர் நின்னிட்டேயிருந்தாங்கன்னா, எங்கயிருந்து எழுந்து போறது? எல்லாப் பேங்க்லயும் அப்படித்தான்... இத்தனைக்கும் கேமிரா இருக்கு, சைரன் இருக்கு, வாசல்ல செக்யூரிட்டி வேறே இருக்கான்...

அவனையும் மீறி எப்டி வந்தான்?

அதான் தெரில... வழக்கமா வர்ற வாடிக்கையாளு மாதிரி வந்திருக்கலாம். ஆனா எப்போ முகமூடி போட்டான்... எங்க வச்சு மாட்டிக்கிட்டான்... எதுவுமே தெரில... ஆளப் பார்த்தா அத்தனை தாட்டியாவும் தெரில... எல்லாரும் விழுந்து அமுக்கினா, பிடிச்சிப் புடலாம்தான்... யாரு செய்றது தைரியமா? கத்தியச் செருகிட்டான்னாங்கிற பயம்தான். அந்த பயம்தானே அவனுக்கு ப்ளஸ்... .. கீழே எவனோ பைக்கோட நின்னிருப்பான் போலிருக்கு... ஸ்டார்ட் பண்ணி வச்சிட்டு ரெடியா நின்னிருந்திருக்கான்... இங்க கசமுசன்னு சத்தம் வந்தவுடனே ஆளு அலர்ட் ஆகி, பறந்திருக்கான்... கீழேயிருக்கிற பாத்திரக்கடை ஆளு

சொல்றாரே... பூ வித்துக்கிட்டிருந்த ஆயா சொல்லுதே... அவனுக்கு எதுத்தாப்ல வந்து நிறுத்தின வண்டிகளை ஒதுக்கினானாம். தனக்கு வழி மறைக்காம இருக்கணும்னு... அப்பத்தான சட்டுன்னு பறக்க முடியும்...

நல்லவேளை... எதுவுமில்லாம வந்து சேர்ந்தீங்க... ரெண்டு நாளைக்கு லீவு போடுங்க... ஏதாச்சும் கோயிலுக்குப் போயிட்டு வருவோம்... .

அது சர்தான்... நாளைக்கு சீஃப் வர்றாரு... இது சம்பந்தமா விசாரிக்க... போலீஸ் ஸ்டேஷன் வேறே போயாகணும்... வேலை கெடக்கு... நாந்தான கேஷியர்... நானே லீவு போட முடியுமா? நல்ல கதையா இருக்கே... அதை விடு... நான் சொல்ல வந்தது வேறே... .

என்னது?

அந்தக் கதாநாயகன் யாரு தெரியுமா...?

எந்தக் கதாநாயகன்?

அதான்... பாய்ஞ்சு பிடிச்சாருன்னு சொன்னனே... அவர்தான்... அந்த அவர் நம்ம அண்ணியை ஒரு முறை கல்யாணம் பண்ணிக்கிறேன்னு கேட்டுட்டு வந்தாரே... அந்த மனோகரன்... .

யாரு, மனோகரனா? அவரு எங்கே இங்கே வந்தாரு...?

இப்போ அவரும் சென்னைலதான் இருக்காராம்... அவுங்க டிபார்ட்மென்ட் பணம் எங்க பேங்க்லதான் போடப்பட்டிருக்கு... விவசாயிகளுக்குன்னு புது ப்ராஜெக்ட் போட்டிருக்காங்க அரசாங்கத்துல... பாசன சங்கங்கள்னு அமைச்சு, ஒவ்வொரு சங்கங்களுக்கும் பணம் போடுறாங்க... வாய்க்கால்கள், மடைகள், இவைகளைப் பராமரிக்கிறதுக்கு... அது சம்பந்தமாத்தான் மானேஜர்ட்ட வந்து பேசிட்டிருந்திருக்காரு... நான் கூடக் கவனிக்கலை... நான் எப்படிக் கவனிக்கிறது?

நாந்தான் கேஷ் கவுன்டர்ல இருக்கனே... இன்னைக்கு அந்த மனுஷன் வந்தாரோ, நாங்கள்லாம் பிழைச்சமோ... என்ன தைரியம் பார்த்தியா அவருக்கு... அவரு நம்ம திருச்சி வீட்டுக்கு வந்திருந்தப்போ அப்பா சரியாவே முகம் கொடுத்துப் பேசலியே... தெரியுமா உனக்கு?

அவுரு என்ன ஜாதியோ, என்னவோ... யாரு கண்டா? அப்படிச் சட்டுன்னு சரின்னு சொல்லிட முடியுமா? யோசிச்சித்தானே செய்ய முடியும்...

அர்த்தமில்லாமப் பேசாதே லட்சுமி... இதுல என்னத்தை யோசிக்க வேண்டியிருக்கு... அவருக்கு நல்ல வேலை... அண்ணிக்கும் வேலையிருக்கு... ஆனா ரெண்டாங் கல்யாணம். அதைச் சரின்னுட்டு ஒருத்தன் வர்றான்னா, ஜாதி கீதியெல்லாமா பார்த்திட்டு இருக்கிறது? வந்து கேட்கிறதே பெரிசு... பேசாமத் தூக்கிக் கொடுத்திருக்க வேண்டிதானே...

என்னங்க இப்படிப் பேசுறீங்க...? ரெண்டாம் கல்யாணம்ங்கிறதுக்காக வேறே ஜாதில கொடுக்க முடியுமா? அதுக்கும் நம்மளுதுலேர்ந்து ஒருத்தன் கிடைக்க மாட்டானான்னுதானே தேடுவாங்க... எப்டியோ கல்யாணம் ஆனாச் சரின்னு எதுக்காச்சும் கட்டிவச்சிட்டு, அப்புறம் நடப்பு சரியில்லே, குணக்கேடு, அதுகேடு இது கேடுன்னு பினாத்திக்கிட்டு அலையுறதா?

நீ இப்படிச் சொல்றே...? ஆனா எனக்கு அப்டித் தோணலையே...!!! என்றான் நாராயணன்.

வேறென்ன தோணுது...? என்றாள் லட்சுமி புரியாமல்.

மனைவியிடம் எதுவோ முக்கியமாகச் சொல்ல வந்தான் நாராயணன். அதற்குள் பிரிக்கப் படாமல் மேஜை மேல் கிடந்த அந்தக் கடிதம் அவன் கவனத்தை ஈர்க்க, அருகில் சென்று அதைக் கையில் எடுத்தான். அது நாகராஜன் அவனுக்கு எழுதிய கடிதமாக இருந்தது.

5

அண்ணாவுக்கு நாகுவின் நமஸ்காரங்கள். இந்த விஷயத்தை ஒருவருக்கொருவர் தொலைபேசியில் பேசுவது அத்தனை சரியாக வராது என்பதால், இந்தக் கடிதம். இந்த விஷயத்தை ஏற்கனவே நீயும் நானும் பேசியிருக்கிறோம். அப்பா தன்னுடைய சமாளிக்க முடியாத பொருளாதாரக் கஷ்டத்தினால் இதைப் பற்றிச் சிந்திக்காமலேயே இருந்திருக்கிறார் என்பது நாமிருவரும் அறிந்ததே. ஆனாலும் நீயும் நானும் வேலைக்குப் போய். நம் வீடு கஷ்டத்திலிருந்து மெதுவாக மீளும் இந்த வேளையில் இதற்கு மேலும் தாமதிப்பது நம் மனசாட்சியை நாமே கொன்று கொள்வது போலாகும் என்று எனக்குத் தோன்றுகிறது.

நம் வீட்டுக்கு வந்த அண்ணி இப்படித் தனக்கு என்று ஒரு வாழ்வில்லாமல் இருந்து வருவது அனுதினமும் அவர்களைப் பார்க்க நேரிடுகையில் என் மனத்தைப் போட்டு அறுக்கிறது. நாமெல்லாம் அவரவர்களுக்கு என்று ஒரு வாழ்க்கையை அமைத்துக் கொண்டு செட்டிலாகிவிடுவோம். நம் அம்மா, அப்பா இடங்களும் உன்னிடமும் என்னிடமும் என்று நிர்ணயிக்கப்பட்டு விடும்தான். அவர்கள் தங்கள் காலத்தை ஓட்டி விட முடியும். அதே போல் நம் அண்ணியையும் நாம் வைத்துக் கொள்ளலாம்தான். இந்தக் குடும்பத்திற்காக உழைத்தது போதும் என்று சொல்லி, எங்களுடன் வந்து இருங்கள் என்று சொன்னால் நிச்சயம் அண்ணி அதற்குச் சம்மதிக்க மாட்டார்கள். தாய் தந்தையர்க்கு உள்ள உரிமை உங்களுக்கும் இந்தக் குடும்பத்தில் உண்டு என்றும் நீங்களும் எங்களுக்குத் தாய்தான் என்று நாம் எவ்வளவுதான் சொன்னாலும் அண்ணி கேட்கப் போவதில்லை என்பதும், தான் தனியே இருந்து கொள்கிறேன் என்று விலகிப் போய்விட முடிவெடுப்பதும் நாம் அறிந்ததே. இப்படியான ஒரு கால கட்டத்தில்

மேலும் தாமதிக்காது, நாம் இருவரும் சேர்ந்து அண்ணிக்கு விரைவில் ஒரு திருமணத்தை, மறு மணத்தை முடித்து வைத்து விடுவதுதான் சாலச் சிறந்தது. அதுதான் நாம் நம் மனசாட்சிக்குச் செய்து கொள்ளும் பரிகாரம். இதற்கு நீயும் கண்டிப்பாய் ஒத்துக் கொள்வாய் என்கிற நம்பிக்கையில் இந்தக் கடிதத்தை நான் எழுதுகிறேன். விரைவில் உன் பதில் கண்டு. அண்ணிக்கு என் நமஸ்காரங்கள். தம்பி, நாகராஜன்.

படித்து முடித்துவிட்டு லட்சுமியிடம் நீட்டினான் நாராயணன்.

எதைப் பேசிக் கொண்டிருந்தோமோ அதுபற்றியே கடிதமும் வந்திருப்பது கண்டு, பார்த்தீங்களா, உங்க தம்பி எழுதியிருக்கிறதை...? அப்போ, உங்க அண்ணிக்கு நேரம் வந்திருச்சுன்னுதான் சொல்லணும்... என்ன நினைக்கிறீங்க...? என்றாள் லட்சுமி.

அது எப்படிச் சொல்ல முடியும் லட்சுமி... ஏற்கனவே இந்த மனோகரன் ஒரு முறை நம்ம திருச்சி வீட்டுக்கு வந்து காயத்ரி அண்ணியை நான் கல்யாணம் பண்ணிக்கிறேன்னு கேட்டாரு... ரொம்பக் கேவலப்பட்டுத் திரும்பினாரு... அது ஒரு தனிக் கதையாக்கும்...

அப்டியா...? எனக்குத் தெரியாதே...

அப்போ நீ உங்க வீட்டுக்குப் போயிருந்தே... அப்ப நடந்தது இந்தக் கூத்து... .இந்த அளவுக்கு அம்மா மனசுலே ஜாதி வெறி அமிழ்ந்து கிடக்கும்னு நாங்க நினைக்கவேயில்லை. அப்பாவால எதுவுமே சொல்ல முடியலை... பாவம் அவர், மனசுக்குள்ளயே புழுங்கிக்கிட்டுக் கிடந்தார்.

அந்த அளவுக்கா மோசமா பேசிட்டாங்க...?

அம்மாவுக்கு வந்த கோபம் இருக்கே அந்த நேரத்துல... .. சொல்லி மாளாது. எவனோ வந்து இந்த வீட்டுப்

படியேறி இப்படி தைரியமாப் பொண்ணு கேட்கிறான்னா அதுக்கு என்ன அர்த்தம்? அவ சொல்லாம அவன் இப்படி வந்து நிக்க முடியுமா? ன்னு பிடிச்சிக்கிட்டாங்க... அண்ணி பயந்து நடுங்கிப் போனாங்க... ரெண்டு பேருக்கும் கொஞ்சம் பழக்கம் இருந்திருக்கும் போலத்தான்... இப்படி ஒருத்தன் முன் வர்றதே பெரிய விஷயமாச்சே... .மனோகரனைப் பார்த்தவுடனே அவர் கலரை வச்சா, பேச்சை வச்சா, எதைக் கொண்டு அம்மா கண்டுபிடிச்சாங்கன்னே தெரில... எப்டி தம்பி இவ்வளவு தைரியமா வந்து கேட்குறீங்க... நாங்க என்ன ஜாதின்னு உங்களுக்குத் தெரியுமா? ன்னுதான் விஷயத்தையே ஆரம்பிச்சாங்க.

அரண்டு போனார் மனோகரன். பேசறதுக்கு வாயே வரல்லை அந்தாளுக்கு. ஜாடையா அண்ணியையே பார்த்திட்டிருந்தார். இப்படி மாட்டிவிட்டிட்டியே?-ங்கிறமாதிரி.

அப்படித் உசத்தின்னு தெரிஞ்சிருந்தும் நீங்க எப்படி இந்த மாதிரி வந்து கேட்கலாம்னு மூச்சு விடாமப் பிடிச்சாங்களே பார்ப்போம். நாங்களும் சேர்ந்து கப்சிப்னு ஆயிட்டோம்.

ரெண்டாம் திருமணம்னா எப்படி வேணாலும் கொடுத்திருவாங்களா? அதுக்கும் எங்க ஜாதியிலேயே ஆள் இல்லாமலா போயிடுவாங்க...? அந்த மாதிரிப் பார்த்து எங்களால சேர்த்து வைக்க முடியாதா? எங்களுக்கு அதுக்கு சாமர்த்தியமிருக்காதுன்னு நீங்க எப்படி முடிவு பண்ணினீங்க...? இப்படி வந்து நீங்க தைரியமா கேட்டதே தப்பு... எங்க எடத்துல நீங்க இருந்து, உங்க வீட்டுக்கு இப்படி ஒருத்தர் வந்து நின்னா நீங்க சும்மா விட்டிருவீங்களா? நீங்க எங்க காயத்ரி கூட வேலை பார்க்கிறீங்கங்கிறதுனால நான் விடறேன். இல்லன்னா எங்க ஆளுகளைச் சேர்த்து உங்களைக் கழுத்தைப் பிடிச்சு வெளியிலே தள்ள வேண்டியிருக்கும்...

இங்க வந்த மாதிரி இன்னொரு இடத்துக்குப் போயி நிக்காதீங்க... எல்லாரும் பார்த்திட்டுச் சும்மாயிருக்க மாட்டாங்க... போயிட்டு வாங்கன்னு... தெளிவாச் சொல்லி அனுப்பிட்டாங்க தெரியுமா? நாங்க யாருமே அந்நேரம் வாயைத் திறக்க முடியலை... திறக்கவும் எங்களுக்குத் தெரியலை... அந்தளவுக்கு அப்போ விபரம் கிடையாது. நான் சொல்றது சில வருஷத்துக்கு முன்னாடி...

ஆனா ஒண்ணு... ரொம்பப் பண்பான ஆளு... ஒரு வார்த்தை பதில் பேசல... எதுவோ கோபத்துல பேசறாங்க... இருக்கட்டும்னு புறப்பட்டுட்டாரு... பெரியவங்கன்னா ரொம்ப மரியாதை இருக்கும்போல... அப்பாதான் வாசல்வரை கொண்டுவிட்டிட்டு வந்தாரு... .எதுவும் மனசுல வச்சிக்க வேணாம்னு சொல்லிக்கிட்டே போனாரு. அப்பாவுக்கு அப்போ சாதகமா அபிப்பிராயம் இருந்திருக்கணும்னுதான் தோணுது. இப்போ தம்பி எழுதியிருக்கிறதைப் பார்த்தா அந்த விஷயமாத்தான் சொல்ல வர்றான்னு புரியுது. ஒண்ணு, இதை அப்பாகிட்டே பேசிட்டு எழுதியிருக்கணும், இல்லன்னா எனக்கு எழுதிட்டுப் பிறகு பேசுவானா இருக்கும். அப்பாகிட்டே பேசியிருந்தான்னா, அவர் சம்மதிச் சிட்டாருன்னு சொல்லியிருக்கணும். மாப்பிள்ளையும் இந்த மனோகரன்தான்னு சொல்லியிருப்பான். அந்த நிகழ்வுக்குப் பிறகு சென்னைக்கு மாறிப் போயிட்டாருன்னு எங்க எல்லாருக்கும் தெரியும். அண்ணியே ஒரு முறை சொல்லியிருக்காங்க. அவங்க ரெண்டு பேருக்கும் அதுக்குப் பிறகு தொடர்பு இருந்ததாக்கூடத் தெரியலை... இருந்திருந்தா அண்ணியோட நடவடிக்கைகள்ல வித்தியாசம் இருந்திருக்கும். நாந்தான் இங்கே வந்திட்டனே... தம்பி நிச்சயம் கவனிச்சிருப்பான். ஆனா அண்ணி ரொம்ப திட மனசு உள்ளவங்க. அப்படி யெல்லாம் மனசை அலையவிட்டிட்டு, சங்கடப்படுத்திக்க மாட்டாங்க. சரி, அது ஒரு சம்பவம்னு அவுங்க அத்தோட விட்டிருக்க வாய்ப்பிருக்கு.

ஒரு முறை விளையாட்டாக்கூட எங்கிட்டக் கேட்டாங்களே... உங்களுக்கு ஞாபகம் இருக்கா... நானும் சென்னைக்கு டிரான்ஸ்பர் வாங்கிட்டு வந்தா என்னை உன்னோட வச்சிக்குவியா... ன்னு.

தாராளமா வாங்கண்ணி... எங்களுக்கெல்லாம் ருசியான சாப்பாடு கிடைக்கும்னு நீங்க கூடச் சொன்னீங்க... அவ சொல்லட்டும்னுட்டாங்க பதிலுக்கு. அவர் முடிவுதான் என்னோட முடிவுன்னு நான் சொன்னதுக்கு..அடேயப்பா... புருஷனை முந்தானைல முடிஞ்சாச்சுங்கிறதுக்கு இதைவிட வேறே என்ன சாட்சி வேணும்னு சொல்லிச் சிரிச்சாங்க... உங்களுக்கு ஞாபகம் இருக்கா...?

அப்போ இது சம்பந்தமா நாகு கூட உடனே பேசிடணும். அதுதான் சரி... தனக்குத்தானே சொல்லிக் கொண்டான் நாராயணன்.

அதே சமயம் இந்தப் பேச்சு அங்கே வைத்தியநாதன், நாகுவுக்கிடையே நடந்து கொண்டிருந்த வேளையில், இடையில் புயலென மீனாட்சி பாய்ந்ததும், நானிருக்கும்வரைக்கும் நம்ம குடும்பத்துல இந்த மாதிரி அபத்தக் காரியம் நடக்க விட மாட்டேன் என்று வைத்தியநாதனைப் பார்த்து அவள் சீறிக் கொண்டிருந் ததையும் இவர்கள் அறிந்திருக்க முடியுமா?

இவர்களென்ன, காயத்ரிக்கே தெரியாதென்பதுதான் உண்மை. ஆனால் அன்று அவள் மனோகரனுடன் தொலைபேசியில் நெடு நேரம் பேசிவிட்டு வீடு வந்து கொண்டிருந்தாள். வங்கியில் நடந்த கொள்ளை முயற்சிபற்றியும், அதைத் தன் சுதாரிப்பில் தடுத்ததையும், அப்போது நாராயணனைப் பார்த்ததையும்பற்றிச் சொல்லியிருந்தான் மனோகரன். அவனோடு அத்தனை நேரம் பேசியதே பெருத்த ஆறுதலாய் உணர்ந்த காயத்ரி சந்தோஷத்தில் வீடு நெருங்கிக் கொண்டிருந்தாள்.

செருப்பைச் சத்தமின்றிக் கழற்றிவிட்டு உள்ளே நுழைந்த அந்த நிமிடத்தில் மீனாட்சியின் ஆவேசப் பேச்சுக்கள் அவளை வரவேற்றன.

6

ஏண்டீ, அழகு போல என் மூத்தாள் பையனை உனக்குக் கட்டி வச்சேன்... அவனோட வாழறதுக்கு உனக்குக் கொடுத்து வைக்கலை... இந்த மாதிரிக் குடும்பம் ஒண்ணு உனக்கு அமையுமாடீ... போனது போகட்டும்னு அமுந்து கிடப்பியா... எவன்டா கிடைப்பான்னு இப்படி அலையுறியே...?

உள்ளே நுழைந்ததும் தன் மாமியார் இப்படி ஆரம்பிப்பாள் என்று காயத்ரி கொஞ்சம்கூட எதிர்பார்க்கவில்லை. தன்னுடைய வரவை எதிர்பார்த்துக் காத்திருந்தது போல் ஆரம்பித்தாற்போலிருந்தது. உடம்பு முழுக்க அயர்ச்சி வழிந்தது அவளுக்கு. அது பொறுட்டில்லை இப்போது. பொறுமை காக்க வேண்டிய நேரம் இது. இல்லையென்றால் வீட்டில் கலகம்தான். ஆனாலும் எது எதற்கெல்லாம்தான் பொறுப்பது?

அம்மா... கொஞ்சம் மரியாதையாப் பேசுங்க...

என்னடீ பெரிய மரியாதை? நீ செய்றது மட்டும் சரியா?

நானென்ன செய்திட்டேன்... பேசாம ஆபீசுக்குப் போயிட்டு வந்திட்டு இருக்கேன்... வேறென்ன பண்ணினேன்.

அப்டீன்னா இந்தப் பேச்சு எதுக்கு இங்கே வருது?

எந்தப் பேச்சு?

அதாண்டீ... அந்தமனோகரன்... பேச்சுத்தான்... அவனத்தான் வேணுங்கிறதைச் சொல்லி விரட்டி

விட்டாச்சுல்ல...? அப்புறமும் ஏன் தலையை நுழைக் கிறான்?

நான் ஒண்ணும் அவரைப்பத்திப் பேசலையே... ! என்னைக்குப் பேசினேன்? அவரெங்கே தலையை நுழைச்சாரு? நீங்கபாட்டுக்கு எதையாச்சும் சொல்றதா? அவரு உள்ளூர்லயே இல்லை... அவரைப் போய் ஏன் அநாவசியமா இழுக்கிறீங்க...?

அவனைப்பத்திச் சொன்னவுடனே கோபம் பொத்துக்கிட்டு வருதோ? படபடன்னு பொறியற?

நீங்க சொன்னதுனால சொன்னேன். நானா அவரைப் பத்திப் பேசினேனா? நானே இப்பத்தான வீட்டுக்குள்ளே நுழையுறேன் - சொல்லிக் கொண்டே நாகுவைப் பார்த்தாள் காயத்ரி. அப்படியே அப்பாவையும் திரும்பி நோக்கினாள். இருவரும் தலை குனிந்திருந்ததனால், என்னவோ நடந்திருக்கிறது என்று மட்டும் ஊகிக்க முடிந்தது.

அவரு இப்போ இந்த ஊர்லயே இல்லை... அப்புறம் எப்படி நான் அவரோட பேச முடியும்...? திரும்பவும் அழுத்தமாய்க் கூறினாள்.

ஊர்ல இல்லாட்டி என்ன? ஃபோன்ல பேசக் கூடாதா? நீ பேசச் சொல்லி மத்தவங்க பேசக் கூடாதா? சொல்லிக் கொண்டே வைத்தியநாதனை நோக்கினாள் மீனாட்சி.

இந்த பார் மீனாட்சி, தேவையில்லாமப் பேச்சை வளர்க்காதே. ஊகமாவே கண்டதையும் பேசாதே. காயத்ரி இப்பத்தான் ஆபீசுலேர்ந்து வந்திருக்கா... வந்தவுடனே சண்டைக்கு நிக்காதே...

நான் ஏங்க அவகூடச் சண்டை போடுறேன்... எனக்கென்ன வேறே வேலை இல்லையா... பெரிய வசதியில்லாட்டாக் கூட, நாம மானமும், மரியாதையுமா

இருக்கிறவங்க... அது கெட்டுடக் கூடாது எனக்கு... அவ்வளவுதான்...

அதெல்லாம் ஒண்ணும் கெடாது... நீயா ஏதாவது கற்பனை பண்ணிக்காதே... அவளுக்குக் காபி கலந்து கொடு..முதல்ல...

நான் என்னத்தைக் கலந்து கொடுக்கிறது. எல்லாம் அவளே கலந்துக்குவா...

உன் பொண்ணுமாதிரித்தான் அவளும்... நீ இப்படிப் பேசுறது நல்லாயில்லே...

நான் எதைப் பேசினேன். நான்பாட்டுக்குக் காரியம் செய்திட்டிருந்தேன். நீங்க ரெண்டுபேரும்தான் குசுகுசுன்னு பேசினீங்க... எனக்குக் கேட்கக் கூடாதுன்னு ... அப்புறம் இந்த வீட்டுல எனக்கு என்ன மரியாதை?

உன் மரியாதை ஒண்ணும் கேட்டுப் போகலை... நீயா எதாச்சும் நினைச்சுக்காதே...

எப்படி நினைக்காம இருக்கிறது? பெத்த பிள்ளையே எதுத்துப் பேசறான்... எனக்குத் தெரியக் கூடாதுன்னு உங்ககிட்டே ரகசியம் பேசறான்... அப்புறம் என்ன?

ஒரு ரகசியமும் இல்லை... காயத்ரி கல்யாணத்தை எப்படியாவது சீக்கிரம் முடிக்கணும்னு பேசிக்கிட்டிருந் தோம்... அவ்வளவுதான்...

அதை நீங்க எங்கிட்டல்ல பேசணும்... இல்லன்னா என்னையும் சேர்த்துட்டுல்ல பேசணும்... நீங்களாப் பேசிட்டிருந்தா என்ன அர்த்தம்?

என்ன பேசிட்டாங்க இப்ப? பெரிசாப் புலம்பறே... ரெண்டுபேரும் பேசினம்னா, அப்புறம் உங்கிட்ட வந்து சொல்லத்தான போறோம்... உன் சம்மதம் இல்லாமையா செய்யப் போறோம்... நீயா எதையாச்சும் நினைச்சிட்டு அநாவசியமா வார்த்தையை விடாதே... வீட்டு நிம்மதியைக் கெடுத்துருவ போலிருக்கு...?

நான் எதுக்குக் கெடுக்கிறேன். கெட்டுடக் கூடாதேன்னுதான் அடிச்சிக்கிறேன். இம்புட்டு வயசுக்கு மேலே அவளுக்கு யாரு வருவா... இருந்தது இருந்துட்டா... நம்ம வீட்டோடவே கடைசி வரைக்கும் இருந்திட்டுப் போகட்டும்... இன்னும் என்னத்தைக் கல்யாணத்தைப் பண்றது?

ஒரு தாயாரா இருந்திட்டு நீ இப்டிப் பேசறது நல்லாயிருக்கா?

வேறென்னத்தைப் பேசச் சொல்றீங்க...? நானே இன்னும் ஒரு பையனுக்குக் கல்யாணம் பண்ணனும்... அப்புறம் போதாதுன்னு ஒரு பொண்ணு வேறே எனக்குக் காத்துக்கிட்டு நிக்குது... இதுகள முடிச்சு அக்கடான்னு எப்படா உட்காருவோம்னு நான் கிடக்கேன்... இதுல நீங்க ரெண்டாம் கல்யாணத்துக்குப் போயிட்டீங்க... அவளே சும்மாக் கிடந்தாக் கூட நீங்க வெறுமனே இருக்க மாட்டீங்க போல... எதாச்சும் தூண்டி விட்டுக்கிட்டே இருக்கிறதுதான் உங்க ரெண்டு பேருக்கும் வேலையா ...

நீ பேசுறது கொஞ்சங்கூட நல்லா இல்லே... அவ்வளவுதான் நான் சொல்லுவேன்... நமக்குப் பிறகு அந்தப் பொண்ணு பாடு என்ன ஆகும்னு நீ யோசிச்சிருந்தேன்னா இப்டிப் பேசுவியா?

என்ன ஆகப் போகுது? எல்லாரும் சேர்ந்து தெருவுல விட்ருவாங்களா? அப்டி விட்டுட்டாத்தான் என்னவாம்? அவகிட்டத்தான் ஜம்முன்னு ஒரு வேலை இருக்கே... நாளைக்கு ரிடையர்ட் ஆகிட்டாலும் பென்ஷன் வரப்போகுது... அதச் வச்சு சமைச்சுச் சாப்டுக்கிட்டு அவபாட்டுக்குக் கிடந்துட்டுப் போறா... யார் கையை எதிர்பார்க்கணும்...?

அப்போ காசு மட்டும் இருந்தாப் போதும்ங்கிறே... வேறே ஒட்டு உறவு எதுவும் வேண்டாம்ங்கிறே... அப்டித்தானே?

வேண்டாம்னு நான் ஏன் சொல்றேன்... வேணும்னு அவ நினைச்சான்னா அது அவ சாமர்த்தியம்... .

அப்டீன்னா? அவ வேறே கல்யாணம் பண்ணிக் கட்டும்ங்கிறியா? அதத்தானே நாங்களும் பேசிக் கிட்டிருந்தோம்...

உடனே கல்யாணம்தானா? வேறே வழியே இல்லையா? அதுதான் இத்தனை வயசுக்கு மேலே ஆகாதுன்னு சொல்லிட்டேயிருக்கேனே... அப்புறம் திருப்பித் திருப்பி கேட்டிங்கன்னா? ஆகாது, அது இதுன்னு கரி நாக்குமாதிரிப் பேசாதே... ஆகும், ஆகாதுங்கிறதை மனுஷாள் நிர்ணயிக்கிறதில்லே. அதைக் கடவுள் நிர்ணயிக்கணும்...

அப்போ இதுக்கு முன்னாடி ஒரு கல்யாணம் பண்ணி வச்சமே... அதைக் கடவுளா வந்து நிர்ணயிச்சார்... மனு ஷாளான நாமதானே நிர்ணயிச்சு முடிச்சு வச்சோம்... .நம்ம பையனைத்தானே தூக்கிக் கொடுத்தோம்...

உன் பேச்சுப் போக்கே சரியில்லை... அவ்வளவுதான் நான் சொல்லுவேன்... மனசுல வேண்டாத கோபத்தை வச்சிட்டுப் பேசினா இப்படியெல்லாம்தான் பேச்சு வரும்... கடவுள் நம்பிக்கை உள்ளவதானே நீ... இப்டிப் பேசினா எப்படி? ஒருத்தர் மனசு புண்படும்படி பேச உனக்குக் கூச்சமாயில்லே... என்னவோ சினிமாவுல வர்ற கொடுமையான மாமியார்க்காரி மாதிரில்ல இருக்கு உன் பேச்சு...? உனக்கே இயல்பா இருக்கா... அத முதல்ல யோசி...

எல்லாம் யோசிச்சாச்சு... மனசுல நினைச்சு வச்சிருக் கிறதைத்தான் நான் பேசுறேன்...

வேறே என்னதான் சொல்றே...?

சென்னைல நாராயணன் இருக்கான்... இங்கே நாகு இருக்கான்... அவங்க கூடப் போய் ஒண்டிக்க வேண்டிதான்...

நீயே உன் வாயால சொல்லிட்டே..ஒண்டிக்கிறதுன்னு... அது நல்லாயிருக்குமா...? அவுங்கவுங்களுக்குன்னு ஒரு குடும்பம், குழந்தை குட்டின்னு ஆயிடுச்சின்னா, அங்க போய் பொருந்தாம ஒண்ட முடியுமா? அது சரிப்படுமா? எல்லாரும் ஒண்ணா இருக்கிற கூட்டுக் குடும்பமா இருந்தாலும் பரவாயில்லை... தாத்தா, பாட்டி, அத்தை, அம்மா, அக்கா, அண்ணன், அண்ணின்னு எல்லா உறவுகளும் இருக்கும். எதுவும் வித்தியாசமாத் தெரியாது. ஒருத்தரை ஒருத்தர் அணைச்சுப் போவாங்க... குறைகள் தெரியாது. இப்பத்தான் அந்த அமைப்பு இல்லையே... அவுங்கவுங்களுக்கு அவங்கதான் துணைன்னு ஆயிப் போச்சு... அப்படி இருக்கும்போது நாமதான் அவளுக்கு ஒரு வழியைக் காண்பிச்சு வைக்கணும்... நம்ம காலத்துலயே செய்தாத்தானே அது சரிப்படும். நம்ம மனசுக்காக, ஆத்ம சாந்திக்காகவாவது இந்த நல்ல காரியத்தைச் செய்ய வேண்டாமா?

செய்யுங்க... நல்லா செய்யுங்க... யாரு வேண்டாம் னாங்க... ஆனா ஒண்ணு... ஜாதி கெட்டு ஒருத்தன் இந்த வீட்டுக்கு வரக்கூடாது... அவ இந்த வீட்டுக்கு வந்திட்டவ... இப்போ இந்தக் குடும்பத்தைச் சேர்ந்தவ... ஆகையினால இந்தக் குடும்பத்துல அப்படி ஒண்ணு நடக்கக் கூடாது... அதை என்னால அனுமதிக்க முடியாது...

திரும்பவும் அந்தப் பழைய எடத்துக்கே நீ வர்றே... அந்த மட்டுக்கும் காயத்ரி இந்தக் குடும்பத்தைச் சேர்ந்தவள்னு சொன்ன பாரு... அதுவே பெரிசு... உன்கிட்டே அந்த எண்ணமாச்சும் இருக்குதே... பரமேஸ் வரன் போன கையோட அவளுக்கு இந்த வீட்லயும் எடமில்லேன்னு முன்னே சொல்லிட்டிருந்தே... அந்தப் பொண்ணு மனசு என்ன பாடுபட்டிருக்கும்? இப்போ அந்தப் பேச்சு இல்லே... இடைக்காலத்துல உன் மனசு ரொம்பத்தான் வக்கிரப்பட்டுப் போச்சு... உன் பிள்ளை போயிட்டானேங்கிற ஆதங்கம்தான். அவனை வளர்த்தது

எதிர்காற்று | 255

நீதானே... அந்த வருத்தம் ஒரு தாயாரோட வருத்தம். அதுக்கு ஈடு சொல்லவே முடியாது. ஆனாலும் அவளை இங்கயே நிறுத்திப்புடணும்னு நீ கச்சகட்டினே? இல்லன்னு உன்னால மறுக்க முடியுமா? அதுவும் வக்கிரபுத்தியோட வேலைதானே? அது ஏன்னு எல்லாருக்கும் புரியும்... அவளுக்குக் கிடைச்ச வேலையும் சம்பளமும்தான்னு சொல்லியா தெரியணும்... கேட்டா நீ என்ன சொல்லுவே...? நம்ம பையன் இறந்ததுனாலதானே அவளுக்கு இந்த வேலை கிடைச்சிச்சு... அப்போ அவ இந்த வீட்டுக்காகத்தான் உழைக்கணும்... அந்த வேலையால கிடைக்கிற பலன் நமக்குத்தான் சேரணும்... அப்டீன்னுவே...!.சொல்லுவே என்ன, சொன்னவதானே நீ...! இல்லைன்னு மறுக்க முடியுமா? மனசுல கொஞ்சம் கருணை யோட யோசி... இந்தக் குடும்பத்துக்காக அவ எவ்வளவு பண்ணியிருக்கா? என் ஒருத்தன் சம்பளம் போதாதுன்னுதானே அவ சம்பளம் அத்தனையையும் வாங்கிச் செலவு பண்ணியிருக்கோம்...? இன்னைக்குத் தேதிக்கு அவகிட்டே ஏதாச்சும் சேமிப்பு இருக்குதா? தனக்குன்னு ஏதாவது ஒண்ணு வாங்கியிருக்காளா? அத்தனையையும் இந்தக் குடும்பத்துக்குத்தானே வாரிக் கொடுத்திருக்கா? அதை மனசாட்சியோட நாம நினைக்க வேண்டாமா? இல்லைன்னா நாராயணன் படிப்பு, நாகுவோட படிப்பு, உன் பொண்ணு சுமதி யோட படிப்பு, இந்த வீட்டு மேல இருந்த கடன், வெளில வாங்கின கடன்னு எல்லாமும் தீர்ந்திருக்குமா? அத்தனை கடனும் நிரம்பக் குறைஞ்ச பிறகுதானே நாராயணனுக்கு வேலையே கிடைச்சது...? அவன் என்ன அப்படியே நம்ம குடும்பத்தைத் தூக்கி நிறுத்திட்டானா? உடனே அவனோட சுயநலம்தானே அவன்கிட்டே எட்டிப் பார்த்தது? என்ன சம்பளம்னு என்னைக்காவது சொல்லியிருக்கானா? காயத்ரி அப்படியா இருந்தா? இதையெல்லாம் நான் சொன்ன போது கூட, இருக்கட்டும்ப்பா, சின்னப் பையன்தானே... கைல நிறையக் காசு வச்சிக்கணும், செலவழிக்கணும்னு ஆசை

இருக்கத்தானே செய்யும்னு சொன்னா காயத்ரி. உன் கிட்டே அந்த வார்த்தை என்னைக்காவது வந்திருக்கா? பெத்தவ நீயில்ல சொல்லியிருக்கணும். காசைச் செலவு பண்ணு, விரயம் பண்ணாதேன்னு... சொன்னியா? பெத்த பிள்ளைங்களே அப்படியில்லாத இந்தக் காலத்துல, பே ஸ்லிப்போட அப்படியே கொண்டு வந்து என் கைல கொடுப்பாளே பணத்தை ... அதை நாம மறக்கலாமா? நம்ம பையனுக்கு அவளோட வாழ அதிர்ஷ்டமில்லே... அல்பாயுசுல போயிட்டான்... பாவி

அது அவளோட துர்அதிர்ஷ்டம்... அதுக்கு நாம என்ன பண்றது?

மீனாட்சி...!!..குறுக்கே பாய்ந்தார் வைத்தியநாதன். நீ பேசுறது ரொம்ப அதிகம்... .நாக்கை அடக்கிப் பேசு... கொட்டிட்டேன்னா திரும்ப அள்ள முடியாது...

வீட்டில இருக்கிற ஆம்பளைங்க சொல்லலைன்னா யாராவது பேசித்தானே ஆக வேண்டிர்க்கு...

எந்த விஷயத்தை எப்போ எப்படிச் சொல்லணும்னு எனக்குத் தெரியும்... நீ பேசுறது நல்லால்லே... ... நம்மளோட துரதிருஷ்டம்னு சொல்லு... இருந்து குடும்பம் நடத்துறதைப் பார்க்கிறதுக்கு நமக்குக் கொடுத்து வைக்கலை... அவ்வளவுதான்... அந்தப் பொண்ணு என்ன செய்தது? அதுபாட்டுக்குத்தான் இருந்தது. நம்ம குடும்பத்துக்கு ஏத்த பொண்ணுதான்... மனசு ஒப்பித்தானே பண்ணினோம்... இன்னைவரைக்கும் இந்தக் குடும்பத்துக்குத் தூணாத்தான் இருக்கு ... மறுக்க முடியுமா? அதனால வாய் புளிச்சிதோ, மாங்கா புளிச்சிதோன்னு பேசக் கூடாது. நம்ம வயசுக்கேத்த மாதிரி பொறுப்பாப் பேசத் தெரியணும் நமக்கு. தெரியலையா, அமைதியாவாவது இருக்கப் பழகணும்... ரெண்டுமில்லாம சதா அந்தப் பிள்ளைப் பூச்சியைப் போட்டுக் கொத்திக்கிட்டு, புண்ணாக்கிக்கிட்டே இருக்கக் கூடாது... நீ பேசாம இரு... எல்லாம் நான்

பார்த்துக்கிறேன்... முதல் கல்யாணம் நம்ம மனசுக்குப் பிடிச்ச மாதிரி நடந்திச்சு... இந்தக் கல்யாணம் அவ மனசுக்குப் பிடிச்சமாதிரித்தான்... அதுல எந்த மாற்றமும் இல்லே... இதுல நீ குறுக்கே வந்தே... அப்புறம் நான் மனுஷனா இருக்க மாட்டேன்... .

சொல்லிவிட்டு ஈஸிசேரில் சாய்ந்தார் வைத்தியநாதன். அப்பாவின் தீர்மானமான பேச்சு நாகராஜனுக்கு வெகுவாய்ப் பிடித்திருந்தது.முதல் பொண்டாட்டி கிட்ட பொட்டிப் பாம்பாக் கிடந்தார். இரண்டாவது கிட்ட இல்லாத தைரியமெல்லாம் வந்திருக்குது. இனி அம்மா ஒன்றும் செய்வதற்கில்லை என்று நினைத்தான். உள்ளே இதையெல்லாம் தெளிவாய்க் கேட்டுக் கொண்டிருந்த காயத்ரியின் நெஞ்சில் மனோகரன் வந்து மீண்டும் வசதியாய் அமர்ந்து கொண்டான்.

7

என்ன, பெரிய கற்பனைல இருக்க போலிருக்கு? மனோகரன் அருகில் வந்து அவள் தலையில் லேசாய்த் தட்டியபிறகுதான் காயத்ரிக்கு உணர்வு வந்தது.

எந்த லோகத்துல சஞ்சரிச்சிக்கிட்டு இருக்கே...? அமர்ந்து கொண்டே அவளைத் தன் மடியில் சாய்த்துக் கொள்ள முயன்றான்.

அப்பாடீ... என்ன முரட்டுத்தனம்...? நீங்க இப்படி இழுத்தீங்கன்னா நான் தாங்க மாட்டேன்...

அப்போ போதுமான சத்து உடம்புல இல்லைன்னு அர்த்தம்... நல்லா சாப்பிடுறியா இல்லையா? உங்க மாமியார் உனக்கு வயிறாரச் சோறாவது போடுறாங்களா?

அப்படியெல்லாம் தப்பாப் பேசாதீங்க... அவங்க நல்லவங்கதான்... என்னவோ கொஞ்சம் கோபப்படு வாங்க... அவ்வளவுதான்...

அடேயப்பா... விட்டுக்கொடுக்காமப் பேசுறியே...?

பின்னே? தன் பையனோட வாழக் கொடுத்து வைக்கலியே இந்தப் பெண்ணுக்குன்னு அவங்களுக்கு வயித்தெறிச்சல்... ஆதங்கம்... அது அவ்வப்போது கோபமாவோ, வருத்தமாவோ வெளிப்படும். அப்போ ஏதாச்சும் தாங்க முடியாமச் சொல்லத்தான் செய்வாங்க... பெரியவங்க... ஏதாச்சும் சொன்னா நாம பொறுத்துக்கக் கூடாதா?

பொறுத்துக்கோ, பொறுத்துக்கோ... அப்பத்தானே நம்ம கல்யாணத்துக்குச் சம்மதத்தை வாங்க முடியும்...

நிச்சயமா... அவுங்க சம்மதமில்லாமே இந்தக் கல்யாணம் கிடையாது... என்னை நீங்க வற்புறுத்தவும் முடியாது. கடைசிவரைக்கும் அவுங்க வேண்டாம்னு சொல்லிட்டாங்கன்னு வச்சிக்குங்க... அதுதான் என்னோட முடிவும்...

அப்போ நீ என்னைக் காதலிக்கிறேன்னு சொன்ன தெல்லாம் பொய்யா? சும்மா விளையாட்டா? அடிப் பாவீ...!

இத்தனை வயசுக்கு மேலே என்ன காதல் வேண்டி யிருக்கு... அந்த மனநிலையையெல்லாம் நான் எப்பவோ தாண்டியாச்சு... உறுதியாத்தான் இருந்தேன்... வந்து, வந்து என் மனசைக் கலைச்சது நீங்கதான்...

உன்னை முதல் முறையாப் பார்த்தவுடனேயே நான் அந்த முடிவுக்கு வந்துட்டேன். நீ கணவனை இழந்தவள்னு தெரிஞ்சப்போ கொஞ்சம் அதிர்ச்சியாத்தான் இருந்தது. ஆனா யோசிக்க, யோசிக்க பின்னாடி அதுவே எனக்கு வசதின்னு தோணிச்சு. எதுக்கு வசதி? உன் சம்மதத்தை வாங்க... ஓ.கே.யா?

உங்களுக்கும் எனக்கும் ஒரே வயசு... நல்லாப் பார்க்கப் போனா... எனக்கு ஒரு வயசு கூடத்தான் இருக்குமோன்னு சந்கேகம் வருது... இது சரியா வருமா?

நம்ம டிபார்ட்மென்ட்ல மூணு நாலு வயசு அதிகமான லேடீசெல்லாம் இருக்காங்க... காண்பிக்கவா...?

மதுரை சப்-டிவிஷன்ல ஒர்க் பண்றாரே... முருகேசன், அவர் ஒய்ஃப் ரெவின்யூவில இருக்காங்க... அவங்களுக்கு இவரை விட நாலு வயசு வித்தியாசம்... சமீபத்துலதான் அந்தம்மா ரிடையர்ட் ஆனாங்க... அந்தப் பார்ட்டிக்கு இவர் போயிட்டு வந்தாரு... எங்கயாவது பார்த்திருக்கியா இப்படி? அவங்களுக்குக் குழந்தைக இல்லையா? அந்தக் குழந்தைக ஆரோக்கியமா இல்லையா? அதனால ஒண்ணும் தப்பில்லை... .

உங்களுக்கு இது தேவையா? என்னைமாதிரி ஒரு விதவைக்கு மறு வாழ்வு கொடுக்கணும்னு உங்களுக்கு என்ன தலைவிதியா? நல்லா, உங்களைவிட நாலஞ்சு வயசு சின்னப்பொண்ணாப் பார்த்துக் கட்டிக்கிட வேண்டிதானே... ஏன் இப்டி வந்து எனக்கு வலை விரிச்சிங்க...?

அது உன்னைப் பார்த்ததும் இந்தப் பாழாப்போன மனசுக்குத் தோணின விஷயம். அதை யாராலும் மாத்த முடியாது. ஏன், உன்னால கூட.... .ஏன்னா உனக்கேத்த ஆளுடான்னு என் மனசு விடாமச் சொல்லிக்கிட்டே இருக்குது... ஒரு முறை வந்து உங்க மாமியாகிட்ட அவமானப்பட்டுட்டேன்தான்... இல்லைன்னு சொல்லலை... அப்போ கொஞ்சம் அவசரப்பட்டுட்டேன். மூளையில்லாமப் போயிடுச்சி. உன்னை தினமும் கனவுல கண்டுட்டிருந்த நாட்கள் அது. அப்புறம்தான் நினைவுல நிற்க ஆரம்பிச்சே... நிதானமும் வந்தது. சமயங்கள்ல அர்த்தமில்லாமப் பயம் வருதுல்ல... கை நழுவிடுமோன்னு... மனசு கேட்கமாட்டேங்குதே... அவுங்க சொன்னாச் சொல்லிட்டுப் போறாங்க... நீ ஏண்டா முடங்குறே... அவுங்க வாழ்ந்து முடிச்சவங்க... காயத்ரி வாழ வேண்டியவ... உனக்கு ஏத்த ஜோடி அவதான்... போய் கையப் பிடிச்சு இழுத்திட்டு

வந்திடுங்கிதே... நிமிஷந்தான்... நினைச்சிட்டேன்னா... எதுக்குடா வம்புன்னு ஒரு யோசனை...

அய்யய்யோ... அப்டியெல்லாம் செய்திடாதீங்க... எங்க குடும்பம் ரொம்பப் பெரிசு... கௌரவம், மானம், மரியாதை, ஒழுக்கம், கட்டுப்பாடுன்னு இறுகிக் கிடக்கிற ஃபேமிலி... அதுல வந்து என்னைத் திடீர்னு தூக்கிட்டுப் போயி நாலு பேர் பேசமாதிரி, ஏசுறமாதிரி எதுவும் செய்துப்பிடாதீங்க... தானாக் கனியாத பழத்தை, தடியால அடிச்சு கனிய வைக்க முடியாது... அதுக்கான காலம் வரணும்... அப்பத்தான் எதுவும் நடக்கும்...

உன் வார்த்தைக்காகத்தான் பொறுத்துக்கிட்டிருக் கேன்... உன்னோட கண்ணியமாக் குடும்பம் நடத்தணும்ங்கிறதுதான் என்னோட லட்சியமே. நான் நினைச்சா ஆளுகளோட வந்து உன்னை அபகரணம் பண்ணிட்டுப் போயிட முடியும்... எவன் வந்து தடுக் கறாம் பார்ப்போம்னு சவால் விட முடியும்? வர்றதை எதிர்கொள்ளவும் முடியும்... அதெல்லாம் வேண்டாம்னு நான் நினைக்கிறது, நீ உன் இஷ்டப்படி என்கிட்ட வந்து சேரணும்னுதான்... அதுதான் நான் உன் மேலே வச்சிருக்கிற உண்மையான அன்புக்குள்ள மரியாதை... .என் ஜாதியை மீறி, என் குணத்து மேலே மதிப்பு வச்சு நீ என்னை விரும்பின பாரு... அதுக்கு உரிய மதிப்பை நான் கொடுத்தாகணும்மில்லியா... அதுக்காகத்தான் பொறுத்திருக்கேன்... கொஞ்சம் விட்டுப் பிடிப்போம்னு தான் ஒதுங்கினேன். அதென்னடான்னா என்னை ஒரேயடியா மெட்ராசுக்கே கொண்டு போட்டிடுச்சி... தினம் உன்னைப் பார்க்கிற பாக்கியமும் விட்டுப் போச்சு... சரி, மனசு ஒன்றிப் போச்சு... என்னை விட்டிட்டு வேறே யாரையும் நீ கைபிடிக்க மாட்டேங்கிற நம்பிக்கை... உன் ஒழுக்கத்து மேலேயும், கட்டுப்பாட்டு மேலேயும் நான் கொண்டிருக்கிற மதிப்பும், மரியாதையும்... அதுபோல நீ என் மேலே வச்சிருக்கிற அபரிமிதமான நம்பிக்கை... இதையெல்லாம் எந்த வகையிலும் நான்

கெடுக்க விரும்பலை... அதான் சைலன்ட்டா சென்னை போயிட்டேன்... இப்போ நேரம் நெருங்கி வந்திட்டிருக்குன்னு நினைக்கிறேன்...

மனோகரன் கேட்ட அந்தக் கடைசிக் கேள்விக்கு என்ன பதில் சொல்வதென்று தெரியாமல் தயங்கினாள் காயத்ரி. அவன் மனதுக்குள் வந்து உட்கார்ந்து கொண்டு, தனக்குச் சாதகமாய்ப் பேசிவிட்டுப் போய்விட்டான். அவளும் கேட்டுக் கொண்டு வெறுமே தலையாட்டி அவனை அனுப்பி வைத்து விட்டாள். ஆனால் அவன் நினைப்பதுபோல் இது அத்தனை சுலபமாய் முடியுமா? அம்மாவின் பிடிவாதம் தளருமா? தான் விரும்பும் மனோகரனே தனக்குக் கிடைப்பானா? கேள்விக்கு மேல் கேள்விகளாய் அவள் மனதில் தோன்றிக் கொண்டிருந்தன. அந்தக் குழம்பிய குட்டையில் மீன் பிடிக்க ஒருவன் காத்துக் கொண்டிருக்கிறான் என்பதை அப்போது அவள் அறியவில்லை.

8

ஏந்த சந்தோஷமும் அனுபவிக்காத துர்ப்பாக்கிய சாலியான மறைந்த பாக்கியம் உடல் தெம்போடு செழிப்பாக இருந்த காலம் அது.அவள் உள் மனசு உறுத்த ஆரம்பித்திருந்தது. பரமேஸ்வரனோடு காயத்ரி இருந்த காலங்களை நினைத்துப் பார்க்க ஆரம்பித்திருந்தாள். அது வைத்தியநாதன் மாறுதலில் வெளியூரில் இருந்த நேரம். மாதத்திற்கு ஒரு முறைதான் வருவார். அதுவும் சமயங்களில் முடியாது. எங்கோ விழுப்புரத்திற்குப் பக்கத்தில் போட்டிருந்தார்கள். ஆபீஸ் இருக்கும் ஊரிலேயே இருக்கவும் முடியாமல், விழுப்புரத்தில் அறை எடுத்துக் கொண்டு, ஷன்டிங் அடித்துக் கொண்டிருந்தார். வீட்டில்தான் பையன்கள், மருமகள் இருக்கிறார்களே என்று வெளியூரில் நிம்மதியாய் இருந்தார். பேருக்குத்தான் நிம்மதி.

ஊருக்கு வரும்போதெல்லாம் வயிற்றுக் கோளாறு என்றுதான் போய் நிற்பார். பாக்கியம் பக்குவமாய்ப் பார்த்துப் பார்த்துச் சமைத்து அவரைச் சரி பண்ணி அனுப்புவாள். ஓட்டல், மெஸ் சாப்பாடுகள் என்றுமே வைத்தியநாதனுக்கு ஒத்துக் கொண்டதில்லை. அதனா லேயே அவர் உடல் நலிந்து போயிற்று. வாய்வுக் கோளாறு, மூச்சுப் பிடிப்பு, மலச்சிக்கல் என்றே அவர் காலம் கழிந்தது. அது ஒரு கட்டத்தில் மூல ஆபரேஷன் என்று போய் நின்றது. அதற்குப் பின்னும் அவர் சுறுசுறுப்படையவில்லை. உள்ளூர் மாறுதலும் தள்ளியே போயிற்று.

நான் ஒருத்தி இங்கே இருக்கேன்னே உங்களுக்கு ஞாபகம் இருக்காதே? என்று குறைபட்டுக் கொள்வாள் பாக்கியம். ஒருமுறை அவளுக்கு உடம்புக்கு முடியாமல் போய்விட்டது. அப்பொழுது கூட ஃபோனில் விசாரித்த தோடு சரி. இதோ வர்றேன் அதோ வர்றேன் என்று கடைசியாக மருத்துவமனை விட்டு அவள் வீடு வந்து சேர்ந்தபிறகுதான் ஒரு நாள் வந்தார்.

அந்தக் காலகட்டத்தில் முழுக்க முழுக்க உடன் இருந்தவள் காயத்ரிதான். ஆனால் அவளைச் சரியாகப் புரிந்து கொள்ளாத நாட்கள் அவை. அதற்காக மறைமுகமாக காயத்ரி கண்ணீர் வடித்துக் கொண்டிருந்த பொழுதுகள். இருந்தாலும் அவளை முற்றிலும் ஒதுக் காமல், பரமேஸ்வரன் அவள் உதவியுடன் பாக்கியத்தை நன்றாய்ப் பார்த்துக் கொண்டான். அம்மா, அம்மா... என்று அவள் காலடியிலேயே கிடந்தான். காயத்ரியை அந்த நாட்களில் அவளால் மறக்கவே முடியாது. படுக்கையில் தூக்கம் வராமல் புரண்டு கொண்டிருந்த பாக்கியத்துக்கு அந்த மருத்துவமனை நாட்கள் மனதுக்குள் படம்போல் ஓடியது.

பாக்கியம் காயத்ரியைப் புரிந்து கொண்ட அளவுக்குக் கூட பரமேஸ்வரன் புரிந்திருக்கவில்லை. அதுதான்

துரதிருஷ்டம். அதன் பின்பு கண்ணுக்குப் பார்த்துக் கொள்ள வேண்டி வந்துவிட்டது. அது ஒரு நாளில் முடிந்ததுதான். ஆனாலும் அன்று பூராவும் காயத்ரி கூடவே இருந்து பார்த்துக் கொண்டதை இவளால் மறக்கவே முடியாது. அவளின் அந்த சேவையையும் சமீபத்தில்தான் நினைத்துப் பார்த்திருக்கிறாள். அந்தக் குறிப்பிட்ட நாளில் அவளுக்கு காயத்ரியின் மேல் அத்தனை திருப்தி இல்லாமல்தான் இருந்தது. பரமேஸ்வரனே சற்று அதிருப்தியாகவும், அவ்வப்போது கடுங்கோபம் கொள்பவனாகவும்தான் இருந்தான். ஒருவருக்கொருவர் புரிதல் என்பது என்ன அத்தனை சாதாரணமான விஷயமா? தானும் கூட அத்தனை திருப்தியில் இல்லைதான். கஷ்டப்பட்ட, தரித்திரக் காலம் அது. மனசு ஒரு நிலையிலில்லாத விஷகடி வேளை.

மனிதர்கள் சாதாரணமாகப் பக்குவம் கொள்வதற்கே எத்தனை வருடங்கள் உருண்டோடி விடுகின்றன. எல்லாத் தவறுகளையும் செய்த பின்னாலேதானே மனிதன் எதையும் உணர ஆரம்பிக்கிறான். பட்டு உணருவதே அவனின் வழக்கம் என்று ஆகிப்போனதே..! யார்தான் இதற்கு விதி விலக்கு. ஆணென்ன, பெண் ணென்ன? நான்கு ஐந்து பேர் உள்ள ஒரு குடும்பத்திலேயே எத்தனை எண்ண மாற்றங்கள். ஒருவருக்கொருவர் எவ்வளவு அபிப்பிராய பேதங்கள்? விட்டுக் கொடுத்தல் என்பது மட்டும் மனிதர்களிடத்தில் இல்லையென்றால் எல்லா வீடுகளும் நரகம்தானே...! எந்த வீட்டில் நிம்மதி இருக்கும்? இந்தக் குடும்ப அமைப்பு எப்படி வாழும்? ஒன்று மட்டும் நிச்சயம். எல்லாக் குடும்பங்களும் விட்டுக் கொடுத்தல் என்கிற சித்தாந்தத்தைக் கடுமை யாகக் கடைப் பிடிக்கின்றன. அது மட்டும் சத்தியம். ஒவ்வொரு குடும்பத்திலும் யாரேனும் ஒருவர், அது ஆணோ அல்லது பெண்ணோ ஒருவரை இன்னொருவர் புரிந்து கொண்டு விட்டுக் கொடுத்துக் கொண்டு இருக்கிறார்கள். உலகிலுள்ள எல்லா வீடுகளும் இந்தத்

தாத்பரியத்தில்தான் இயங்குகின்றன. அதனால்தான் வாழ்ந்து கொண்டிருக்கின்றன. அதில்தான் இந்தக் குடும்ப அமைப்பு காப்பாற்றப்பட்டுக் கொண்டிருக்கிறது. அந்தக் கருணை மனத்தோடுதான் காயத்ரியை எதிர் கொண்டாள். அது அவள் கண் மருத்துவ மனைக்குச் சென்றிருந்த நேரம்.

கண்ணில் மருந்தை ஊற்றி பாக்கியத்தை உட்கார வைத்திருந்தார்கள். அடுத்த டெஸ்ட்டுக்கு குறைந்தது அரைமணி நேரமாவது ஆகும். காலை பத்து மணிக்கு ஆஸ்பத்திரிக்குள் நுழைந்து ஒரு மணி நேரம் ஆன பொழுதில் அப்பொழுதுதான் முதல் டெஸ்ட் ஆரம்ப மாகியிருந்தது. எல்லாம் முடிந்து மூக்குக் கண்ணாடிக்கு எழுதி வாங்கிக் கொண்டு வெளியேற எப்படியும் சாயங்காலம் ஆகிவிடும். காலைச் சாப்பாட்டை முடித்துக் கொண்டே புறப்பட்டு வந்திருக்கலாம். வெறும் உப்புமா ஒரு கப் சாப்பிட்டு வந்தது. பரமேஸ் வரனுக்கு வயிற்றைப் பிசைந்தது. அம்மாவுக்கு உப்புமா செல்லாது. அதுவே இவனுக்குக் கோபம். பேர் பண்ணினாள் சாப்பிட்டதாக. காயத்ரி தன்னிச்சையாகச் செய்து இறக்கி விட்டாள். விருப்பம் கேட்கப்படவில்லை. கேட்டுக்கணும், பிறகு செய்யணும் என்கிற நிதானம் வராத வேளை.

வீட்டில் வைத்து, டிபன் சாப்டிட்டுப் புறப்படலாம்... என்றதோடு சரி. ஏதோ மூன்றாம் நபருக்குச் சொல்வது போல. அவளுக்கு அந்த வீடு முற்றிலுமாக ஒன்றி வந்திருக்கவில்லை.

மாவு தீர்ந்து போச்சு... - என்றவாறே உப்புமாவைக் கொண்டு வந்து வைத்தாள். ஒரு வார்த்தை இவனிடமாவது சொல்லியிருக்கலாம். பக்கத்துத் தெரு அரவை மிஷினில் மாவு விற்பார்கள். போய் வாங்கி வருவான் இவன். அது சற்று மணல் கடிக்கும். சற்றுத் தள்ளி நடந்தால் நயமான மாவு கொஞ்சம் அதிக விலையில் கிடைக்கும்.

சொல்லியிருக்கலாம்ல முன் கூட்டி... என்றான் பரமு சற்றுச் சலித்துக் கொண்டே.

அதனாலென்ன சாப்பிடு... - என்றாள் அம்மா. தனக்கும் சேர்த்தே அப்படிச் சொல்லிக் கொண்டதாகத் தோன்றிற்று பரமுவுக்கு. மனசுக்குள் கோபம் பொங்கியது. அடக்கிக் கொண்டான். சமீப நாட்களாகக் கோபத்தை விட்டொழிக்கப் பாடுபட்டுக் கொண்டிருந்தான். அது அம்மாவின் அட்வைஸ்.

காயத்ரிக்கு இரத்த அழுத்தம்... டென்ஷன் கூடாது என்றார் டாக்டர்.

இந்தச் சின்ன வயசுலயா...? என்றான். அவனால் நம்ப முடியவில்லை. அவளாய் எதையாவது நினைத்து நினைத்துத் தன்னை டென்ஷன் பண்ணிக் கொள்வாளோ என்று நினைப்பான். அப்படியான மன அழுத்தம் கொண்டால் ரத்த அழுத்தம் வராமல் என்ன செய்யும் என்பது அவன் கேள்வியாய் இருந்தது. ஒரு வேளை நான் இல்லாமல் இருக்கும் வேளையில் அம்மா காயத்ரியைக் காய்ச்சி எடுப்பாளோ? என்றும் தோன்றியது. ஆனால் அப்படி எதுவும் இதுநாள் வரை காயத்ரி தன்னிடம் சொன்னதில்லை. இன்னும் கொஞ்ச காலம் போகட்டும் என்று பொறுத்திருக்கிறாளோ என்னவோ? வீட்டு ராஜ்யம் தன் கைக்கு வரும்வரை காப்பாற்றப்படும் பொறுமை. அதுவும் ஒரு நாள் வெடிக்கத்தான் செய்தது.

உங்களால்தான் எனக்கு இப்படி ஆச்சு... உங்களால் தான் இந்தப் படபடப்பு வந்தது எனக்கு. எப்பப் பார்த்தாலும் அவசரப்படுத்தறது, பரபரக்கிறது, அவதி அவதியாச் செய்ய வைக்கிறது. அப்படிச் செய்து செய்துதான் எனக்கு பிரஷரே வந்தது. உங்களாலதான்... இந்தக் கஷ்டம். நீங்கதான் இதுக்குக் காரணம்... நீங்கதான் எனக்கு இந்த வியாதிய உண்டாக்கிட்டீங்க...

உங்களாலதான் என் உடம்பு கெட்டுப் போச்சு... உங்களாலதான்... உங்களாலதான்...

அப்பப்பா...! என்ன ஒரு பேச்சு? மனிதன் காதில் வாங்கி, சகித்து, பொறுமை காப்பது மகா கஷ்டம். எங்காவது ஓடிவிடலாமா என்று இருக்கும் பரமுவுக்கு. ஏனடா கல்யாணம் கட்டினோம் என்று நொந்து போவான். ரொம்பவும் வேதனைப்பட்டான் அப்பொழுது. கூடுமானவரை அமைதி காப்பது என்ற முடிவுக்கு வந்திருந்தான். செய்யவும் செய்தான்.

வந்த புதிதிலேயே அத்தனை நற்குணம் படைத்தவளாய்த் தனக்குத் தெரியவில்லையே...

சுருட்டி மடக்கிப் படுத்துக் கொண்டாள் ஒரு நாள். வேண்டுமென்றேதான் கிடக்கிறாளோ என்று நினைக்க வைத்தது. உண்மையிலேயே தூங்குகிறவர்களை எழுப்பலாம். நடிப்பவர்களை எழுப்ப முடியுமா? வாயே திறக்கவில்லை பரமு. கிடக்கட்டும் என்று இருந்து விட்டான். படித்தவள், ஆனால் பண்பானவள் என்று சொல்ல முடியவில்லை. நல்ல குடும்பமும், நல்ல வளர்ப்பும்தான். ஆனால் மனதுக்குள் சில வக்கிரங்கள். குரோதங்கள், அறியாமை என்று குறைகள் பல. அது இல்லாதவர்தான் யார்? பாக்கியத்தின் கேள்வி அவனிடம் அப்போது அப்படித்தான்.

பரவாயில்லடா... ஒரு நாள் முடியலைன்னா என்ன செய்யறது? மனுஷ உடம்புதானே... எல்லாருக்கும் எல்லா நாளும் ஒண்ணாவேவா இருக்கும்...? அவளும் என் பொண்ணு மாதிரிதானே? உடம்பு முடியலைன்னா என்ன பண்றது?

அதெல்லாம் சும்மாம்மா என்று இரைந்தான் பரமேஸ்வரன். அந்த முறை அம்மா அவள் அக்காளைத் தேடிப் புறப்பட்டிருந்தாள். நாகர்கோயில் பக்கம். திடீர் புறப்பாடுதான். இவளைப் பிடிக்காமல்தான்

புறப்பட்டுவிட்டாளோ என்றிருந்தது இவனுக்கு. போகும்போது எத்தனை பதமாகச் சொன்னாள்?

சும்மா அவளைத் திட்டிட்டிருக்காதே... தேவையில்லாமக் கோபப்படுறது, சத்தம் போடுறது, இதையெல்லாம் விடு... மனுஷா மாற வேண்டாமா? அப்படியேவா இருக்கிறது? பிரியமா வச்சிக்கோ... அன்பால்தான் வசப்படுத்த முடியும்... அதிகாரத்தால முடியாது. நிர்வாகத்துல கூட முழுக்க முழுக்க அது செல்லுபடியாகாது. ஒரு ஆபீஸ்ல பத்துப் பேரை கட்டி மேய்க்கிற உனக்கு இதெல்லாம் நான் சொல்லித்தரணுமா?

பாவம் பாக்கியம்... துன்பமே வாழ்க்கையாய்க் கண்டவள். வறுமைப் பிடியில் சிக்கித் தவித்தவள். அன்றாட வாழ்க்கையே அவளுக்குக் கஷ்டம்தான். மீள முடியாத கஷ்டம். மனம் கோணி, பிறரைச் சுடு சொல் சொல்லி பரமு கேட்டதில்லை. அத்தனை மென்மையான இதயம். அஹிம்சையின் மொத்த உருவம். அன்பின் பிறப்பிடம். மனித நேயத்தின் உச்சம். வற்றாத ஜீவநதி.

எங்கிருந்தாலும் எல்லாரும் சந்தோஷமா, சௌக்கியமா இருக்கணும்... – வாய் நிறைய மனம் நிறைந்து வாழ்த்துவாள் அம்மா. அவள் ஆசீர்வாதம் கிடைக்க தவம் இருக்க வேண்டும்.

பரமு... குரல் கேட்டு என்னம்மா என்றான் இவன்.

இருக்கியான்னு பார்த்தேன். ஏன் பேசாம உட்கார்ந்திட்டே? சங்கடப்பட்டுக் கேட்கிறாள் அம்மா. மூடிய கண்களின் இரு பக்கமும் நீர் வழிகிறது. துடைத்து விடுகிறான்.

உனக்குப் பசிக்குமேன்னு யோசிச்சேன்... போய் ஒரு காபி வாங்கி வரட்டுமா?

வேண்டாம்... நீ போய் சாப்பிட்டுவா... சீக்கிரம் வந்திடு... திடீர்னு கூப்பிடுவாங்க... – உண்மைதான்.

அப்படி நிகழ்ந்தால் அம்மா பதறித்தான் போவாள். தேவையில்லாத பதற்றம்தான். அம்மாவாக ஒரு இடம் போனதில்லை, வந்ததில்லை. அப்பாவோடு கூடிய எளிமையான வாழ்க்கை முறை அதற்கெல்லாம் இடம் கொடுக்கவில்லை.

இந்த நிமிஷத்து நிம்மதி என்றைக்கும் நிலைச்சா போதும். வேறே பெரிய ஆசையில்லை. நீங்களெல்லாம் படிச்சு, ஒரு நல்ல வேலைக்குப் போயி, செட்டிலாகணும்... நாங்க படுற கஷ்டத்துக்கு அதுதான் எங்களுக்கு நிம்மதி.

அப்படியே அமைந்த வாழ்க்கையைச் நிறைவோடு சுமந்து கழித்துவிட்டாள் அம்மா. பரமு நினைத்து நினைத்து அழுவான். அந்த ஆஸ்பத்திரியில் அமர்ந்திருந்த வேளையில் பழைய நினைவுகளில் மூழ்கிப் போனான். மாரியம்மன் கோயிலில் திருவிழாவின்போது சர்பத் குடிக்கவும், குடைராட்டினம் ஏறவும், காசு மிச்சம் பிடித்துக் கொடுத்த அம்மா. வீட்டுக்கு வீடு விசேடங் களுக்கு முறுக்கு சுற்றப் போய், கூலிக்கு பதிலாக முறுக்கு வாங்கி வந்து பிள்ளைகளுக்குக் கொடுத்த அம்மா... நாங்கள் தின்பதைப் பார்த்து மகிழ்ந்த அம்மா, இப்படி எங்களின் சின்னச் சின்ன ஆசைகளையெல்லாம் எப்படிப்பட்ட வாழ்க்கை நெருக்குதல்களுக்கு நடுவே நிறைவேற்றி இருக்கிறாள்?

அந்த முறை காயத்ரி எத்தனை பொறுப்பாய் இருந்தாள். ஆஸ்பத்திரிக்கு அழைத்துச் சென்று கண்ணாடி போட்டுக் கூட்டி வந்த அந்த நாள் இன்னும் பாக்கியத்தால் மறக்க முடியாதது. அன்றைக்கு பரமுவும், காயத்ரியும் தன்னுடனேயே இருந்து தன்னைப் பொறுப்பாய்க் கவனித்து, வீடு கொண்டு வந்து சேர்த்தது, அதற்கு முன் தடவை படுக்கையில் கிடந்தபோது அவள் கவனித்துக் கொண்டது, பணிவிடை செய்தது...

மகளே உன்னை ஏன் நான் இப்படி ஒதுக்குகிறேன் இன்று? என் அருமை மகன், அவன் என்னை விட்டுப்

பிரிந்து விட்டானே அந்தப் பாவம், பழியாய் மனதில் வேரூன்றி விட்டதா? அது மறு உருக்கொண்டு உன் மீது பாய்கிறதா? என் பாச மகன், அருமைப்பிள்ளை வாழ முடியாத வாழ்க்கையை இவள் தனித்து வசதியாய் வாழ்கிறாளே என்கிற பொறாமையா? அத்தனை கீழ்மைத்தனம் உள்ளவளா நான்? இவ்வளவு சுயநலமா எனக்கு? என் பையனும் எனக்கு இல்லாமல் போய் அவனுக்கு அருமையாய் நான் அமைத்துக் கொடுத்த வாழ்க்கையும் இல்லாமல் போனதே என்கிற ஆதங்கம் என்னையறியாமல் என் மனதில் வேரூன்றிப்போய் என்னை ஆட்டுவிக்கிறதா? அதுதான் ஆதங்கமாய் உன் மீது கோபமாய் மாறிப் பேச வைக்கிறதா? உன்னையும் அப்படித் தவிக்க விட வேண்டும் என்று என் மனம் எனக்கே சொல்லாமல் வேலை செய்கிறதோ? பெண் பாவம் பொல்லாததாயிற்றே...? என் கணவர், பிள்ளைகள், என் பேரக் குழந்தைகள், சுகமாய் சுபிட்சமாய் இருக்க வேண்டாமா? அப்படிப்பார்த்தால் நீயும் என் பெண்தானே...? எப்பொழுது என் பிள்ளையோடு என் வீட்டுக்கு நீ அடியெடுத்து வைத்தாயோ அப்பொழுதே நீயும் ஒருவகையில் என் மகள்தானே... உன் வாழ்க்கை மட்டும் அப்படியே கருகி நிற்க நினைக்கலாமா? அது பாபமில்லையா? இந்தக் குடும்பம் கால காலத்திற்கும் விளங்க வேண்டாமா? வாரிசுகள் பெறுக வேண்டாமா? சீர்பெற்று நிலைக்க வேண்டாமா? கடவுளே... என் மனதை ஏன் இப்படிப் படைத்தாய்? என்னை ஏன் இப்படிக் குழப்புகிறாய்? மனிதர்கள் எல்லோரும் சமம். எல்லோர் உடம்பிலும் சிவப்பு ரத்தம்தான் ஓடுகிறது. நல்ல மனமும், நற்குணமும்தான் தேவை. வேறு ஏற்ற இறக்கங்கள் இல்லை. எல்லோரும் ஓர் குலம். எல்லோரும் ஓர் உயிர். எல்லா மக்களும் சமமே...!!! இறைவா... எனக்குத் தெளிந்த அறிவைக் கொடு... நல்ல சிந்தனையைக் கொடு... நேர்பட நினைக்க, பேச, செயல்பட என்னை வழி நடத்து... .எல்லாமும் உன் பாதங்களில் சமர்ப்பணம்... என்னை வழி நடத்து... என்னை வழி நடத்து... இறக்கும்

முன் அவள் மனம் தெளிவாய்த்தான் இருந்தது. காலம்தான் அவளுக்குக் கொடுத்து வைக்கவில்லை. அதனைத் தொடர்ந்து பரமேஸ்வரனும் மரித்துப் போனானே? விதியை என்னவென்று சொல்ல?

9

குழம்பிய குட்டையில் மீன் பிடிக்க மோகன் அந்தக் காரியத்தின் மூலமாகத் திரும்பவும் முயலுவான் என்று வைத்தியநாதன் நினைத்தது சரியாய்த்தான் போயிற்று. அவனிடம் போக வேண்டாம் என்று தன் மனதில் ஆரம்பத்தில் தோன்றியதைச் செயல்படுத்தாமல் கோட்டை விட்டு விட்டோமே என்று நினைக்க ஆரம்பித்தார்.

என்ன அத்தான், சாவி கைக்கு வந்திடுச்சா? என்று அவன் செல்பேசியபோது அசந்துதான் போய்விட்டார் அவர்.

என்னதாம்ப்பா பண்ணினே? எல்லாம் கனவுல நடந்த மாதிரி இருக்கு? என்றார் வியப்பு குறையாமல்.

அது எதுக்கு,

விடுங்க... விஷயம் முடிஞ்சிடுச்சில்ல... ... சந்தோஷமா யிருங்க... என்று சுருக்கமாய் முடித்துக் கொண்டான்.

என் தம்பி என்ன சாதாரண ஆளா? போலீஸ் டிபார்ட்மென்ட்ல அவன் போஸ்ட் என்ன பவர் என்னன்னு எனக்குத்தான் தெரியும். அவன் நினைச்சா முடிக்காம விடமாட்டானாக்கும்... என்றாள் மீனாட்சி பெருமையாய். எதை நினைத்துக் கொண்டு இவள் இப்படிச் சொல்கிறாள் என்றிருந்தது வைத்தியநாதனுக்கு. திரும்பவும் வேதாளம் முருங்கை ஏறுமோ என்று நினைக்க ஆரம்பித்தார். அவனிடம் போக வேண்டாம் என்பதுதான் அவரின் ஆரம்ப எண்ணமாக இருந்தது.

ஆனால் அவரிடம் வந்து சேர்ந்த விஷயம் படு சீரியஸாய் உணர்ந்ததாலும், குடியிருப்பு நலச் சங்கச் செயலர் அவரிடம் வந்து கையேந்தியதாலும், சட்டென்று இந்த யோசனை அவர் மனதில் ஃப்ளாஷ் அடிக்க, மோக னுக்குப் பேசிவிட்டார். ஆனால் அந்தப் பயல் இத்தனை ஜரூட்டாய் விஷயத்தை முடிவுக்குக் கொண்டு வருவான் என்று அவர் நம்பவேயில்லை. இதன் மூலம் அவன் இன்னொன்றை ஆரம்பிக்காமல் இருந்தால் சரி என்று இப்பொழுது தோன்ற ஆரம்பித்து விட்டது அவருக்கு.

குடியிருப்போர் நலச் சங்கத்திற்கு அந்தப் பிரச்னை எட்டும் என்று கிஞ்சித்தும் எதிர்பார்க்கவில்லை. மாலை ஆறு மணியைப் போல் சங்க ஆபீஸில் சந்திக்கலாம் என்று செயலர் பாண்டுரங்கன் தகவல் அனுப்பியிருந்தார். எப்பொழுதும் போல் அந்த நகருக்குப் பாதாளச் சாக்கடை வசதி, கூடுதல் பஸ் வசதி, தார்ச்சாலை வசதி என்று மாநகராட்சிக்கும், போக்குவரத்துக் கழகத்திற்கும் என அலைய வேண்டியது தொடர்பான நடவடிக்கை யாகத்தான் இருக்கும் என்று நினைத்தார். அந்த நகரில் வீடுகள் பெருக ஆரம்பித்ததுமே தேவைகளும் அதிகரித்துக் கொண்டே போனது. தினமும் விடிகாலையில் நடைப் பயிற்சி செல்வோர் எல்லாம் அவரவரே ஒருவருக்கொருவர் அறிமுகம் செய்து கொண்டு ஒன்று சேர்ந்து கொண்டு, நகரின் தேவைகளைப் பற்றிப் பேச ஆரம்பித்தார்கள். அப்படித் துவங்கியதுதான் இந்தக் குடியிருப்போர் நலச் சங்கம். தேசப்பிதா மகாத்மாவின் பெயரை வைத்து நடந்த அந்தப் பகுதியில் தவறுகள் நடக்கலாமா? மனம் கொதித்துப் போனது வைத்தியநாதனுக்கு. எல்லாமும் சீராகி, பெருநகரின் முக்கியமான பகுதி என்று பெயரெடுத்திருந்தது அந்த புறநகர்ப் பகுதி. ஆனால் அதில் இப்படியெல்லாம் பிரச்னைகள் முளைக்கும் என்று துளியும் நினைக்கவில்லை. அதிலும் வைத்தியநாதன் குடியிருக்கும் அந்தத் தெருக் கோடியிலேயே அந்தத் தவறு நிகழ்கிறது என்பதை அறிந்தபொது மிகவும் அதிர்ச்சியாகிவிட்டார் அவர். வேதனைப்பட்டார்.

நகரில் திருட்டுப் பயம் வேறு இருந்தது. அதற்காக இரவு வாசல் லைட்டைப் போட்டு வைக்க வேறு சொல்லப்பட்டிருந்தது. ரெண்டு ஷிப்ட் போட்டு, பத்துப் பத்துப் பேராக பாரா உஷார் வேறு போனார்கள். அப்படியெல்லாம் அலெர்ட்டாக இருந்தும் இந்த விஷயம் பார்வைக்கு வரவில்லையே? கவனத்திற்கு ஒருவர் கூடச் சொல்லவில்லையே? பயமோ? நமக்கெதற்கு வம்பு என்ற எண்ணமோ?

ஆட்கள் எப்படி என்னன்னு சரியா விசாரிக்காம குடிவச்சிட்டேன். அது என்னோட தவறுதான். என் மச்சினன் வீடு. அவர் பெங்களூர்ல இருக்காரு. என் பொறுப்பிலே வீட்டை விட்டிருக்காரு. இந்த விஷயம் தெரிஞ்சிதுன்னா ரொம்ப வருத்தப்படுவாரு... அடுத்த மாசம் சம்மர் வெக்கேஷனுக்கு குழந்தைகளைக் கூட்டிட்டு வர்றேன்னு சொல்லியிருக்காரு... அதுக்குள்ளே இதை முடிச்சிடணும். இல்லைன்னா பெரிய பிரச்னை யாயிடும்... இந்தத் தெருவோட பிரதிநிதி நீங்கங்கிற முறைல சொல்றேன்... அழாத குறையாக அவர் நின்ற போது இவருக்குப் பரிதாபமாக இருந்தது.

வாடகைக்கு வீடு விடுவதில் எப்படியெல்லாம் சிக்கல்கள் வருகின்றன. எந்த ரூபத்தில் வில்லங்கங்கள் முளைக்கும் என்று யார் கண்டது?

நீங்களா செய்தாலும் சரி, இல்ல அசோசியேஷன்ல சொல்லிச் செய்ய வச்சாலும் சரி, என்ன செலவானாலும் பரவால்ல... பிரச்னையை முடிச்சி விடுங்க... என்றார் வந்தவர்.

ஏதோ ஏரியா தாதாவிடம் வந்து முறையிடுவது போல் இருந்தது அவர் பேச்சும் முடிப்பும். அந்தப் பகுதியில் வைத்தியநாதன் வீடு கட்டியபோது இருந்த வாட்ச்மேன் வீரனைக் கூப்பிட்டுக் கேட்டுப் பார்த்தார்.

வீரன் வீரமாகத்தான் பதில் சொன்னார். ”முடிச்சிடுங்கன்னு உறுதியாச் சொல்லிப்புட்டீங்கன்னா

செய்துப்புடுவோம். நாங்க நாலு பேரு வருவோம். பண்ட பாத்திரம், சாமாஞ்செட்டுன்னு எல்லாத்தையும் அள்ளி ரோட்டுல தூக்கிக் கெடாசிட்டு, வீட்டையும் பூட்டி, ஒரு மணி நேரத்துல சாவி உங்க கைக்கு வந்திடும். போலீசு, கீலீசுன்னு போகக் கூடாது. அதமட்டும் நீங்க பார்த்துக்கிடணும்... ”

”என்ன நீங்க, அவரையெல்லாம் கூப்பிட்டுக் கேட்டுக்கிட்டு... வாட்ச்மேனா இருக்கைலயே கட்டடத் துக்கு ஒழுங்காத் தண்ணி ஊத்த மாட்டாரு... சிமின்ட், செங்கல், ஜல்லின்னு சில்லரைக்கு வித்துப்புடுவாரு. அவருக்கும் சேர்த்து நாம காவல் காக்கணும்... இப்ப அவரைக் கூப்பிட்டுத் தீர்வு கேட்டா? வில்லங்கத்தை நாமளே விலைக்கு வாங்கிறமாதிரியாகாதா? பாக்கியம் பொழிந்து தள்ளி விட்டாள்.

மாடி பால்கனியில் அந்த வீட்ல மட்டும் ஏன் பல்புக்கு இப்படிச் சிவப்புக் கலர் காகிதத்தை ஒட்டி வச்சிருக்காங்க... - ஒரு நாள் என்னவோ இனம் புரியாத சந்தேகத்தில் அவள் கேட்டது இப்பொழுது வைத்திய நாதனுக்கு நினைவு வந்தது. அந்தத் தெருவுக்குத் தான் பிரதிநிதி என்பதை நினைத்துப் பார்க்கவே வெட்கமாய் இருந்தது இவருக்கு. என்ன சார், உங்க தெருவுலயா இப்படி? என்றார் செயலர் அதற்கேற்றாற்போல். தெருவில் மொத்தம் இருநூறு வீடுகளாவது இருக்கும். ஒவ்வொரு வீடாக என்ன நடக்கிறது என்று நுழைந்து பார்த்துக் கொண்டா இருக்க முடியும்? கூட்டத்திற்கு சுற்றறிக்கை கொடுத்தால் எண்ணி நாலு பேர் வந்தால் அதிசயம்.

நீங்க என்ன சார் இப்டிக் கேட்கிறீங்க...? தெருவையே நானா தலைல தூக்கிச் சுமக்க முடியும்? என்றார் இவர்.

நாம போலீஸ்ல கம்ப்ளெயின்ட் பண்ணியாகணும்... அந்த வீட்ல அசிங்கம் நடந்திட்டிருக்கு... அவுங்களைக் காலி பண்ண வச்சாகணும்... என்றார் வீராவேசமாக.

சொல்லிவிட்டுப் போனவர்தான். பிறகு வரவேயில்லை. என்னவோ வேறு காரியம் என்று எங்கோ பக்கத்தூருக்குக் கிளம்பிப் போய்விட்டார் என்று செய்தி வந்தது. நழுவி விட்டார் என்றுதான் தோன்றியது வைத்தியநாதனுக்கு.

எதுக்கு ஆளாளுக்குப் பயப்படுறீங்க... நீங்களா ஆட்களைச் சேர்த்திட்டு இதுக்கு ஒண்ணும் போக வேண்டாம்... செக்ரட்டரியே எங்கயோ நழுவிட்டார். அவர்ட்டதானே அந்த ஓனர் புகார் கொடுத்திருக்கார். உங்ககிட்டே வந்து வெறுமே வாயால வழிய விட்டாப் போதுமா... புறப்பட்டு வரணும்ல... வேறே காரியம்னு சாக்குச் சொல்லி ஓடி ஒளிஞ்சா...? என் தம்பிக்குப் பேசுங்க... அவன் ஐடியாச் சொல்லுவான்... என்றாள் மீனாட்சி. அந்த நேரத்தில் அவர் இருந்த மனநிலையில் அதுதான் சரி என்று தோன்றியது வைத்தியநாதனுக்கு.

பேசினார். இதோ முடிந்து விட்டதே...! பொழுது விடிய, அவருக்கும் விடிந்து விட்டது.

சார்... மலை போல வந்திச்சு... பனிபோல விலகிடுச்சு... .என்றார் வீட்டு ஓனர். சிக்கலான பிரச்னை சுமுகமாய் முடிந்ததில் நிம்மதிப் பெருமூச்சு விட்டார் வைத்தியநாதன்.

10

அம்மா... உங்க உதவிக்கு ரொம்ப நன்றிம்மா... சொல்லிக் கொண்டே அவள் இருக்கை அருகே வந்த டிரைவர் தினகரனை நிமிர்ந்து பார்த்தாள் காயத்ரி.

வாங்க... ரொம்ப சந்தோஷம்... .போய் உடனே ஜாய்ன் பண்ணுங்க... ஏன்னா போட்டி ரொம்ப பலமா இருக்கு..உங்க எடத்துக்கு... ஏற்கனவே லேட்டாயிடுச்சு...

ஏம்மா அப்படிச் சொல்றீங்க...? பதட்டத்தோடு கேட்டான் தினகரன்.

ஆமாம்... நான் என்னோட பர்சனல் ரெக்வெஸ்ட்ல இதை உங்களுக்கு வாங்கிக் கொடுத்திருக்கேன்... மனசுல வச்சிக்குங்க... யாருக்கும் தெரிய வேண்டாம். என்னோட வார்த்தைக்காக பாஸ் இதைச் செய்து கொடுத்திருக்காரு... எனக்காகக் கூட நான் எதுவும் இதுவரை கேட்டதில்லை. அதுனால நடந்தது இது. ஆனா உங்க ப்ளேசுக்கு நாலஞ்சு பேர் போட்டி. எல்லாமும் பலமான ரெக்கமன் டேஷன்ஸ்... அவுங்க இந்த விஷயம் தெரிஞ்சு உங்க ஆர்டரைக் கான்சல் பண்றதுக்குள்ளே நீங்க போய் ஜாய்ன் பண்ணிட்டீங்கன்னா, கொஞ்சம் ஆபத்து கம்மி... போகட்டும்னு விட்டிருவாங்க... வாய்ப்பிருக்கு... ஆனா அது உங்க அதிர்ஷ்டத்தைப் பொறுத்து...

சரிம்மா... நான் இப்பவே கிளம்பறேன்... போய் இன்னைக்கே பணியிலே சேர்ந்திடுறேன்... .-ரொம்ப நன்றிம்மா... இதை நான் மறக்கவே மாட்டேன்... எங்க குடும்பமே உங்களுக்குக் கடமைப்பட்டிருக்கு...

பதில் எதுவும் சொல்லாமல் அவனையே பார்த்துக் கொண்டிருந்தாள். அவன் கண்களில் நீர். உணர்ச்சி வயப்பட்ட நிலை. தினகரனுக்குத் தெரியும் அவளும், மனோகரனும் பழகியது. இருவரும் சேர்ந்து உணவகம், ஜவுளிக்கடை, தியேட்டர், கோயில் என்று இருப்பதைப் பல முறை பார்த்திருக்கிறான். கணவன் மனைவிபோல் ஜோடி சேர்ந்து அலைவதைக் கண்ணுற்றிருக்கிறான். அந்த மாதிரி சமயங்களில் அவன் கண்களில் பட்டுவிட்டோமே என்று ஆரம்பத்தில் நினைக்கத்தான் செய்திருக்கிறாள். பிறகு பழகி விட்டது. கல்யாணம் செய்து கொள்ளப்போகிறோம் என்கிற நினைப்பு அந்த தைரியத்தைக் கொடுத்து விட்டது.

அலுவலகத்தில் கூட அரசல் புரசலாகப் பேசத்தான் செய்தார்கள். அதற்காகத் தனியே அமர்ந்து அழுதிருக் கிறாள் காயத்ரி.. பரமேஸ்வரனோடு மன ரீதியாகவும், உடல் ரீதியாகவும் ஒன்றுவதற்கு முன் போய்ச் சேர்ந்து விட்டான். அது தன் துரதிருஷ்டம். அவன் இருந்திருந்தால்

தனக்கு இன்று இந்த நிலை வந்திருக்காது. அன்றியும் அவளுண்டு, அவள் வேலையுண்டு என்றுதான் இருந்தாள். மீனாட்சியம்மாள் இப்படி மாறுவாள் என்று காயத்ரி எதிர்பார்க்கவேயில்லை. ஆபீசிலிருந்து சற்றுத் தாமதமாக வந்தாலே வார்த்தைகளை வீசினாள். வைத்தியநாதன் எத்தனையோ முறை கண்டித்திருக்கிறார். ஆனால் கேட்பதாயில்லை.. வீட்டுக்கு வந்த மருமகளைத் தான் பெற்ற பெண் போல் வைத்துக் கொள்ளும் தாய்மார்கள் எத்தனை பேர்? அதெல்லாம் கதைகளிலும், சினிமாவிலும்தான். நடைமுறையில் பெரும்பாலும் நேருக்கு மாறுதான்.

நீயும் ஒரு பொண்ணு வச்சிருக்கே மீனாட்சி. அதுவும் இன்னொரு வீட்டுக்குப் போக வேண்டியதுதான். ஞாபகம் வச்சிக்கோ... நம்ம வீட்டுக்கு வந்த இந்தப் பொண்ணு வயிறெறிஞ்சிதுன்னு வச்சிக்கோ... அது நம்ம பொண்ணோட வாழ்க்கையைக் கண்டிப்பா பாதிக்கும்... அது நல்ல வாழ்க்கை வாழறதை நாம பார்க்க வேண்டாமா? கண்ணீரும் கம்பலையுமா வந்து நின்னா உனக்கும் எனக்கும் பொறுக்குமா? ஆகையினால பார்த்து நடந்துக்கோ... அநாவசியமா வார்த்தைகளை நெருப்பாக் கொட்டாதே... நீ பேசறதுக்கெல்லாம் காயத்ரி எதிர்த்துப் பேசறதில்லைங்கிறதுக்காகவே மேலும் மேலும் பேசாதே... திரும்பத் திரும்ப அவ மனசைப் புண்படுத்தாதே... அவபாட்டுக்குத் தான் உண்டு, தன் வேலையுண்டுன்னு இருக்கா... அவ வருமானத்திலயும்தான் இந்த வீடு நடக்குது. அதையும் ஞாபகம் வச்சிக்கோ... அதுலதான் நாம பெரும்பாலான கடனை அடைச்சிருக்கோம்... பிள்ளைகளைப் படிக்க வச்சிருக்கோம்... இந்தக் குடும்பத்தை மேலும் கடனில்லாம நடத்திக்கிட்டுப் போறோம். அதை மறந்துடாதே...! இந்தப் பெண்ணோட துரதிருஷ்டம்னு சொல்ற நீ, பரமேஸ்வரனை மட்டும் ஏன் குறைச்சுப் பேச மாட்டேங்கிறே? அவனுக்கு இவளோட வாழக் கொடுத்து வைக்கலைன்னு ஏன் நினைக்க மாட்டேங்கிறே...

எனக்கென்னவோ அப்படித்தான் தோணுது... கணவனை இழந்தபின்னாடியும், சோர்ந்து போகாம, கிடைச்ச வேலையை நல்லாப் பயன்படுத்திக்கிட்டு, இந்த வீட்டுக்காக அந்தப் பொண்ணு உழைச்சிட்டு வருது. அது நினைச்சிருந்தா இத்தனை நாள் நீ பேசின பேச்சுக்கு, தனியா எங்கேயாவது போய் ஒரு ஹாஸ்டல்ல உட்கார்ந் திருக்கும். அதுக்கு உறவுன்னு சொல்லிக்க யாரும் இல்லை, கேள்வி கேட்க ஆளில்லைன்னு நினைச்சுதானே நீ அதைக் குத்தியெடுத்தே... மனசு வெறுத்து, .இதுவே ஒரு நாள் வக்கிரமா மாறிச்சின்னு வச்சிக்கோ... வரதட்சணைக் கொடுமை, மாமியார் கொடுமைன்னு ஏதாச்சும் சொல்லி, போலீஸ் ஸ்டேஷன்ல போய் நின்னுச்சின்னா அப்புறம் நீயும் நானும் லாக்கப்ல தான்... கவனமா இரு... படிச்ச பொண்ணு... வேலை வேறே கைல இருக்கு... கிடைக்கிறதைப் பக்குவமா வாங்கிக்கிட்டு, அன்பா வச்சிக்கப் பாரு... உன் பொண்ணு மாதிரி நடத்த முயற்சி செய்... முடியலையா... வாய் பேசாமவாவது இரு... அநாவசியமா வார்த்தைகளைக் கொட்டாதே... என்னைக்காவது ஒரு நாள் வெடிக்கும்... அப்போ என்னாலேயும் கட்டுப் படுத்த முடியாமப் போயிரும்... ஜாக்கிரதை...!!!

அப்புறம்தான் நிறுத்திக் கொண்டாள் மீனாட்சி. பின் விளைவுகளின் எண்ணம் அவளை ரொம்பவும் பயமுறுத்தி விட்டனவோ என்னவோ... தானுண்டு தன் வேலையுண்டு என்று இருக்க ஆரம்பித்தாள். அதுவும் வைத்தியநாதனுக்குச் சங்கடமாகத்தான் இருந்தது.

உன்னுடைய அமைதியை நீதான் வேணுமின்னே கெடுத்துக்கிறே... இந்த வீட்டின் சந்தோஷத்தையும் சேர்த்துக் கெடுக்கிறே... மத்தவங்களும் உன்னால அமைதியாக் கிடக்க வேண்டிர்க்கு. கலகலன்னு பேசிட் டிருந்தா என்ன, காசா பணமா? குறைஞ்சா போயிடுவே... நமக்கென்ன தரித்திரமா பிடுங்கித் திங்குது? போதுமான அளவுக்கு வருமானம் இருக்குல்ல? எல்லாரும் உடல்

நலமாத்தானே இருக்கோம்? ஒண்ணு சொல்றேன் கேட்டுக்கோ... நீ இப்படியே இருந்தேன்னா கூடிய சீக்கிரம் படுக்கைக்குப் போகிற முதல் ஆளா நீதான் இருப்பே... மனசும், நினைப்பும்தான் பாதி வியாதிக்குக் காரணம். நம்முடைய எண்ணங்களுக்கு ஏற்றாற்போலத்தான் உடம்பிலுள்ள சுரப்பிகளும் வேலை செய்யுதுங்கிறான். அதை ஸ்டிரைக் பண்ண வச்சிடாதே...! அந்தப் பொண்ணை எதுவும் சொல்லாதே, திட்டாதேன்னு நான் சொன்னது நீ கம்முன்னு கிடக்கணும்னுட்டுல்லே... சாதாரணமா இருக்கப் பாரு... என்னத்தை வாரிக்கட்டிக் கொண்டு போகப்போறே...? எது உன் கூட வரப்போகுது...? வீட்டுத் தலைவி நீ மூஞ்சியத் தூக்கிக்கிட்டுத் திரிஞ்சேன்னா, அது மத்தவங்களுக்கும் பாதிக்கும்னு உனக்குத் தெரியாதா? எல்லாரும் உன் முகத்தைத் தானே பார்க்கிறாங்க... நீ சிரிச்சிட்டிருந்தாத்தானே மத்தவங்களுக்கும் யதார்த்தமா வேலை ஓடும்... .. நீ உம்ம்ம்முன்னுட்டிருந்தேன்னா? அம்மா கோபமா இருக்காங்க போலிருக்கு... நாம பேசக் கூடாதுன்னு எல்லாரும் முடங்கிப் போவாங்கல்ல... இதுவே உன் மேல வச்சிருக்கிற மதிப்புனாலதானே? அதை நினைச்சிப் பார்த்தியா? இந்த மதிப்பையே அன்பா மாத்தினேன்னா குறைஞ்சா போவே? காசா பணமா?

நான் சொல்றதையெல்லாம் நீ யோசிச்சுப் பார்த்திருந் தேன்னா, இங்கே சந்தோஷம் நிலவியிருக்கும். உன்னால யோசிக்க முடியும், சிந்திக்க முடியும், ஒரு நல்ல முடிவுக்கு வரவும் முடியும். ஆனா உன்னோட ஈகோ தடுக்குது.. என்ன ஈகோ வேண்டிக் கிடக்கு? அதுக்குப் பேரு ஈகோங்கிற பேர் கூட உனக்குத் தெரியாது. இருக்கப் போறது கொஞ்ச நாள்... இந்த உலகத்துல அப்படியிருந்த எத்தனையோ பேர் போன எடம் தெரியலை... புல்லு முளைச்சுப் போச்சு... எது நிக்கும்னு நினைக்கிறே? இந்த வாழ்நாள்ல நாம ஏதாச்சும் நல்லது செய்திருந்தா, அதுதான் நிற்கும்... நிலைக்கும்... மாமியார்னா அது ஒரு

ஸ்தானம். அவ்வளவுதான். ஆனா அந்த ஸ்தானத்தை எப்படி மதிப்பா வச்சிக்கிறதுங்கிறது நீ ஒரு நல்ல தாயாரா இருக்கிறதைப் பொறுத்துத்தான். வீடுங்கிறது அன்பு நிறைஞ்ச இடமா இருக்கணும். அப்போதான் அங்கே லட்சுமி குடியிருப்பா... இல்லன்னா மூலைக்கு மூலை சனிதான் குடியிருக்கும். துஷ்ட தேவதைகள் மறைஞ்சு நின்னு நாம பேசறதையும், நடக்கிறதையும், பார்த்துக் கை கொட்டிச் சிரிக்கும். நடு வீட்டுல வந்து சம்மணம் போட்டு உட்கார்ந்துக்கிட்டுப் போக மாட்டேன்னும்...

எவ்வளவோதான் சொல்லிப் பார்த்தார் வைத்திய நாதனும். மீனாட்சி மாறினால்தானே? பிறவிக் குணத்தை மட்டையை வைத்துக் கட்டினாலும் போகாது என்பார்கள். அவள் எப்பொழுதும் போலத்தான் இருந்தாள். இவரின் வார்த்தைகள் மதிக்கப்படவேயில்லை. கேட்டால், நான் என்ன செய்றேங்க...?நான் நாம் பாட்டுக்குத்தானே இருக்கேன்... நீங்க என்ன என்னையே குறை சொல்றீங்க...? எல்லாம் எனக்குத் தெரியும்... நீங்க ஒண்ணும் சொல்ல வேண்டாம்... – என்று பட்டென்று முறித்து விடுவாள்.

இவ பட்டுத் திருந்துற கேசு... என்று நினைத்துக் கொள்வார் வைத்தியநாதன். கையில் புத்தகத்தை வைத்துக் கொண்டே தொட்டபின் பாம்பு என்றும், சுட்டபின் நெருப்பு என்றும், பட்டபின் அறிவதே என் பழக்கமென்றான பின்பு... என்று கவியரசரின் பாடலை வாய்விட்டுப் பாடுவார். அதற்கும் ஒரு நாள் இடி விழுந்தது இவருக்கு.

பெரிஸ்ஸ்ஸா கண்ணதாசன் பாட்டைப் பாடினாப்ல ஆச்சா... அவரென்ன ரொம்ப ஒழுங்காவா இருந்தார்...? என்றாள்.

அவர் எப்படியிருந்தாரோ அதுக்கு நேர்மாறா சரியான திசைல பின்னாள்ல மாறினாரு... அது

தெரியும்ல... அவரோட அர்த்தமுள்ள இந்து மதம் படிச்சீன்னா நீ இப்படிப் பேச மாட்டே... அவருக்குள்ளே இருக்கிற ஆன்மீகம் எவ்வளவு அழகா, வீரியத்தோட வெளில வந்தது தெரியுமா? நெற்றில பட்டை போட்ட அவர் ஃபோட்டோவ நீ பார்த்திருக்கியா? அந்த அமைதியான முகமும், மென்மையான சிரிப்பும், அவரோட முதிர்ச்சிக்கு அடையாளம்... . பைபிளைப் பாடல்கள்ல எழுதினாரே படிச்சிருக்கியா? அதெல்லாம் படிக்கணும்... அவரோட எழுத்துக்களைப் படிச்சிட்டு, அவரைப் பத்திப் பேசணும்... அப்பத்தான் தகுதி... உயிரோட இன்னும் சில வருஷங்கள் இருந்திருந்தார்னா இன்னும் எத்தனையோ காவியங்களைப் படைச் சிருப்பார்... தன்னுடைய ஆன்மீகச் சிந்தனையினாலே அறுபத்து மூன்று நாயன்மார்களோட அறுபத்து நாலாவதாச் சேர்ந்திருப்பார்... காலத்தின் கட்டாயமாகி யிருக்கும் அது...! காலம் அப்படித்தான் அவரைக் கொண்டு நிறுத்தியிருக்கும்... இந்த உலகத்துல இப்படி யான பல பேரை நாம வெகு சீக்கிரமே இழந்திருக் கோம்ங்கிறதுதான் சோகம். அது இந்த மனுஷங்களோட, இந்த உலகத்தோட துரதிருஷ்டம்னுதான் நான் சொல்லுவேன்...

எல்லாவற்றையும் கேட்டுக் கொள்ளத்தான் செய் கிறாள். மாறினால்தானே? தன்னை மாற்றிக் கொண்டால்தானே?

எங்கெங்கோ சுற்றி கடைசியில் அத்தையிடம்தான் வந்து நின்றது காயத்ரியின் சிந்தனை. வீட்டில்தான் அப்படியென்றால் வெளியிலும்தான் எத்தனை வேடிக்கைகளைச் சந்தித்திருக்கிறாள் அவள். எல்லாமும் சேர்ந்துதானே அவளை மறுமணத்திற்குத் தூண்டிற்று. தனக்கு ஒரு துணையைத் தேடிக் கொள்வதுதான் தன் பாதுகாப்பை உறுதி செய்வதாக விளங்கும் என்ற முடிவுக்கு அப்படித்தானே வந்து சேர்ந்தாள் அவள். அலுவலகத்திலேயே மற்ற ஆண்களின் வாயை அடைக்க

மனோகரனோடு கைகோர்த்துக் கொண்டது அவன் மாறுதலில் சென்னை சென்றபிறகு எப்படி விபரீதமாய் மாறிற்று. இந்த ஆண்கள் ஏனிப்படி அலைகிறார்கள்?

11

அலுவலகத்தில் பெண் பணியாளர்களுக்கான பின்புறத்து பாத்ரூமுக்குப் போகையில் எப்பொழுதும் தனியாய்ப் போவதில்லை காயத்ரி. உடன் வேலை பார்க்கும் ஏ1 க்ளார்க் பர்வதம், அட்டெண்டர் சியாமளா ஆகிய இருவரோடுதான் எழுவாள். புறப்படுவதற்கு முன் ஒருவருக்கொருவர் பார்வையால் சைகை செய்து கொள்வார்கள். பிறகு எழுவார்கள். அந்த அலுவலகத்தில் கொல்லைப் புறத்தில் ஒரு முற்றம் உண்டு. அதற்குப் பின்னால் செவ்வக வடிவில் இரண்டு பிரிவுகளாக அறைகள் இருந்தன. அங்கேதான் கணக்குப் பிரிவுகளும், திட்டப் பிரிவுகளும் இடதும், வலதுமாக அமைக்கப் பட்டிருந்தன. முற்றத்தின் நேர் பார்வையில் கோட்டீஸ் வரன் உட்கார்ந்திருப்பார். அவர் இருக்கையிலிருந்து வாயில்வரை தெளிவாகத் தெரியும். யார் வருகிறார்கள், போகிறார்கள் என்பதைப் பார்த்துக் கொண்டேயிருப்பார். வேலை செய்கிறாரா அல்லது இதுதான் அவர் வேலையா என்று பல சமயம் நினைத்திருக்கிறாள் காயத்ரி.

அவள் தோழிகளோடு வருகையில் இரு அறைகளிலும் உள்ள பல ஜோடிக் கண்கள் அவளையே கண்கொத்திப் பாம்பாகப் பார்க்கும். அவர்களின் ரகசியப் பேச்சுக்களும் கூட இவளின் காதுகளில் விழுந்திருக்கின்றனதான். தோழிகளின் காதுக்கும்தான். அவர்கள் எதுவும் கேட்பதில்லை.

ஏண்டா, இவ முகம் மட்டும் எப்படிடா சாய்ந்தரம் ஆனாலும் அப்டியே வாடாமப் புத்துணர்ச்சியா

இருக்கு? கூடப் போகுதுகளே இன்னும் ரெண்டு, அதுக மூஞ்சிகளப் பாரு... எண்ணெய் வழியுது... இவ மட்டும் ஃப்ரெஷ்ஷா இருக்காளே...?

அதுனாலதானே நீ கண்ணு இமைக்காமப் பார்க்கிறே... பார்த்து ரசீடா... அத்தோட விடு... இந்த ஆபீசுக்கே அது ஒண்ணுதான் தெய்வீகமா வந்து போயிட்டிருக்கு... மத்தது ஒண்ணும் சரியில்லை... அமைதியாக் கண்டுகளி...

அந்தத் தலைல வச்ச பூ கூட இன்னும் வாடலை பாரு...

குளிர்ச்சியான உடம்போ என்னவோ...? பனி மாதிரி ஜில்லுன்னு இருப்பாளாயிருக்கும். அப்டி வந்து திரும்பும்போது அந்தப் பூ ஸ்மெல் நம்மளை வருடிட்டுப் போறதைப் பார்த்தியா?

அவ திரும்புறபோது நீ மோந்துக்கிட்டிருந்தியாக்கு ம்...? போடா லூஸு... அவ பின்னழகை ரசிக்கணும்டா... எல்லாருக்கும் ஸ்டெரெச்சர் அப்டி அமையாதுடா... எந்தப் பெண்ணுக்கு தன்னோட அழகைப்பத்தின பிரேமை அவளுக்குள்ளேயே இருக்கோ, அவளுக்கு தாண்டா செதுக்கின சிலைபோல அமைப்புக் கிடைக்கும். எல்லாப் பெண்டுகளுக்கும் கிடைச்சிடுமா? பாவம்டா அவ... கல்யாணம் பண்ணியும் கொடுத்து வைக்கலை பாரு...

யாருக்கு?

அவளுக்கும்தான், அவ புருஷனுக்கும்தான்... நல்ல ஆளாக் கிடைச்சான். அல்பாயுசுல போயிட்டான்... எனக்குத் தெரிய நான் பல எடங்கள்ல பார்த்துட்டேன்டா... ரொம்ப அழகாயிருக்கிற பல பெண்கள் இப்டி துரதிருஷ்டமாத்தான் கிடக்காங்க... நான் பார்த்தவரையில் ஒரு நாலஞ்சு பேரு... சிவகங்கை டிவிஷன்ல சாரதான்னு ஒருத்தியிருந்தா... இப்பவும் இருக்கான்னு நினைக்கிறேன்... அவ அப்டித்தான்... அருமையான புருஷன்... அவனோட

ஒரு குழந்தை வேறே இருக்கு அவளுக்கு. நல்ல குடும்பம்... ஆனாப் பாரு, அவ வேறொருத்தனோட சுத்துவா... கிளிமாதிரிப் பொண்டாட்டி இருந்தாலும், குரங்குமாதிரி ஒரு வப்பாட்டி வேணும்னுவாங்க... அது பொம்பளைக்கும் பொருந்தும்டா... நல்ல குணசாலியா, மதிப்பான ஜாப்ல ஒரு காலேஜ்ல வேலை பார்த்தவரு அவரு... ஆனா அந்த சாரதா நம்ம டிபார்ட்மென்ட்லயே ஒருத்தனோட அலைஞ்சா... அவன் என்னடான்னா வக்கொரடு மாதிரிக் கிடப்பான்... அதாண்டா அந்த தேவராஜன்... அவனா ஒரு சங்கம் துவக்கி நடத்திக்கிட்டிருக்கானே... அவனேதான்... அவன்கிட்ட ஒரு ஈர்ப்பு இவளுக்கு. எது தன் புருஷன்ட்டக் கிடைக்கலன்னு இவனைப் பிடிச்சான்னு புரியவே புரியாது.. நம்ம டிபார்ட்மென்ட்ல எத்தனை ப்ராஜெக்ட்டை மூடியிருக்காங்க... நம்மாளுங் களை எங்கெங்க தூக்கியடிச்சிருக்காங்க... நாகர்கோயில் காரனை சென்னைக்கும், கடலூர்க்காரனை கன்னியா குமரிக்கும் மாத்தியிருக்காங்கல்ல... நாமெல்லாம் முன்னூறு நானூறு கி.மீ. போயி ஒரு வருஷம், ரெண்டு வருஷம்னு இருந்திட்டுத்தானே வந்தோம். இன்னும் வராதவங்க கூட இருக்கத்தானே செய்றாங்க... அந்த மாதிரி எந்தச் சிக்கல்லயும் இவ மாட்டினதேயில்லை தெரியுமா?

எப்டி? லீவு போட்டுருவாளா?

லீவு போட்டுட்டா? விட்ருவாங்களா? லீவு முடிஞ்சப் புறம், அங்கே போய் ஃபிட்னெஸ் கொடுத்து ஜாய்ன் பண்ணுன்னு அனுப்பிச்சிட மாட்டாங்க? அதெல்லாம் இல்லை... எல்லா சந்தர்ப்பத்திலயும் இவன்தான் அவளைக் காப்பாத்தியிருக்கான்... எங்கே யாரைப் பார்ப்பான், என்னத்தைச் செய்வான் எதுவுமே தெரி யாது. கில்லாடி ஆனா...! தன்னைக் கூட பரவா யில்லைன்னு ஒதுக்கிக்கிடுவான்... பக்கத்து ஊர்னா சரின்னு போயிடுவான். ஆனா அவளை மட்டும், அதாண்டா அந்தச் சாரதாவை மட்டும் விட்டுக்

கொடுக்கவே மாட்டான். அவளுக்கு மட்டும் டிரான்ஸ்ஃபர்ங்கிறதே கிடையாது. ஆயுசுக்கும் அவளுக்கு இந்த ஆபீசே எழுதிக் கொடுத்திட்டாங்க போலிருக்குன்னு பொசுங்குவாங்க நம்ம ஆளுங்க... ..

புடிச்சாலும் புடிச்சா, புளியங்கொம்பாப் பிடிச்சிட்டாடா... ன்னு அழுவாங்க..எல்லாம் இயலாமைதான்... ஏன்னா அவன் வேறே யாருக்கும் செய்யமாட்டான்... அப்டிச் செய்தாலும், இவளுக்குப் போட்டீன்னா அதைத் தொடவே மாட்டான். கேட்கிறவங்ககிட்டே சாக்குப் போக்குச் சொல்லி நழுவிடுவான்...

சங்கம் வச்சிருக்காருன்னு சொல்றே... அதுக்கு ஆளுங்க வேணாமா? கேட்டு வர்றவங்களுக்கு செய்து கொடுத்தாத்தான முடியும்? ஆளுங்க எப்படிச் சேருவாங்க அப்புறம்?

மிரட்டுவாண்டா... .எத்தனை கேட்டகரி இருக்கு... ஆல் இன் ஆல் மாதிரி செயல்படுவான்... இந்த சங்கத்துக்குச் சந்தா கொடுக்கலைன்னா விபரீதங்களைச் சந்திக்க வேண்டி வரும்னு பகிரங்கமா மிரட்டுவான்... அப்டித்தான் சங்கம் நடத்திட்டிருக்கான் இன்னிவரை... ஏதோ அவனும் கொஞ்சப் பேரை வச்சு ஓட்டிட்டிருக்கானில்ல... இந்த ஊர்ல கூட அவனுக்கு ஆளுங்க இருக்காகப்பூ.... தேவன், சாமுண்டி, ரத்தினகிரி, சோதம் பன்னு சில பேரு... அவிஞ்ஞளும் இந்த ரகம்தான்... .

பலதும் சொன்னவர்களுக்கு, அப்போதைக்கு அவள் மனோகரனோடு சுற்றுவது தெரிந்திருக்கவில்லைதான். பின்னால்தான் படிப்படியாக அந்தப் பேச்சு ஆரம்பித்தது. அவள் காதிலும் விழ ஆரம்பித்தது. தோழிகளே கேட்க ஆரம்பித்து விட்டார்கள். அவர்களுக்குரிய பதில் அப்போது அவளிடம் இல்லைதான். அவளுக்கே மனதளவில் நிச்சயமில்லாத நேரம். படிப்படியாகத்தான் மனோகரனை நோக்கி அவள் மனது நகர ஆரம்பித்தது.

அவனின் கண்ணியமான அணுகுமுறை அவளை யோசிக்க வைத்தது. அளந்து பேசும் வார்த்தைகள். தேவையானதை மட்டும் பேசும் தன்மை. காரியார்த்தமாய் செயல்படும் வேகம். என்ற பலவற்றையும் கவனிக்கத்தான் செய்தாள். ஒரு வேளை தன்னைக் கவர்வதற்கான திட்டமாய் இருக்குமோ என்று கூட சந்தேகம் வந்ததுதான். நெருங்கின பின்னால் இனி எதுவும் செய்ய முடியாது என்கிற கட்டத்தில் அவனின் வேறு ரூபம் தெரிய வந்தால்? சந்தேகிக்கத்தான் செய்தாள் காயத்ரி. அலுவலகத்தின் தணிக்கைப் பிரிவுக்கு அவளை மாற்றிய போது, அவன்தான் தானே முன் வந்து விட்டுக் கொடுத்தான்.

அவங்கள விட்ருங்க சார்... நான் போறேன்... ஆடிட்ல கேம்ப்பெல்லாம் போக வேண்டிரக்கும். நாலைஞ்சு நாள் தங்க வேண்டியிருக்கும்... லேடீசுக்கு அது சரி வராது... என்னைப் போடுங்க...

நீங்க சொல்றபடி பார்த்தா பெண்களையே போட முடியாதே... ஆடிட்ல லேடீஸ் இல்லாமையா இருக் காங்க... போய்க்க வேண்டிதான்... பாதுகாப்பா ரூம் எடுத்துத் தங்க வேண்டிதான்... போற எடமெல்லாம்தான் டிபார்ட்மென்ட் ரெஸ்ட் ஹவுஸ் இருக்குல்ல... பிறகென்ன...?

அதுக்கில்ல சார்... அவுங்க கொஞ்சம் உடம்பு முடியாதவங்க... அதனால சொன்னேன்...

உனக்கென்னப்பா அத்தனை கரிசனை அந்தம்மா மேலே? வலிய வந்து பிடுங்கிற? சந்தேகக் கொக்கி அங்குதான் விழுந்தது.

எதற்காகத் தன்னை உடம்பு முடியாதவள் என்று சொன்னான்? நினைத்த போது சிரிப்புத்தான் வந்தது காயத்ரிக்கு. தன்னை உடல் ரீதியாக அவன் அறிந்தவன் என்பதாகப் பிறர் அறிய நேர்ந்தால் அது தவறில்லையா?

ஆபாசமான பேச்சுக்களுக்கு இடம் வைக்காதா? கேட்டே விட்டாள் அவனிடம்.

அது... வந்து... நான் அந்த அர்த்தத்துல சொல்லலை... பொதுவாப் பெண்களை உடம்பு முடியாதவங்கன்னு சொன்னம்னா, ஆண்கள்ட்ட ஒரு இரக்கம் வரும்... என்னமோ ஏதோன்னு விட்டுருவாங்க... அந்த ஜம்பிங்கை மனசுல வச்சுதான் சொன்னேன்... அடிக்கடி ஆஸ்பத்திரி போவாங்க சார்... பார்த்திருக்கேன்னு சொல்லி வச்சேன்... . என்று அவன் பதிலிறுத்தபோது இவளுக்கு ஏனோ அவனிடம் கோபம் எழவில்லை.

தன்பால் அவனுக்குள்ள கருத்துபற்றி அவளின் கவனம் பிறகுதான் திரும்ப ஆரம்பித்தது. மூன்று தங்கைகளுக்குத் திருமணம் முடித்து,இன்னும் தான் அதுபற்றிச் சிந்திக்காமல் இருக்கிறான். கணவனை இழந்த தன்னை நோக்கி அவன் கவனம் திரும்புகிறது. எதற்காக இப்படி அவன் என்னை நாட வேண்டும். ஒரு விதவையைக் கல்யாணம் செய்து கொள்வதில் அப்படி என்ன திருப்தியைக் கண்டுவிடப் போகிறான்? இது கருணையா? இரக்கமா? அல்லது காமமா? பின்னால், உனக்கு நான் வாழ்வு கொடுக்கவில்லையென்றால் உன்னை இந்தச் சமூகம் தீண்டியிருக்குமா? என்று கேள்வி போட்டானென்றால்? விதவைகளை வைத்துக் கொள்ளத்தான் முன்வருவார்களே தவிர மறுமணம் செய்து கொள்ள யார் வருவார்கள்? இன்னொரு மறுமணக்காரன் கூடத் தனக்குக் கைபடாத ரோஜாவாக வேண்டும் என்று தன் பணபலத்தையோ, அல்லது எதிர்பாலின் குடும்ப பலவீனத்தையோதானே பயன்படுத்திக் கொள்ளப் பார்ப்பான்? இந்த மனோகரன் ஏன் இப்படி என்னையே விரட்டுகிறான். அந்த அளவுக்கான லட்சியவாதியா இவன்? தன் குடும்பத்தில் இப்படியான அனுபவம் அவனுக்கு ஏற்பட்டிருக்குமோ? மூன்று தங்கைகளுக்குக் கல்யாணம் ஆகும்வரையில் பொறுத்திருந்திருக்கிறானே? பொறுமை காத்திருக்

கிறானே? இருபத்தைந்திலேயே திருமணம் செய்து இருபத்தெட்டுக்குள் குழந்தை பெற்று, படிக்க வைத்து வளர்த்து விட்டால்தான், பின்னால் தான் ஓய்வு பெறும்போது தன்னை அதுகள் காப்பாற்றும் என்கிற தொலை நோக்குப் பார்வையோடு செயல்படுபவர்கள் தானே அதிகம்? அப்படிச் செயல்பட்டவர்கள் எத்தனை பேர் பிழைத்தார்கள்? எத்தனை பேருக்கு அவர்கள் நினைத்ததுபோலவே வாழ்க்கை அமைந்தது? எல்லாம் காலத்தின் கோலம். நாமொன்று நினைக்க தெய்வம் ஒன்று நினைக்கிறது. மனிதன் திட்டமிடுகிறான். கடவுள் நடத்தி வைக்கிறான். நாளை நடப்பதை யார் அறிவார்? அதுதானே இந்த வாழ்க்கையின் ரகசியம். மரணத்தைக் கூட ரகசியமாய் வைத்தவன்தானே இறைவன்? தான் இறந்து விட்டோம் என்பதை எந்த மனிதனாவது அறிய முடியுமா? உயிரோடு இருப்பவர்கள்தானே மற்றவர் களுக்குச் சொல்ல வேண்டும்? இறந்தவனைச் சுமந்த வர்களும் இறந்துதான் போகிறார்கள். அவ்வளவுதானே இந்த வாழ்க்கையின் மாயம்.

எல்லாமும் நினைத்தாயிற்று. எவ்வளவோ யோசித்தா யிற்று. ஆனாலும் கடைசியில் மனோகரனின் மனோரதம் தான் ஜெயித்தது. இன்று அவனை எதிர்பார்த்தே கிடக்கிறது மனம்... நீண்ட பெருமூச்சு வெளிப்பட்டது காயத்ரி-யிடமிருந்து. அந்தப் பெருமூச்சுக்கு விடை கிடைப்பதுபோல் மறுநாள் காலையில் நாராயணனும், லட்சுமியும் வந்து இறங்கியபோது முதலில் அதிர்ந்தவள் மீனாட்சிதான்.

12

இதுக்குத்தான் நீங்க ரெண்டு பேரும் வேலை மெனக்கெட்டு அங்கேயிருந்து கிளம்பி வந்தீங்களா? எடுத்த எடுப்பில் அம்பு போல் கேள்வியை வீசினாள் மீனாட்சி. இப்படித்தான் அவள் கேட்கக் கூடும் என்று

எதிர்பார்த்திருந்த அந்த வேளையில் காயத்ரி வீட்டில் இல்லை. அண்ணி இல்லாதபோதுதான் விஷயத்தை ஆரம்பிக்க வேண்டும் என்றுதான் நாராயணன் தீர்மானித்திருந்தான். தம்பி நாகுவை இருக்கச் சொன்னால், திட்டமிட்டு இந்த நாடகத்தை நிகழ்த்துவதாக அம்மா கண்டுபிடித்துவிடக் கூடும். அதனால்தான் நாகராஜன் தனக்கு எழுதிய கடிதம்பற்றியும் வாயைத் திறக்கவில்லை.

இன்னைக்கு லீவு போட்ரட்டுமா... - காயத்ரி லட்சுமியிடம் கேட்கத்தான் செய்தாள்.

வேண்டாம் அண்ணி... எதுக்கு அநாவசியமா? நாங்க கொஞ்சம் ரெஸ்ட் எடுத்துக்கிறோம். சாயங்காலத்துக்கு மேலே பேசிக்கலாம். நாளைக்கு உங்களுக்கு லீவுதானே... என்று சொல்லி காயத்ரியை அனுப்பி விட்டாள் லட்சுமி. அவளுக்கே தெரியாது... இந்தக் காரியமாய்த்தான் வந்திருக்கிறார்கள் என்று.

வைத்தியநாதன் எதுவும் அறியாதவர் போல் அமர்ந்து தினசரியில் மூழ்கியிருந்தார். அன்று எப்படியும் சுனாமி வந்தே தீரும் என்பது அவரின் எதிர்பார்ப்பாய் இருந்தது. நலச்சங்கக் காரியம் நிமித்தம் மோகனிடம் உதவிக்குப் போனாலும் போனது, அதுதான் சாக்கு என்று, இவளே அவனைத் தூண்டி விடுகிறாள்.

எதற்காக எனக்கு என்று ஒரு மொபைல் தனியே வாங்கிக் கொடுங்கள் என்று சமீபமாய், அவசரமாய் மீனாட்சி தன்னிடம் கேட்டாள் என்று இப்பொழுதுதான் புரிந்தது அவருக்கு. சரி, ஏதோ ஆசையாய்க் கேட்கிறாள். ஹாலுக்கு நடந்து நடந்து வந்து லேன்ட் லைனில் பேசச் சங்கடமாய் இருக்குமோ என்னவோ, காலும் வலிக்கும் தான், அவளுக்கும் வயசாயிற்றே... என்று, "என்னோடதை வேணும்னா வச்சிக்கயேன்... வேறே சிம் கார்டு வேணா மாற்றிக் கொடுத்திடுறேன்... எனக்கொண்ணும் அதிகத் தேவையில்லை... நான் தேவைப்படுறபோது லேன்ட் லைன்லயே பேசிக்கிறேன்... போதும்... என்றார்.

அது வேண்டாம் என்ற சட்டென்று மறுத்து விட்டாள் மீனாட்சி. எனக்கே எனக்கு என்று வேண்டுமாம். பிடிவாதமாய் சொன்னாள். சரி, பெற்ற பிள்ளை இருக்கிறான் நாகராஜன். ஒரு வார்த்தை சொன்னால் ஆகாதா? மறு நிமிடமே ஏழாயிரம், பத்தாயிரம் என்று ஒன்றை வாங்கிக் கொண்டு வந்து நீட்டி விடுவான். செல்லில் இன்னின்ன வசதியெல்லாம் இருக்கு என்று ஒவ்வொன்றாகச் சொல்லிச் சொல்லி அம்மாவைக் குஷிப்படுத்துவான். ஆனால் அவள் அவனிடம் கேட்கவில்லை. தன்னிடம்தான் கேட்கிறாள். இன்னும் தன் மேல் நம்பிக்கை வைத்திருக்கிறாள்.

ஏதேனும் ஆயிரம் ரெண்டாயிரத்தில் இருந்தால் போதும் என்று கூட நினைக்கலாம். பையன்களிடம் சொன்னால் தண்டச் செலவு செய்து விடுவார்கள். அவர்களுக்கு காசின் அருமை தெரிவதில்லை. அதனால்தான் தன்னிடம் கோரிக்கை வைத்திருக்கிறாள் போலும். அன்றே போய் ஆயிரத்து ஐநூறில் ஒரு நோக்கியாவை வாங்கிக் கொண்டு வந்து கொடுத்து, அதற்கு கணபதியே வருவாய்... என்ற பாட்டின் நாதஸ்வர இசையையும் ரிங்டோனாக வைத்துக் கொடுத்து விட்டார். அந்தப் பாட்டு அவளுக்கு ரொம்பவும் பிடித்திருந்தது. வீட்டில் நாகுவிடமும், தன்னிடமும், காயத்ரியிடமும் உள்ள ஃபோன்கள் என்னென்னவோ உருத்தெரியாத சத்தத்தையெல்லாம் எழுப்பும்போது, தன்னுடைய ஃபோன் மட்டும் துல்லியமாக, ஸ்ருதி சுத்தமாக எழுப்பும் நாத இசையில் தன்னை மறந்தாள் மீனாட்சி. அந்த ஒலியே அவளைச் சந்தோஷப்படுத்தியது. அந்தச் சத்தம் கேட்டதும் எல்லோரின் கவனமும் அறுந்தது. துல்லியமாய் அதில் சென்று நின்றது.

சொல்லு ஜானகி, மாரியம்மன் கோயிலுக்கா... ஓ... போகலாமே... சாயங்காலம்னா, நாலு மணிலேர்ந்து அஞ்சுக்குள்ள போயிட்டு வந்துடணும்... அப்புறம் கூட்டம் நிறைய வந்துடும். இடிபிடி ஆயிடும்... சரியா...?

மீனாட்சிக்கு செல் கிடைத்தது ரொம்பவும் வசதியாய்த் தான் போயிற்று. அதுவே அவள் வாழ்க்கையில் புதிய உற்சாகத்தைக் கிளப்பியிருந்தது. அதில்தான் அவள் மோகனுக்கும் பேசி வைத்திருந்தாள். என்னடா, அடிக்கடி கொல்லைப் பக்கமே போகிறாளே என்று பார்த்தால் தம்பியிடம் போய்ப் போய், ரகசியம் பேசிவிட்டு வருகிறாள். இதோ இப்பொழுதும் அங்கே போய்விட்டாள். வீட்டில் எல்லோரும் வந்திருக்கிறார்களே என்று கொல்லைப்புறக் கடைசிக் கிணற்றடி வரை போய் நின்று கொண்டு பேசுகிறாள். நாராயணனும், லட்சுமியும். சரி பேசிவிட்டு வரட்டும் என்று வாசல் பக்கம் போய் உட்கார்ந்து கொண்டு தெருவை வேடிக்கை பார்த்துக் கொண்டிருந்தார்கள். வைத்தியநாதன் எழுந்து சென்று பின்கட்டில் மீனாட்சிக்குத் தெரியாமல் போய் நின்றார். எப்பொழுதும் ஸ்பீக்கர் போட்டுத்தான் பேசுவாள் மீனாட்சி. அதுவோ அலறுகிறது. லேசாய் நிச்சயம் காதில் விஷயம் விழத்தான் செய்யும் என்ற எதிர்பார்ப்பில்தான் போனார் வைத்தி. எதிர் வரிசைப் பேச்சு காதுக்கு வரத்தான் செய்தது. அது அந்தப் பாதகன் மோகன் என்று புரிந்தது இவருக்கு.

நீ இப்படி இழுத்திட்டிருந்தீன்னா காரியம் கை மீறிடுமாக்கும். இங்க என்னால எவ்வளவுதான் சமாளிக்க முடியும்? அவ என்னடான்னா அவனோட எப்படா வெளியேறுவோம்னு காத்துக்கிட்டிருக்கா... எங்கே ஆள் கிளம்பி வந்துடுவானோன்னு நான் நிமிஷத்துக்கு நிமிஷம் பயந்துக்கிட்டிருக்கேன்... நீ பேசாமே லீவைப் போட வேண்டிதானே... வேலை இருக்கத்தான் செய்யும்... உன்னை யாரு ரகசியப் பிரிவுக்குப் போகச் சொன்னாங்க? இன்ஸ்பெக்டராகவே இருந்திருக்க வேண்டிதானே...? இப்போ என்னடான்னா ஸ்பெஷல் ஸ்குவார்டு அது இதுங்கிறே... போலீஸ்காரனுக்கு எதுக்குடா குடும்பம்? பேசாம இப்டியே இருந்திடு... அதனாலதான் கடவுளே உன்னைத் தனியனாக்கி யிருக்கார். இல்லன்னா உன்னோட வாழ முடியாதுன்னு

எதிர்காற்று | 291

வாணி இப்படித் தற்கொலை பண்ணிப்பாளா? அவளைப் பிடிக்கலைன்னா வெட்டி விட்டிருக்க வேண்டிதானடா... ஏண்டா அவளைப் போட்டு அடிச்சு, உதைச்சு, இம்சை பண்ணினே? அவ தற்கொலை பண்ணிக்கிற அளவுக்கு நீ செய்திருக்கே... அந்தளவுக்கு அவளைப் பயமுறுத்தியிருக்கே... அந்தக் குடும்பம் ஒரு அப்பாவிக் கூட்டம்... அதனால விட்டாங்க உன்னை... இல்லைன்னா நீதான் அவ சாவுக்குக் காரணம்னு உன்னை சந்தியிலே இழுக்கிறதுக்கு எவ்வளவு நேரம் ஆகும்? இன்னமும் கூட எனக்கே சந்தேகம்தான். சரி, கூடப் பொறந்த தம்பியாச்சே, மேற்கொண்டு கிளர வேண்டாமேன்னு பார்க்கிறேன்... இந்தக் கட்டத்துல உனக்குத் திரும்பவும் ஒரு வாழ்க்கையை அமைச்சுக் கொடுப்போம்னு பார்த்தா, அதுக்கு நீ மசிய மாட்டேங் கிறியே? -பொழிந்தாள் மீனாட்சி.

யாருக்கா மசியலே... எப்பவும் பிஸியாயிருந்தா நான் என்ன பண்றது? வேலையை விட்டாத்தான் ஃப்ரீயாக முடியும். விட்டுடட்டுமா? ... வசம்மா ஸ்பெஷல் ஸ்குவார்டுல போய் மாட்டிக்கிட்டேன்... ரெண்டு டீமுக்கு நான்தான் இன்சார்ஜ்... என்கிட்ட ஒப்படைச் சிருக்கிற ரெண்டு ஆப்பரேஷனையும் முடிச்ச பின்னாடி தான் என்னால வேறே எதைப்பத்தியும் யோசிக்க முடியும்... - ஸ்பீக்கர் அலறலாய் எதிர் பேச்சை உமிழ்ந்தது.

அப்படி என்னடா பெரிய ஆபரேஷன்? வீரப்பனைப் பிடிக்கப் போனமாதிரி எங்கயாச்சும் புறப்பட்டுப் போகப்போறியா?

அதெல்லாம் ரகசியம். யாருகிட்டயும் சொல்ல முடியாது. இப்ப என்னால எதையும் உறுதியாச் சொல்ல முடியாது.

இப்டியே சொல்லிட்டுக் கிட... இவளும் உனக்குக் கிடைக்காமப் போகப் போறா... வீட்டோட, பாந்தமா,

உனக்கு ஏத்தாப்போல இருப்பான்னு பிடிச்சு வச்சி, அடைகாத்துக்கிட்டு இருக்கேன்... .வெடிச்சிருச்சின்னா அப்புறம் என் கையில இல்லை... .அவ்வளவுதான் சொல்லிட்டேன்...

இத்தனை நாள் பாதுகாத்தேல்ல... இன்னும் கொஞ்ச நாள்... ரொம்பக் கொஞ்ச நாள்தான்... காப்பாத்திக்கொடு... பறந்து வந்திடுறேன்... .

இங்க ஒருத்தன் கொத்திட்டுப் போறதுக்கு ரெடியா இருக்கான்... அவளும் காத்துட்டுக் கிடக்கா... அவன் வேறே ஜாதிப் பய... எப்டியோ ரெண்டு பேருக்கும் பிடிச்சுப் போச்சுப் போலிருக்கு... அந்த ஆளு ஏற்கனவே இங்க ஒரு வாட்டி வந்திருக்கான்... அப்போ கன்னா பின்னான்னு எகிறி அனுப்பிட்டேன்... அதுலயே அரண்டு ஓடிப் போயிருப்பான்னு பார்த்தா... இப்ப மறுபடியும் தொடரும் போலிருக்கு... இவ அப்பப்போ யார்கூடவோ பேசுறா... ஆபீஸ்ல அவன் பெயரைச் சொல்லிக் கேட்குறா... ஆபீசுக்கே பேசுறான்னா பார்த்துக்கயேன்... மத்தவங்களுக்குத் தெரிஞ்சாத் தெரியட்டும்ங்கிற எண்ணம்தானே? அந்த அளவுக்குத் தைரியமாயிட்டா இப்போ...

யாருக்கா அவன்? அவ டிபார்ட்மென்ட்லயே வேலை செய்றதாச் சொல்லியிருக்கியே... அதே ஆள்தானா?

அட, ஆமப்பா... இவ்வளவு நேரம் நீ கதை கேட்டது இந்தச் சந்தேகத்தைக் கேட்கத்தானா? அவ கூட வேலை செய்யலேன்னா இத்தனை நெருக்கமாப் பழகியிருக்க முடியுமா? அட, சொல்ல மறந்துட்டேம் பார்றா... இப்போ அவன் சென்னைலதாண்டா இருக்கிறான்...

அப்டியா...? ஏங்கா இத்தனை நாளாச் சொல்லலை... அவனை வலை போட்டு மடக்கியிருப்பேன்ல... ..

எனக்குச் சொல்லணும்னு தோணலைப்பா... அவன்தான் போயிட்டானே... இனிமே என்னன்னு

அசால்ட்டா இருந்திட்டேன்... இந்தச் சிறுக்கி இப்டி அலைவான்னு கண்டேனா? வெளியூர் போன பின்னாடியும் அவனோட ரகசியமால்ல தொடர்பு வச்சிருக்கா? வெட்கங் கெட்டவ... ..

வைத்தியநாதன் சற்றுத் தள்ளியிருந்தாலும், இந்த வார்த்தைகளை அவரால் காது கொடுத்துக் கேட்க முடியவில்லை. இவளென்ன இப்படியெல்லாம் பேசுகிறாள்? இவள் மனசுக்குள் இப்படி ஒரு கெட்ட எண்ணமா இருந்திருக்கிறது? போலீஸ்காரத் தம்பியே கொஞ்சம் கன்னா பின்னா என்ற ஆள் என்றால், அவனுடைய அக்காவும் அதே குணத்திலா இருப்பாள்? உடன் பிறந்தவர்கள் என்று சொல்வது சரிதானோ? குணாம்சங்கள் இப்படியுமா பொருந்தி இருக்கும்?

கடைசியாக மீனாட்சி அவன் பெயரைச் சொன்னாள். என்னது, மனோகரனா? என்று அதிர்ந்தான் மோகன்.

13

அம்மா கொல்லைப் புறத்திலிருந்து உள்ளே வந்திருப்பதை வாசலில் இருந்து கவனித்த நாராயணனும் லட்சுமியும் மீண்டும் உள்ளே வந்தார்கள். வந்தவுடனே நேரடியாக விஷயத்திற்கு வந்து விட்டான் நாராயணன்.

அண்ணி விருப்பத்துக்கு விட்ருங்கம்மா... இதை மேற்கொண்டு கிளறாதிங்க...

என்னடா உளர்றே...? அவளுக்கு ஒரு நல்ல வாழ்க்கையை அமைச்சுக் கொடுக்கணும்னு நான் துடியாத் துடிச்சிட்டிருக்கேன்... ஊர்லேர்ந்து வந்து குட்டையைக் குழப்பறே... ?

நான் குட்டையைக் குழப்பலே... தெளிவாத்தான் இருக்கேன்... தெளிவாத்தான் பேசவும் செய்றேன். நீதான்

குழப்பப் பார்க்கிறே... அந்த மனோகரன் ரொம்ப நல்லவர். அண்ணிக்காக அவர் இன்னமும் காத்திட்டிருக் கார்... கணவனை இழந்த ஒரு பெண்ணுக்கு வாழ்வு கொடுக்கணும்னு கருணையினால வரல்லை... உண்மையான அன்பினால் வர்றார். அந்த மாதிரிக் கருணையை அண்ணியும் விரும்ப மாட்டாங்க... அப்படி இரக்கப்பட்டு ஒருத்தன் வந்தான்னா அந்த வாழ்க்கை நெடு நாளைக்கு சந்தோஷமாவும் இருக்காது... இவங் களுக்குள்ள இருக்கிற அன்பு உண்மையான அன்பு. சில வருஷங்களாவே அது நிலைச்சு இருக்கு... மாறாத அன்பா இருக்கு... அண்ணி தனக்கு உண்மையான பாதுகாப்பு அந்த மனோகரன் மூலமாத்தான் கிடைக்கும்னு நினைக்கிறாங்க... அவங்களை சுதந்திரமா விடு... எல்லாரும் சேர்ந்து சந்தோஷமா முடிச்சு வைப்போம்...

நிறுத்துடா நிறுத்துடா... என்ன நீபாட்டுக்குப் பேசிட்டே போறே...? நான் என் தம்பி மோகனைப் பேசி வச்சிருக்கேன்... எல்லாரும் சேர்ந்து கெடுத்துடுவீங்க போலிருக்கே... எப்படா எப்படான்னு அவன் துடிச் சிட்டிருக்கான்... இந்த வேற்று ஜாதி பையனைப் போய் கல்யாணம் பண்ணனுமா? இந்தக் குடும்பத்துக்கு என்ன தலைவிதியா? அப்படி ஒருத்தன் இந்தக் குடும்பத்து வாசப்படி மிதிக்க விடுவேனா? என்ன நினைச்சீங்க எல்லாரும்? என்னை என்ன கிறுக்கச்சின்னு நினைச்சிட் டீங்களா? இதோ நாளைக்கு வந்துடுவான் மோகன். அவன் வரவேண்டிதான், காயத்ரியைப் பார்த்துப் பேச வேண்டிதான்... கல்யாணத்தை முடிக்க வேண்டிதான். ஒரு கோயில்ல வச்சுத்தான் தாலி கட்டச் சொல்லப் போறேன்... அடுத்த ரயில்லயே கூட்டிட்டுப் போன்னு அனுப்பிடப் போறேன். எல்லாத்துக்கும் ஏற்பாடோடதான் வர்றான்... விருப்பப்பட்டவங்க வரலாம். இல்லைன்னா வீட்டோட இருந்துக்கலாம். வாழ்க்கை இல்லாம ஒத்த மரமா நின்னிட்டிருக்கான் என் தங்கத் தம்பி. அவனோட எத்தனை வருஷம் வாழ்ந்திருக்கேன். நான் வளர்த்த

பிள்ளைடா அவன். அவன் வாழ்க்கை என் கண் முன்னாடியே கருகிக் கிடக்கு... அதைத் திரும்பவும் மலர வைக்கணும்னு எத்தனை வருஷமாத் தவங்கிடக்கேன்... நீங்கள்லாம் என்ன நினைச்சிட்டிருக்கீங்க... ஆளாளுக்கு கச்சை கட்டிட்டு எவனோ ஒருத்தனை இழுத்திட்டு வந்து நிறுத்தி அவளைத் தாலி கட்ட வச்சிடுவீங்க போலிருக்கே...

அம்மா, இது நல்லாயில்லே... உன் பிள்ளைகள் நாங்க சொல்றோம்... எங்க பேச்சைக் கேட்காம நீ இப்படித் தன்னிச்சையா செயல்படுறது இந்தக் குடும்பத்துக்கு சரியில்லை... உன்னோட இந்தக் காரியம் நம்ம குடும்பத்தையே தனித்தனியாப் பிரிச்சிப் போட்டுடும்மா... அப்பா எவ்வளவோ சொல்லியிருந்தும் நீ கேட்காம உன் இஷ்டத்துக்கு செயல்படுறது அநியாயம்... வேண்டாம்... அப்புறம் நீ தனியாளாக்கப்படுவே... நாங்கள்லாம் உன்னை விட்டுப் பிரிஞ்சி போயிடுவோம்... அப்பாவும் எங்க கூட வந்திடுவார்...நீ தன்னந்தனியா நிப்பே ... இதுக்கு சம்மதம்னா நீ நினைக்கிறதைச் செய்... அண்ணிக்கு மனோகரனை முடிக்கணும்ங்கிறதுலே நாங்க எல்லாரும் ஒரு கட்சி... நீ தனிக் கட்சி... யோசிச் சிக்கோ... உனக்கு நாங்க வேணுமா... இல்ல உன் தம்பி தான் வேணுமா... முடிவு பண்ணிக்கோ...

நாளைக்குவரைக்கும் டைம் எடுத்துக்கோ... அதுக் குள்ள உன் முடிவைச் சொல்லு... .அப்புறம் என்ன நடக்கணுமோ அது நடக்கும்... என்ன நடத்தணுமோ அது எங்க எல்லாராலும் நடத்தப்படும்... நீ எப்படி அந்த போலீஸ் ரவுடிக்கு அண்ணியைக் கட்டி வைக்கப் பார்க்கிறியோ உனக்கே அந்த அளவுக்கு யோசனை இருக்கும்னா, ஒழுங்கான ஒரு காரியத்தை நிறைவேற்றி வைக்கணும்னு முனையுற எங்களுக்கு எவ்வளவு யோசனை இருக்கும்... இதுக்கு மேலே எதுவும் சொல்ல விரும்பலை... அம்மாங்கிற ஸ்தானத்துக்கு மதிப்புக் கொடுத்து பொறுமையா, மரியாதையா நான்

சொல்லிட்டேன்.. இனி உன் இஷ்டம்... முடித்துக் கொண்டான் நாராயணன்.

அது நாள்வரையில் தன் மகனின் பேச்சில் அப்படி யொரு தொனியை உணராத மீனாட்சி கொஞ்சம் பயப்படத்தான் செய்தாள். அதே சமயம் அந்தத் தங்கும் விடுதியின் அடுத்தடுத்த அறைகளில் தங்கியிருந்த மனோ கரனும், மோகனும் ஒருவரையொருவர் கட்டிப் பிடிக் காத குறையாய் நெருக்கமாய் அமர்ந்து சந்தோஷமாய் உரையாடிக் கொண்டிருந்தனர்.

14

மனோ, எனக்கு என்ன சொல்றதுன்னே தெரில... எங்கம்மா பார்த்து வச்சிருக்கிற அந்த காயத்ரிதான் நீ கட்டிக்கப் போற பொண்ணுங்கிறதை நினைக்கிற போது, இத்தனை நாள் என்னையறியாமல் அதுக்குக் குறுக்கே நின்னிருக்கமேன்னு எனக்கு வெட்கமா இருக்கு... .என்னை மன்னிச்சிடு...

மிகுந்த உணர்ச்சிக்கு ஆட்பட்டு மனோகரனின் கைகளைப் பிடித்துக் கொண்டான் மோகன். மேலும் தொடர்ந்தான்.

இதே விடுதில என் மனைவியோட ஆட்கள் என்னைக் கொலை செய்ய வந்தபோது, உன் உயிரையும் துச்சமா மதிச்சு, நீ என்னைக் காப்பாத்தினே... அன்னைக்கு அவுங்க கொண்டு வந்திருந்த ஆயுதங்கள்ல ஏதாச்சும் ஒண்ணு உன் உடம்புல பட்டிருந்தாலும், நீ ஊனமாகியிருப்பே... அவ்வளவு கொலை வெறியோட வந்தாங்க அவங்க... உன் எதிர்கால வாழ்க்கையே ஊனமாப் போயிருக்கும்... என் அறையையே நெருங்க விடாம அவங்களோட அத்தனை அடியையும் நீ வாங்கிக்கிட்டு, அவுங்களை எதிர்த்து நின்னு ஒத்தை

ஆளாப் போராடி, இந்த லாட்ஜ்ல இருக்கிற மத்தவங்க உதவியோட அவுங்களைப் பிடிச்சிக் கொடுத்தே...

.என் மனைவி வாணியை நான்தான் கொலை செய்தேன்னு தவறா நினைச்சிட்டு அவங்க வந்திருக்காங் கங்கிறது பிறகுதான் எனக்கே தெரிஞ்சிது... நான் கொஞ்சம் தீய பழக்கங்கள் உள்ளவன்தான். என்ன பண்றது? என்னோட போலீஸ் உத்தியோகம் அப்படி... ஆனா சொந்த மனைவியைக் கொல்ற அளவுக்கு மோசமானவன் இல்லை... என் துரதிருஷ்டம் அவ போய்ச் சேர்ந்துட்டா... என்னோட வாழப் பிடிக்காம, தற்கொலை செய்துக்கிட்டா... அவளை அன்பா வச்சிக்காம, அழவச்சதும், நிம்மதியில்லாம அடிச்சதும், பிடிச்சதும் என் தப்புதான். நான் பண்ணின கொடுமை களுக்கு எந்தப் பெண்ணும் என்னோட சேர்ந்தே வாழ முடியாது. அதிலும் அவ அப்பாவி. அதனாலதான் வாழா வெட்டியா தன் குடும்பத்துக்குத் திரும்பக் கூடாதுன்னு தற்கொலை பண்ணிச் செத்துப் போனா... அந்தப் பாவம் என்னை விடவே விடாது. அவங்க குடும்பத்து ஆட்கள் ரொம்ப சாதுவானவங்க எல்லாரும். அந்தச் சாதுக்களை மிரள வச்சா, காடு கொள்ளாதுதானே? அதனால கூலிக்கு ஆட்களை வச்சு என்னைப் போட்டுத் தள்ள ஏற்பாடு பண்ணினாங்க...

இதெல்லாம் இன்னைவரைக்கும் எங்க அக்காவுக்குத் தெரியாது. தெரிஞ்சா இந்தக் கல்யாணத்துக்குக் கூட ஏற்பாடு செய்ய மாட்டாங்க... கூலிப்படைகளைத் தைரியமாத் தடுத்து உன் உயிரையும் பணயம் வச்சு விரட்டின முதல் ஆள் நீதான். சரியாச் சொல்லப் போனா உன்னை மாதிரி ஆட்கள்தான் இந்தப் போலீஸ்ல இருக்கணும்... என்னை விடப் பொறுத்தம் நீதான். அதுக்கப்புறம் எனக்குன்னு எங்கக்காவைத் தவிர சொந்தம்னு சொல்லிக்கிறதுக்கு யாருமில்லே... அதனால அக்காவாப் பார்த்து வச்ச யாரானாலும் கட்டிக்கிடு வோம்னு ஒப்புதல் கொடுத்தேன். இந்த விஷயத்தை

மட்டும் இன்னைக்கு வரைக்கும் மறைச்சிட்டேன். நான் மறைச்சது மறைச்சதாகவே இருக்கட்டும்...

.நீ எங்க ஜாதியில்லைதான். அதனால எங்க அக்கா கண்டிப்பா உனக்குக் காயத்ரியைக் கட்டி வைக்க ஒத்துக்க மாட்டாங்க...அதனால நானும் கூட வர்றேன். எப்படியாவது எங்க அக்காவை சம்மதிக்க வைக்க வேண்டியது என் பொறுப்பு. என் மனைவியோட ஆத்மா சாந்தியடைய அந்தக் காயத்ரிக்கு ஒரு நல்ல வாழ்வை அமைச்சுக் கொடுக்கிறது என்னோட பொறுப்புன்னு முடிவுக்கு வந்துட்டேன். இன்னைக்கே நாம ரெண்டு பேரும் ஊருக்குப் புறப்படுறோம்... .

இப்பவே எங்க ஆபீஸ் போய் ஒரு வாரம் லீவு எழுதிக் கொடுத்திட்டு ஸ்பெஷல் பர்மிஷன் வாங்கிட்டு வந்திடுறேன்... வெயிட் பண்ணு... . சொல்லிவிட்டு உற்சாகமாய்க் கிளம்பினான் மோகன்.

அடுத்த வாரத்தின் அந்த வெள்ளிக்கிழமையில் காயத்ரி மனோகரனின் திருமணம் அந்தக் கோயிலில் வைத்து விமர்சையாக நடந்தேறியது. கூடியிருந்த பெரியோர்கள் அனைவரும் மனமுவந்து வாழ்த்துச் சொல்லி, பூக்களையும், அட்சதைகளையும் மகிழ்ச்சியோடு மணமக்கள் மேல் தூவி ஆசீர்வதித்தார்கள்.

என்ன நடக்கிறது என்று இன்னும் சரியாகத் தனக்குப் புரியவில்லை என்பதுபோல் வாயடைத்து, அமர்ந்திருந்தாள் மீனாட்சி. காயத்ரியும், மனோகரனும் அருகில் வந்து அவள் காலைத் தொட்டுக் கும்பிட்டார்கள்.

ம்... போடு... என்ன பேசாமயிருக்கே...? என்றார் வைத்தியநாதன். என்னவாயிற்று இவளுக்கு என்று அவள் கையைப் பிடித்துத் தூக்கி அட்சதையைத் தூவச் செய்தார் அவர்கள் மேல்.

நல்லாயிருங்க... அந்தோ, மீனாட்சியம்மாளும் பேசி விட்டாள் நாலைந்து நாட்களுக்குப் பிறகு. இப்போதுதான்

உயிர் வந்தது வைத்தியநாதனுக்கு. மூளை எதுவும் பாதிக்கப்பட்டு விட்டதோ, என்று பயந்திருந்தவருக்கு அப்பாடா என்றிருந்தது. யார் இருந்தால் என்ன, எனக்குத் துணை அவள்தானே, அவளை விட்டு விட முடியுமா? என்று மீனாட்சியின் கண்களை உற்றுப் பார்த்தார். எதுவும் வேறுபாடு தெரியவில்லைதான். எந்த பாதிப்பானாலும் கண் காட்டிக் கொடுத்து விடுமே? என்கிற நம்பிக்கை.

முதலிரவில் மனோகரன் சொன்னான் காயத்ரியிடம்.

உங்க வீட்ல வயசுக்கு வந்த பொண்ணு சுமதியிருக்குல்ல... அப்படி ஒரு சரியான பருவ வயசுல ஒரு பெண்ணை வீட்ல வச்சிக்கிட்டு, நாம இப்படி முதலிரவு கொண்டாடுறது நல்லாவா இருக்கு. மனசுக்குக் கஷ்டமா இல்லை? நல்லா யோசிச்சுப் பாரு... வெட்கப்பட வேண்டாமா இதுக்கு? இப்போ சொல்றேன் கேட்டுக்கோ... இன்னைலேர்ந்து ஆறு மாசம்... சுமதிக்கு ஒரு நல்ல மாப்பிள்ளையாப் பார்த்து அவ கல்யாணத்தை முடிச்சப்புறம்தான் நமக்கு முதலிரவு... ஓ.கே.யா?

தீர்மானமாய்ச் சொன்னான் மனோகரன். அவனின் அந்த நேர்மையான யோசனையை அப்படியே உள்வாங்கிக் கொண்ட காயத்ரி, உணர்ச்சி மேலீட்டில் அவனைப் பார்த்தாள்.

ஏய்... என்னாச்சு...? எனிப்படி ஆயிட்டே திடீர்னு...? மனோகரன் புரியாது கேட்ட அந்த விநாடி அவன் மீது பாய்ந்து, அவனே எதிர்பாராவண்ணம் அவன் கன்னத்தில் மாறி மாறி- முத்தங்களைப் பொழிந்தாள் காயத்ரி.

யம்மாடீ... இதென்ன இப்படி ஒரு வேகம்... .என்று அவளை அப்படியே வாரியணைத்து அவள் தந்த அந்த இன்பங்களை முழுவதுமாய் ஏற்றுக் கொண்டான் மனோகரன். அதுதான் சமயமென்று கேட்க விழைந்தான்.

காயத்ரிங்கிற இந்த நதி பாகாப்பா கடல்ல சேர்ந்திடுச்சி... அடுத்து சுமதிங்கிற நதி அமைதியா, சலன

மில்லாம ஓடிட்டே இருக்கே... அதையும் பாதுகாப்பாக் கொண்டு கடல்ல சேர்க்க வேண்டாமா? அது நம்ம கடமையில்லையா?

சட்டென்று விலகினாள் காயத்ரி. என்ன சொல்றீங்க நீங்க...? என்றாள்.

ம்ம்... எதுக்கு அதுக்குள்ளே பதர்றே...? அதெல்லாம் ஒண்ணுமில்லே. இப்ப வேண்டாம் அது. சாவகாசமாப் பேசுவோம்... சரிதானா?

என்னவோ சொல்ல வந்தீங்களே... அதச் சொல்லிடுங் களேன்... மனசு போட்டு அரிக்குமே...?

வேறொண்ணுமில்ல... சுமதின்னு இந்த வீட்டுல ஒரு பொண்ணு கல்யாணத்துக்கு ரெடியா நிக்குதே... அதுக்கு ஒரு நல்ல வாழ்க்கையை அமைச்சுக் கொடுக்க வேணாமா? ன்னு யோசிச்சேன்.

அவன் கண்களையே தீவிரமாய் நோக்கினாள் காயத்ரி. பதிலாக அவள் கண்கள் கலங்குவதைக் கண்டு அதிர்ந்தான் மனோகரன்.

இந்தக் கண் கலங்கலுக்கு என்ன அர்த்தம்? அர்த்தமா... அனர்த்தமா? நீயாக ஏதாச்சும் விபரீதமா நினைச்சிட்டுக் கலங்காதே. அதனாலதான் இப்ப வேண்டாம்னு சொன்னேன். நாந்தான் வந்துட்டனே... எதுக்கு கவலைப் படுறே... அதையும் சுமுகமா முடிச்சு வைக்க வேண்டியது என் பொறுப்பு... போதுமா? என்றவாறே அவளை இறுக்கி அணைத்தான். அவனின் ஆதூரமான அணைப்பில் தன்னை இழந்து எங்கோ சென்று கொண்டிருந்தாள் காயத்ரி.

வயசு வித்தியாசம் கொஞ்சம் அதிகமானாலும் பரவாயில்லை என்று சுமதியை மோகனுக்கு முடித்து வைக்கும் தீவிர எண்ணம் மனோகரனின் மனதில் ஓடிக் கொண்டிருந்தது.

குறிப்புகள்

குறிப்புகள்

குறிப்புகள்